புஷ்பாஞ்சலி

யத்தனபூடி சுலோசனாராணி

தமிழாக்கம்

கௌரி கிருபானந்தன்

வானவில் புத்தகாலயம்
உங்கள் வண்ணக் கனவுகள் நனவாக...

வானவில் புத்தகாலயம்
10/2 (8/2) போலீஸ் குவார்ட்டர்ஸ் சாலை
(தியாகராயநகர் பேருந்து நிலையத்திற்கும்
காவல் நிலையத்திற்கும் இடைப்பட்ட சாலை)
தியாகராயநகர், சென்னை – 600 017
தொலைபேசி : 24342771, 65279654
கைபேசி: 7200073082
மின்னஞ்சல்: vanavilputhakalayam@gmail.com

Publisher: **P. Karthikeyan**
Editor: **R. Muthukumar**
Layout: **P.S. Sukumar**

Title: **Puspanjali**
Author: **Ethnapudi Sulochanarani**
Translator: **Gowri Kirubanantham**
Address:
VANAVIL PUTHAKALAYAM
10/2(8/2) Police Quarters Road,
(Between Thiyagaraya Nagar Bus Stop &
Police Station)
Thiyagaraya Nagar, Chennai - 17
Phone: 24342771, 65279654
Cell: **72**00**73 0**82
6 th sense_karthi
e-mail : vanavilputhakalayam@gmail.com
Edition:
First : September 2015
Price : 199

தலைப்பு
புஷ்பாஞ்சலி
ஆசிரியர்
யத்தனபூடி சுலோசனாராணி
தமிழில்: கௌரி கிருபானந்தன்
பக்கங்கள் : 248
விலை : ரூ.199

முதற்பதிப்பு
செப்டம்பர் 2015

வானவில் புத்தகாலயம்
10/2 (8/2) போலீஸ் குவார்ட்டர்ஸ் சாலை
(தியாகராயநகர், பேருந்து நிலையத்திற்கும் காவல்
நிலையத்திற்கும் இடைப்பட்ட சாலை)
தியாகராய நகர், சென்னை – 600 017
தொலைபேசி : 24342771, 65279654.
கைபேசி: **72**00**73 0**82
மின்னஞ்சல்:
vanavilputhakalayam@gmail.com

இந்தப் புத்தகத்திலுள்ள எந்த ஒரு
பகுதியையும் பதிப்பாளர் மற்றும் எழுத்தாளர்
அனுமதியை எழுத்து மூலம் பெறாமல்
பதிப்பிக்கக் கூடாது.

Printed at :
Ganapathi Enterprises
Chennai - 600 005.

No part of this book may be
reproduced or transmitted in any
form without permission in writing
from the author or publisher

நீங்கள் Smart Phone உபயோகிப்பவராக
இருந்தால் QR Code Reader Application மூலம்
இதை Scan செய்தால் நேரடியாக எமது
இணையதளத்திற்கு சென்று மேலும் எங்கள்
வெளியீடுகள் பற்றிய விவரங்களைப் பெறலாம்.

ISBN :978-93-82578-69-7

பதிப்புரை

உணர்ச்சிகளின் குவியல்தான் மனிதன். மனிதர்களில் சிலரே தங்கள் உணர்ச்சிகளைக் கட்டுப்படுத்தும் வல்லமை பெற்றவர்களாக இருக்கிறார்கள். தான் ஏமாற்றப்படும் போதும், வஞ்சிக்கப்படும் போதும் மனிதன் தன்னிலை மறக்கிறான். நியாயங்களை காற்றில் பறக்கவிடுகிறான். தன் தவறான செய்கைகளுக்கெல்லாம் நியாயம் ஒன்றைக் கற்பித்துக் கொள்கிறான்; நிரந்தரமாக அயோக்கியனாக இருப்பவன் ஒரு போதும் தான் இருந்த நிலையிலிருந்து மாறுவதேயில்லை. அதே சமயத்தில் சமய சந்தர்ப்பங்கள் சதி செய்யும்போது நெறி தவறியவன் வாழ்க்கை தரும் அனுபவப் பாடங்களால்... தன்னைச்சுற்றியுள்ள மேம்பட்ட மனிதர்களின் நட்பால் தன் தவற்றை என்றாவது ஒரு நாள் உணர்கிறான். அவற்றைத் திருத்திக் கொள்ளவும் செய்கிறான். தன் தவறுக்குப் பிராயச்சித்தம் செய்துவிட வேண்டும் என்று நினைக்கிறான்.

இந்தமாதிரியான சந்தர்ப்பங்களில் ஒருவனுக்கு ஏற்படும் கஷ்டங்கள், அவமானங்கள், போராட்டங்கள் இதைச் சுற்றியே இந்தக் கதை சுழல்கிறது. கதையின் நாயகன் மாதவன் சந்தர்ப்பவசத்தால் மனக்குழப்பங்களால் சூழப்பட்டு தன்நிலை இழந்து தடுமாறி நின்ற ஒரு சமயத்தில்...சந்தர்ப்பத்தில் மதி கெட்டு ஒரு பெரும் தவறைச் செய்துவிடுகிறான்.

பழி ஓரிடம், பாவம் ஓரிடம் என்பது போல் தான் வஞ்சிக்கப்பட்ட, தன்னை ஒரு பெண் ஏமாற்றிய துக்கத்தால் மனம் பாதிக்கப்பட்ட நிலையில் ஏதோ ஒரு சந்தர்ப்பத்தில் அவனைத் தவறாகப் புரிந்துகொண்டு அவமானப்படுத்திய பெண்ணுக்கு அநீதி இழைத்துவிடுகிறான்.

அது அந்தப் பெண்ணின் வாழ்க்கையில் பெரும் சூறாவளியை ஏற்படுத்தி அவளை எங்கும் நிலை கொள்ளவிடாமல் சுழற்றி சுழற்றி அடிக்கிறது. அவள் வாழ்வு சிதைந்து சின்னாபின்னமாகிவிடுகிறது.

காலத்தின் கோலத்தால், விதியின் விளையாட்டால் இவர்கள் இருவரும் மீண்டும் சந்தித்துக்கொள்ள நேர்கிறது. அவனுடைய

நிழலில் வாழவேண்டிய சூழ்நிலை அவளுக்கு ஏற்படுகிறது. அவளை ஏறெடுத்துப் பார்க்கவும் தைரியமற்ற அவன் தன் தவறுக்குப் பரிகாரம் தேடச் சந்தர்ப்பம் அளிக்க மறுக்கும் அவளுக்குத் தன் நிலையைப் புரியவைக்க முடியாத தர்மசங் கடத்தில் தவிக்கிறான்.

இந்தக் கண்ணாம்பூச்சி விளையாட்டின் முடிவில் அவனை அவள் ஏற்றுக் கொண்டாளா?

இதற்கு அவர்கள் தீர்வுகண்டார்களா?

அவர்கள் ஒருவரை ஒருவர் புரிந்துகொண்டார்களா? என்பதை சுவாரஸ்யமாகத் தன் கதையை சொல்லும் உத்தியால் தெலுங்கு உலகின் நாவல் ராணி யத்தனபூடி சுலோசனா ராணி நமக்குத் தந்திருக்கிறார். அதன் தமிழ் மொழியாக்கத்தை அதே சுவாரஸ்யத்துடன் திருமதி கௌரிகிருபானந்தன் அவர்கள் அளித்துள்ளார்.

கார்த்திகேயன் புகழேந்தி
வானவில் புத்தகாலயம்

1

1947-ஆம் வருடம். நாட்டிற்கு சுதந்திரம் கிடைத்த புதிது. இந்தியா அமைதியாகப் போராட்டத்தை நடத்தி வந்த போதிலும் ஆங்கிலேயர்களின் அடக்கு முறையால் நாட்டில் நிறையக் கலவரங்கள் நடந்தன. இரத்தம் ஆறாக ஓடியது. பலர் கைகால்களை இழந்தார்கள். சிலர் உயிரை இழந்தார்கள்.

சுதந்திரப் போராட்டத்தில் பங்கெடுத்துக் கொண்டவர்கள் யாராக இருந்தாலும் சரி, ஆண், பெண், வயோதிகர்கள் என்ற பாகுபாடு இல்லாமல் ஆடு மாடுகளை அடிப்பதுபோல் செம்மையாக உதைத்தார்கள். கொஞ்சம் சந்தேகம் வந்தாலும் போதும், வேட்டை நாய்களைப் போல் துரத்தி வந்து சுட்டார்கள். என்ன ஆனாலும் சரி என்று இந்தியர்கள் ஆவேசத்தை அடக்கிக் கொண்டு மகாத்மாவின் காலடிச் சுவடுகளைப் பின்பற்றிப் பொறுமையாக அமைதிப் போராட்டத்தை நடத்தி வந்தார்கள். இறுதியில் அந்த மகா யஞ்ஞத்தில் சில ஆயிரக்கணக்கானவர்களைப் பலி கொடுத்து, பல லட்சக்கணக்கானவர்கள் சொல்ல முடியாத சித்திரவதைகளை அனுபவித்த பிறகு நினைத்ததைச் சாதித்துவிட்டார்கள். நாட்டிற்குச் சுதந்திரம் கிடைத்துவிட்டது. சில நூற்றுக்கணக்கான வருடங்களுக்குப் பிறகு இந்தியத் தாய் தன் கட்டுத் தளைகளை அறுத்துக் கொண்டு சுதந்திரக் காற்றைச் சுவாசிக்கத் தொடங்கினாள்.

ஆண்டுக்கணக்காக சிறைச்சாலைகளில் மழுங்கிக் கொண்டு, வாழ்க்கையின் மீது இருந்த ஆசைகளை எல்லாம் துறந்துவிட்டிருந்த அரசியல் கைதிகளுக்கு உடனே விடுதலை கிடைத்து விட்டது. எத்தனையோ எதிர்பார்ப்புகளுடன், நெருங்கியவர்கள் எல்லோரையும் திரும்பவும் கண்ணால் காணப் போகிறோம் என்ற சந்தோஷத்தோடு ஜெயிலைவிட்டுத் தம் தம் வீடுகளுக்கு அவர்கள் புறப்பட்டார்கள் .

அவ்வாறு விடுதலையானவர்களில் ஒருவன்தான் மாதவன். அவன் வயது சுமார் இருபத்தைந்து இருக்கலாம். ஆளைப் பார்த்தால் முரட்டுத்தனமான அவன் தாடியைப் போலவே மனதும் முரடாக இருக்குமோ என்ற சந்தேகம் வரும். தீட்சண்யமாக இருந்த அந்தக் கண்கள் எதையாவது பார்த்தால் போதும், அந்த நிமிடமே அதன் பின்னணியைக் கண்டு கொள்ளும் அளவுக்குக் கூர்மையாக விளங்கின. எடுப்பாக இருக்கும் மூக்கைப் பார்த்தால் நினைத்ததைச் சாதிக்கும் வரையில் விடமாட்டான் போலிருந்தது. எல்லோரையும்போல் சட்டென்று நிமிர்ந்து அவனை நேருக்கு நேராகப் பார்த்து விட முடியாது. உதடுகளில் லேசாக முறுவல் தவழ்ந்து கொண்டிருப்பது போல் தோன்றினாலும் கூர்ந்து கவனித்தால் அந்த முறுவலுக்குப் பதிலாகக் கம்பீரம் தென்படும். எப்படிப்பட்ட சமயத்திலும் தன்னம்பிக்கையைக் கைவிட மாட்டான் என்று எடுத்துச் சொல்வதுபோல் அவன் தன் முகவாய்க்கட்டையை லேசாக உயர்த்தியபடி பார்க்கும் பார்வை பறைசாற்றியது. முகத்தில் ஒரு விதமான உறுதி தென்பட்டது.

ஒரு காலத்தில் அவன் மேனி சிவப்பாக இருந்திருக்கக் கூடும். ஆனால் சில ஆண்டுகளாக மழையிலும்ற வெயிலிலும் அலைக்கழிக்கப்பட்டதால் மாநிறமாகிவிட்டிருந்தது. அவ்வளவு ஆண்டுகளாக ஜெயிலில் மழுங்கிப் போயிருந்தபோதிலும், பல கொடுமைகளுக்கு ஆளாகியிருந்தபோதிலும் அந்த மேனி கட்டுக் குலையாமல்தான் இருந்தது.

லேசாகக் கசங்கியிருந்த ஆடையுடன் அவன் ஜீப்பில் பின்னுக்குச் சாய்ந்து உட்கார்ந்து கொண்டான். எண்ணெய்ப் பசை காணாத கேசங்கள் பறந்து நெற்றியில் தாறுமாறாக விழுந்து கொண்டிருந்தன. அதுகூட ஒரு வகையில் அழகாகத்தான் இருந்தது.

பாதை குண்டும் குழியுமாய் ரொம்ப மோசமாக இருந்தது. இரண்டு மூன்று நாட்களுக்கு முன்னால் நன்றாக மழை பெய்திருக்க

வேண்டும். ஆங்காங்கு சேற்றுக் குட்டைகள் தென்பட்டன. சாலைக்கு இருமருங்கிலும் உயரமாக வளர்ந்திருக்கும் மரங்களோடு காட்டுக் கொடிகள் பின்னிக் கொண்டு பூக்களைச் சொரிந்து கொண்டிருந்தன. அவற்றிலிருந்து குப்பென்று வீசிய நறுமணம் மயக்கத்தைத் தோற்றுவித்தது.

''எவ்வளவு நல்ல மணம்!''

மூச்சை இழுத்து அந்தக் காட்டுப் பூக்களின் மணத்தை சுவாசித்த அவனுக்குப் பல ஆண்டுகளாக இருள் நிறைந்த அறையில் முடங்கிக் கிடந்ததால் இந்த வெளிச்சமும், திறந்த வெளியும், சுதந்திரக் காற்றும் அமிர்தமாக இருந்தன.

''இன்றிரவு எங்கேயாவது தங்கும்படி நேருமோ என்னவோ? வழி நன்றாகவே இல்லையே'' என்றான் டிரைவர்.

''ஊஹூம். கூடாது. எவ்வளவு இரவானாலும் சரி, போய்ச் சேர்ந்து விடவேண்டும். இடியே இடித்தாலும் சரி எங்கும் நிற்க வேண்டாம்'' திடமான குரலில் சொன்னான் அவன்.

''வழி எனக்குச் சரியாகத் தெரியாது சார். எங்கேயாவது வழி தவறிப் போய்விட்டோம் என்றால்...'' முணுமுணுத்தான் டிரைவர்.

''நான்தான் இருக்கிறேனே'' அலட்சியமாகப் பதிலளித்தான் அவன், திரும்பவும் யோசனையில் ஆழ்ந்து போனபடி.

மூன்றாம் பிறை சந்திரன் மெதுவாக மரங்களின் இடுக்கு வழியாக எட்டிப் பார்க்க முயன்றான். இருட்டும் இல்லாத வெளிச்சமும் இல்லாத மங்கலான சூழ்நிலை. மயக்கம் தந்து கொண்டிருக்கும் காட்டுப் பூக்களின் நறுமணம்; எதைப் பார்த்தாலும் கண்களுக்கு மனோகரமாக, மனதிற்கு உல்லாசம் தருவதாக இருந்தது.

கண்களுக்கு முன்னால் தென்பட்ட இந்தக் காட்சிகள், ஓடிக் கொண்டிருக்கும் ஜீப் நின்று விட்டால், எங்கே சிதறிப் போய்விடுமோ என்று தோன்றியது. அவன் யோசனைகள் அங்குமிங்கும் தாவிவிட்டு, கடைசியில் தன் வீட்டின் மேல் வந்து நிலைத்தது.

நான்கு வருஷங்களுக்கு முன்னால் வீட்டை விட்டு வந்துவிட்டான். அம்மா எப்படி இருக்கிறாளோ? சுதந்திரப் போராட்டத்தில் பங்கெடுத்துக் கொள்ளப் போவதாகச் சொன்னால் வேண்டாம் என்று அவள் மறுத்து விடுவாள் என்று எண்ணினான்.

''எனக்கு நீ ஒரே மகன். அந்தப் போராட்டத்தில் சேருவதற்கு வேறு எத்தனையோ பேர் இருக்கிறார்கள்'' என்று தனக்குத் தடை விதிப்பதோடு, அழுது ஆர்ப்பாட்டமும் செய்யக்கூடும் என்று நினைத்து அவளிடம் சொல்லாமலேயே வந்து விட்டான்.

மறுநாள் அவனைக் காணாமல் எவ்வளவு கலங்கிப் போய்விட்டாளோ? ஊண் உறக்கத்தை மறந்து எவ்வளவு நாள் அழுதுகொண்டே இருந்தாளோ?

ஆனால் அவன்தான் என்ன செய்வான்? நாடு பரிதவித்துக் கொண்டிருக்கும்போது குடிமகனாய்த் தன் கடமையை எப்படிப் புறக்கணிப்பான்? அப்படிச் செய்தால் அவனால் சந்தோஷமாக இருக்க முடியுமா? பாரதத் தாய் கண்ணீர் மல்க வரச் சொல்லி அழைக்கும்போது போகாமல் எப்படி இருப்பான்?

அதனால் பெற்ற தாயை வருத்தப்படுத்துகிறோம் என்று தெரிந்தும்கூடக் கட்டுப்படுத்திக்கொண்டு போனான்.

சுதா தன் தாயுடன் கூடவே இருந்ததால் நிலைமை கொஞ்சம் பரவாயில்லை என்று அவன் தைரியத்துடன் இருந்தான். அந்தத் துணிச்சலில்தான் அவனும் போனான். சுதாவைப் பற்றிய யோசனை வந்ததுமே அவன் மனமெல்லாம் இன்ப வேதனையால் நிரம்பி வழிந்தது.

அவன் வீட்டை விட்டுப் புறப்படுவதற்கு முதல்நாள் இரவு அவனுக்கும் சுதாவுக்கும் நடந்த உரையாடலை இத்தனை வருடங்களில் என்றாவது ஒரு நாளாவது அவன்தான் மறந்திருப்பானா? இந்த ஜென்மத்தில் அவனால் அதை மறக்கத்தான் முடியுமா? அன்றைக்கு நிலா வெளிச்சத்தில் புன்னை மரத்தடியில் விடை பெற்றுக் கொண்ட போது, கடைசி முறையாக அவள் பேசிய வார்த்தைகள் இப்போது அவன் கண்முன் நிழலாடியது.

''தனிப்பட்ட அபிப்பிராயங்களையும், சொந்த சுகத்தையும் தியாகம் செய்ய வேண்டிய விலைமதிப்பில்லாத தருணம் இது சுதா! இந்தப் போராட்டத்தில் என்னைப் போன்ற இளைஞர்கள் கலந்து கொண்டு அதற்குப் பலம் தர வேண்டும். உன்னைப் போன்ற இளம்பெண்கள் அதற்கான தைரியத்தையும், ஊக்கத்தையும் அளிக்க வேண்டும். இந்த முறை இந்தச் சூறாவளியைப் பார்த்து பயந்து ஓடத் தவறமாட்டார்கள் ஆங்கிலேயர்கள். தம் அதிகாரத்திற்கு விடைகொடுத்து, மூட்டை முடிச்சுக்களைக் கட்டிக் கொண்டு போய்ச் சேர்ந்து விடுவார்கள்'' என்றான் ஆவேசமாக.

''நான் அதை இல்லை என்று மறுத்தேனா அத்தான்? உங்கள் பேச்சுக்கு மறுப்பு எதுவும் சொல்லவில்லையே?'' அழுகையை விழுங்கிக் கொண்டே சொன்னாள் சுதா.

இருவரும் ஒருவரையொருவர் அன்புடன் பார்த்துக் கொண்டார்கள். ''சுதா! ஒருக்கால் ... ஒருக்கால் நான் திரும்பி வராவிட்டால்? இதுதான் நாம் கடைசியாக ஒருவரை ஒருவர் பார்த்துக் கொள்ளும் சந்திப்பாக இருந்தால்?''

''மாதவன்!'' சுதாவின் உடல் பயத்தால் சிலிர்த்தது. நடுங்கும் கையை அவன் இதழ்களின் மேல் எச்சரிப்பது போல் வைத்து விட்டு ''அப்படியானால் இந்த நிமிஷமே எனக்குச் சாசுவதம் ஆகிவிடும். நீ திரும்பி வரும் வரையில் இந்த நிமிஷத்து நினைவுகளுடன் வாழ்ந்து கொண்டிருப்பேன் அத்தான். மாதவன் இல்லை என்று தெரிந்த அன்றைக்கு இந்த சுதாவும் உலகத்தில் இருக்கமாட்டாள்.''

''சுதா!'' கலங்கிப் போனவனாக அவளை இழுத்து மார்போடு அணைத்துக் கொண்டான். ''சுதா! நீ இந்த மாதிரி எண்ணங்களை கனவிலும் வரவிடாதே. அம்மாவை உன்னிடம் ஒப்படைத்து விட்டுப் போகிறேன் என்பதை மறந்துவிடாதே. ஒருக்கால் எனக்கு ஏதாவது ஆகிவிட்டால், அம்மாவின் பொறுப்பு உன்னுடையது. நீ இருக்கிறாய் என்ற தைரியத்தில்தான் நான் கவலையில்லாமல் போகிறேன்.''

ஈரவிழிகள் பளபளக்கச் சிரித்தாள் சுதா. ''அத்தையைப் பற்றி நீ என்னிடம் சொல்லணுமா? அம்மா அப்பாவை இழந்த நான் அத்தையிடம்தான் அவ்விருவரையும் கண்டேன். அத்தையின் பொறுப்பு உன்னைவிட என் மீதுதான் இருக்கும் என்று தெரியும் எனக்கு. ஆனால்... ஆனால் நீ திரும்பி வருவாய் அத்தான். என் அன்பு உன்னைத் திருப்பி என்னிடம் உயிரோடு கொண்டு வந்து சேர்த்துவிடும். அந்த நம்பிக்கை எனக்கு இருக்கிறது.''

''இதை நான் என்றும் நினைவில் வைத்துக் கொண்டிருப்பேன் சுதா.''

சுதா திடீரென்று இரு கரங்களையும் அவன் கழுத்தில் மாலையாகப் போட்டுக்கொண்டு ''அது மட்டுமில்லை. இன்னொன்று கூட நினைவில் வைத்துக்கொள். உனக்காக எவ்வளவு நாட்களானாலும், எத்தனை யுகங்களானாலும் சரி, காத்துக் கொண்டிருப்பேன். அதை மட்டும் நினைவில் வைத்துக்கொள்.''

அப்பொழுது சுதா சொன்ன அந்த வார்த்தைகளே இன்னும் அவன் செவிகளில் எதிரொலித்துக் கொண்டிருந்தன. அந்த நினைவே, புனிதமான அந்த அன்பே ஒரு ரட்சையாக சதா கூடவே இருந்து வந்து பல முறை ஆபத்துகளிலிருந்து அவனைக் காப்பாற்றிக் கொண்டிருந்தது.

சுதாவின் மேல் இருந்த அன்பு மட்டும் இல்லாமல் இருந்திருந்தால் அவனுக்கு வாழ்க்கையின் மீது இவ்வளவு பிடிப்பு இருந்திருக்குமா என்பதுகூட சந்தேகந்தான். இவ்வளவு நரகவேதனையை அவன் முறுவலுடன் பொறுத்துக் கொண்டிருந்திருப்பானா?

"அசட்டு சுதா! அவள் மனம் வெண்ணெயைப் போன்றது. ஜெயிலில் வெள்ளையர்களின் கொடுமையால் தான் பட்ட அவதியைப் பற்றிச் சொன்னால் அவளால் தாங்கிக் கொள்ளத்தான் முடியுமா? பாவம், தனக்காக ஆசையாக எதிர்பார்த்துக் கொண்டே தன்னந்தனியாக எவ்வளவு கஷ்டங்களை அனுபவித்திருப்பாளோ? சரியான உணவுகூட இருந்திருக்காது. அப்படிப்பட்ட வறுமையின் பிடியில் அகப்பட்டுக் கொண்டிருந்தாலும் கூட சுதா எளிதாக அதைத் தாங்கிக் கொண்டு இருப்பாள்.

அது மட்டும்தானா? தாறுமாறான இந்தச் சூழ்நிலையில் சுதாவுக்கு ஏதாவது ஆபத்து நேர்ந்திருக்குமோ?

ஒரு வினாடி அவன் மனமும், உடலும் பயத்தால் நடுங்கின. இல்லை இல்லை.. தமிழ்நாட்டில் எங்கேயோ ஒரு மூலையில் இருக்கும் அந்தக் குக்கிராமத்தில் யுத்தத்தின் விளைவுகள் பரவியிருக்க வழியில்லை. அவன் போய் கதை கதையாகச் சொல்ல வேண்டும். அவன் வாயாலேயே சுதா அந்தப் பயங்கரமான கதைகளைக் கேட்க வேண்டும்.

திடீரென்று அவன் போய் நின்றால் சுதா என்ன சொல்லுவாள்? கைக்காரியத்தை அப்படியே போட்டுவிட்டு "மாதவன்!" என்று உரத்த குரலில் கத்திக்கொண்டே அவன் கைகளில் துவண்டுவிட மாட்டாளா? அவ்வாறு ஓடிவந்து தன்னைக் கட்டிக்கொள்ளும் சுதாவைத் தான் மார்போடு அணைத்துக் கொள்ளும் காட்சி கண்முன் நிழலாடவே அவன் கண்களில் நீர் சுழன்றது. அப்பப்பா! இன்னும் எவ்வளவு நேரம்? ஜீப் எவ்வளவு வேகமாகப் போய்க் கொண்டிருந்த போதிலும் தூரம் இன்னும் குறைந்தபாடில்லை.

சுதாவையும் அம்மாவையும் பார்க்க வேண்டும் என்ற தவிப்பில் தான் ஜெயிலிலிருந்து விடுதலையானதுமே தன்னோடுகூட விடுதலையான சக கைதி ராமகோபாலன் "மாதவன்! இரண்டுநாள்

என்னோட தங்கி ஓய்வெடுத்துக் கொண்டு போப்பா'' என்று எவ்வளவு கெஞ்சியும் கேட்டுக் கொள்ளாமல் அவன் புறப்பட்டு விட்டான்.

அவன் தவிப்பைப் புரிந்துகொண்ட அவர் ''சரி, போய் ஒரு வாரத்திற்கெல்லாம் சுதாவையும், உன் தாயாரையும் அழைத்துக் கொண்டு திரும்பி வா'' என்று ஜீப்பைக் கொடுத்து உதவினார். புறப்படும்போது அவர் ''சீக்கிரமாக வந்துவிடு மாதவன்! தற்சமயம் இந்த உலகத்தில் உன்னைத் தவிர எனக்கு வேறு யாருமில்லை என்ற விஷயம் உனக்கும் தெரியும் இல்லையா?'' என்றார்.

அது நினைவுக்கு வந்ததுமே மாதவனின் கண்கள் கசிந்தன. உண்மைதான். அவருக்கு எல்லாம் இருந்தது. ஆனால் நெருங்கியவர்கள் என்று யாருமே கிடையாது. ஜெயிலில் இருந்த போதே அவர் மனைவி இதய நோயால் இறந்துபோய்விட்டாள். அந்தச் செய்தியைக் கேட்டதுமே அவர் எவ்வளவு தளர்ந்துபோனார் என்று மாதவன் ஒருத்தனுக்குத்தான் தெரியும்.

அந்தச் சமயத்தில் அருகில் இருந்து அவரைத் தேற்றிய ஒரே மனிதன் மாதவன்தான். ஜெயிலில் அனுபவித்த வேதனைகள் ஒருபக்கம் அவனை வாட்டின என்றால் ராமகோபாலனின் பழக்கம் இன்னொரு பக்கம் அவனைப் பண்பட்டவனாக்கியது. இளம் கன்று பயமறியாது என்பது போல் திமிராக இருந்து வந்த மாதவன் அவருடைய சகவாசத்தால் ரொம்பவும் சாத்வீகமாகவும், கம்பீரமானவனாகவும் மாறிவிட்டான். உலக அறிவை வளர்த்துக் கொண்டான்.

சுதாவை அழைத்துக் கொண்டு போய் அவருக்குக் காட்ட வேண்டும். வயதான காலத்தில் நெருங்கியவர்கள் யாரும் இல்லாமல் தவித்துக் கொண்டிருக்கும் அவர் மனதிற்குத் தானும் சுதாவும் சேர்ந்து நிம்மதியைத் தர வேண்டும். சுதாவைச் சந்திக்கப் போகும் அந்தத் தருணத்தை எதிர்பார்த்துக் கொண்டு அவன் மனம் உவகை கொண்டிருந்தது.

சுதாவின் மார்பில் சிறு பிள்ளையைப் போல் தலையைப் புதைத்துக் கொண்டு விட்டால் போதும். இவ்வளவு வருடங்களாக அனுபவித்து வந்த வேதனைகள் எல்லாம் மறந்து போய்விடும். இன்னும் எவ்வளவு நேரம்? எத்தனை யுகங்கள்? அவன் மனம் ''சுதா ... சுதா'' என்று குமுறிக் கொண்டே இருக்கும்போது ஜீப் சடன் ப்ரேக் போட்டபடி நின்றுவிட்டது.

2

"என்ன விஷயம்?" கற்பனை உலகத்திலிருந்து வலுக்கட்டாயமாக விடுபட நேர்ந்ததற்கு எரிச்சலடைந்தவனாகக் கேட்டான்.

"குறுக்கே எதையோ நிறுத்தியிருக்காங்க சார்" என்றான் டிரைவர்.

"அது என்னவென்று சீக்கிரமாகப் பாரு" அலுத்துக் கொண்டான். அவனுக்குத் தாமதமான ஒவ்வொரு நிமிஷமும் ஒவ்வொரு யுகம்போல் இருந்தது.

இறங்கிப் போன டிரைவர் ஐந்து நிமிஷத்தில் திரும்பி வந்தான். "குதிரை வண்டி சார். அதன் சக்கரம் சேற்றில் புதைத்துக் கொண்டு விட்டது. தூக்கி நிறுத்தாவிட்டால் நமக்கு மேலே போவதற்கு வழியில்லை" என்றான்.

"நானும் இறங்கிக் கைகொடுக்கட்டுமா?"

டிரைவர் சரி என்பது போல் தலையை அசைத்தான்.

"நடுவழியில் இந்த நியூசென்ஸ் வேறு" அலுத்துக் கொண்டே இறங்கி வந்தான் மாதவன்.

அழகான குதிரைவண்டி. பார்த்ததுமே பணக்காரக் குடும்பத்தினர் வீட்டு வண்டி என்று தெரிந்தது.

மாதவன் சக்கரத்தை நெருங்கிப் பரிசீலித்தான்.

"சேற்றில் புதைந்துவிட்டது தம்பீ! தூக்கி நிறுத்த எனக்குப் பலம் போதவில்லை" வண்டிக்காரன் சொன்னான். அவன் தலைப்பாகை கட்டிக் கொண்டிருந்தான். நரைத்த தாடியும், சுருக்கங்கள் விழுந்த முகமும் அவனது வயதை எடுத்துக் காட்டிக் கொண்டிருந்தன. ரொம்ப நேரமாக முயற்சி செய்து

கொண்டிருந்தான் போலும். உடல் முழுவதும் வியர்வை வழிந்து கொண்டிருந்தது.

"ப்ளீஸ்! நீங்கள் கூட ஒரு கை கொடுங்கள்."

பின்னாலிருந்து ஒரு குரல் கேட்கவே மாதவன் திடுக்கிட்டு அந்தப் பக்கமாகப் பார்த்தான். அந்த இடத்தில் மரங்கள் அடர்த்தியாக இருந்ததால் நிலா வெளிச்சம் படரவில்லை. கூர்ந்து கவனித்தால் தவிர அந்த இடத்தில் ஆள் நிற்பது தெரியாது.

"ப்ளீஸ் ... நீங்கள் தவறாக நினைக்கவில்லை என்றால்..." இரண்டடிகள் முன்னுக்கு வந்து இந்த முறை ஆங்கிலத்தில் கேட்டாள் அந்தப் பெண்.

அப்பொழுதுதான் பளிச்சென்று வரத் தொடங்கிய நிலா வெளிச்சத்தில் மாதவன் அந்தப் பெண்ணைக் கூர்ந்து கவனித்தான். அவளது உடைகளையும், பேசிய விதத்தையும் பார்த்த பொழுது செல்வந்தர் குடும்பத்தைச் சேர்ந்த பெண்ணாகத் தோன்றியது. பதினேழு அல்லது பதினெட்டு வயது இருக்கலாம். ஒல்லியாகக் கொடியைப் போல் இருந்தாள். அகன்ற முகம், பெரிய கண்கள், கழுத்தில் மெல்லிய சங்கிலி, மார்பில் புலிநகம் கோர்த்த பதக்கம் தொங்கிக் கொண்டிருந்தது. உடலில் இளமையின் செழிப்பு நன்றாகத் தெரிந்தது.

மாதவன் தன்னை இமைக்காமல் அவ்வாறு பார்த்ததைக் கண்டு அந்தப் பெண் வெட்கத்தால் தலைகுனிந்தாள்.

அவன் சக்கரத்தை நெருங்கி அதை அசைத்துப் பரிசீலித்தான். வண்டிக்காரனை முன்னால் போய்க் குதிரையை அவிழ்த்து விடும்படி உத்தரவிட்டான். அவன் தன் பலத்தை முழுவதையும் பயன்படுத்திய பிறகுதான் அதன் சக்கரம் மேலே எழும்பியது. மாதவனின் நெற்றியில் வியர்வை அரும்பி வழிந்தது. ஷர்ட்டின் கைகளை அவன் மடித்து விட்டுக் கொண்டிருந்தாலும்கூட முழங்கை வரை சேறு ஒட்டிக் கொண்டது.

"இங்கே எங்கேயுமே தண்ணீர் கிடைக்காது போலிருக்கே." தன் இரண்டு கைகளையும் பார்த்துக் கொண்டே தனக்குள் அவன் முணுமுணுத்துக் கொண்டான்.

வண்டிக்கு அடியில் இருந்த வைக்கோலால் சக்கரத்தில் ஒட்டிக் கொண்டிருந்த சேற்றை சுத்தப்படுத்திக் கொண்டிருந்த வண்டிக்காரன் "அதோ... அந்தக் கோடியில் ஒரு குட்டை இருக்கு சாமி" என்றான்.

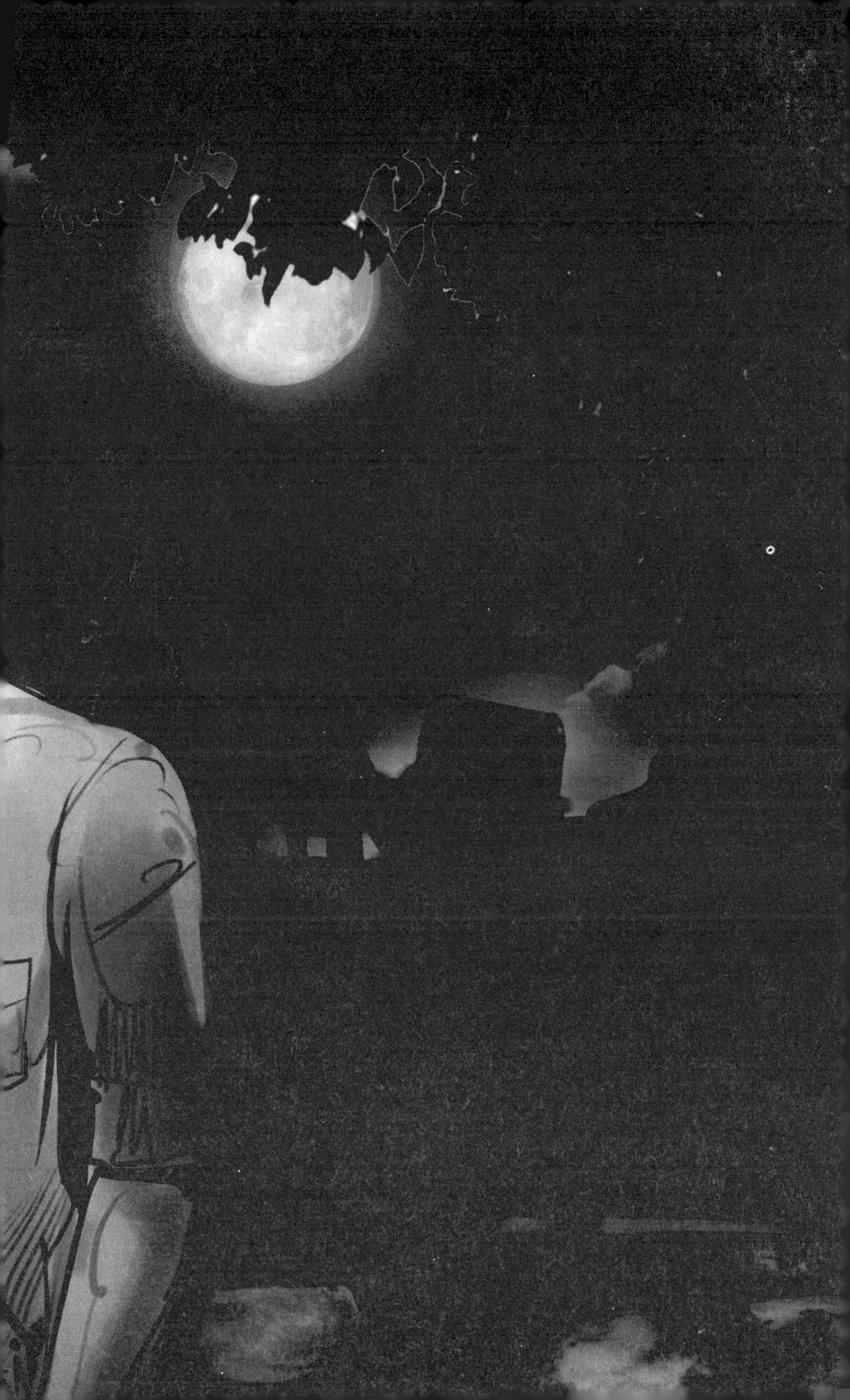

''எங்கே?'' சுற்றும்முற்றும் பார்த்தான் அவன்.

''நான் காட்டுகிறேன். வாங்க.'' அந்தப் பெண் முன்னால் வழிகாட்டியபடி நடந்தாள். தெருவின் இறக்கத்தில் பள்ளமாக இருந்த இடத்தில் மழைநீர் தேங்கிய ஒரு சிறு குட்டை இருந்தது. மாதவன் போய் அதில் தன் கைகளைக் கழுவிக் கொண்டு வந்தான்.

''தாங்க்ஸ்... நீங்கள் வராமல் இருந்திருந்தால் இன்றிரவு எங்களால் வீட்டிற்குப் போய்ச் சேர்ந்திருக்க முடியாது.''

ஈரமாக இருந்த கைகளைக் கால்சராயில் துடைத்துக்கொள்ளப் போன மாதவனிடம் கைக்குட்டையைத் தந்தபடியே தன் நன்றியைத் தெரிவித்துக் கொண்டாள் அந்தப் பெண்.

அருகில் இருந்த பெரிய ஆலமரத்தின் விசாலமான கிளைகள் தொலைவில் இருந்த ஜீப்பையும், குதிரை வண்டியையும் மறைத்துக் கொண்டிருந்தன. நிலா வெளிச்சம் இப்பொழுது பளீரென்று இருந்தது. அந்த வெளிச்சத்தில் அந்தப் பெண்ணின் முகத்தின் இடது பக்கம், உதட்டிற்கு மேல் பளிச்சென்று தென்பட்ட மச்சத்தைப் பார்த்து அவன் அப்படியே நின்றுவிட்டான். சுதாவுக்குக் கூட இதே போலவேதான் இருக்கும். ஆனால் அவளது முகத்தின் வலது பக்கத்தில் இருந்தது அந்த மச்சம்.

''அட!'' என்று வியப்புடன் அதையே கூர்ந்து பார்த்துக் கொண்டிருந்தவன் ஏதோ நினைவில் கைக்குட்டைக்குப் பதிலாக அவன் கையைப் பிடித்துக் கொண்டான்.

ஒரு வினாடி மைதீட்டிய அந்தப் பெண்ணின் கண்கள் அவனை மருட்சியுடன் பார்த்தன. உடனே கையை விடுவித்துக்கொள்ளப் போனாள் அவள். இதை எதையும் கவனிக்காத மாதவன் அவளுடைய கை எங்கே தன்னிடமிருந்து நழுவிப் போய் விடுமோ, அதன் மூலம் தன் கனவு எங்கே சிதறிப் போய்விடுமோ என்று பயந்தவன்போல் இன்னும் அழுத்தமாக அதைப் பிடித்துக் கொண்டான்.

அந்தச் சமயத்தில் அந்த மச்சத்தையும் அதன் மூலமாக அங்கே தென்பட்டுக் கொண்டிருந்த சுதாவின் உருவத்தையும் கண்ணிமைக் காமல் பார்க்க வேண்டும் என்ற ஆர்வத்தைத் தவிர அவன் மனதில் எந்தவிதமான கெட்ட எண்ணமும் இருக்கவில்லை. ஆனால் அவன் பார்வையையும், அவன் தன் கையைப் பிடித்துக்கொண்டிருந்த விதத்தையும் முற்றிலும் தவறாகப் புரிந்துகொண்டு விட்ட அந்தப் பெண் தன் இடது கையை நீட்டி மாதவனின் கன்னத்தில் பளாரென்று அடித்தாள்.

எதிர்பாராமல் கன்னம் சுளீரென்றதுமே அவன் அதிர்ந்து போனவனாக ஒரு வினாடி அப்படியே நின்று விட்டான்.

"ச்சீ... ராஸ்கெல்!" ஒரே உதறலில் கையை விடுவித்துக் கொண்டு மின்னலாக அவள் ஓடப் போனாள். ஆனால் அடுத்த வினாடியே அவன் ஓரடி முன்னால் வந்து கையை நீட்டி அந்தப் பெண்ணின் தோளை அழுத்தமாகப் பிடித்து நிறுத்தினான். எதிர்பாராமல் ஏற்பட்டுவிட்ட இந்த அவமானத்தால் அவனுக்குக் கோபம் வந்தது. முகம் கடினமாக மாறியது. முகத்தில் இருந்த நரம்புகள் புடைத்துக் கொண்டன. "ஏன் அடித்தாய்?" என்று கேட்பதற்காக அவன் வாயைத் திறக்கப் போனான்.

ஆனால் அதற்குள் ஆத்திரமடைந்துவிட்ட அவள் கழுத்துச் சங்கிலியில் இருந்த புலிநகத்தை எடுத்து அவன் முகத்தில் குத்தப் போனாள். அவன் சரேலென்று முகத்தைத் திருப்பிக்கொண்டான். இல்லாவிட்டால் அவனது கண் பார்வை போயிருக்கும். ஆனால் குறி தவறி புலிநகம் அவன் கன்னத்தை ஆழமாகக் கிழித்துவிட்டது. வலியால் வீலென்று கத்திய அவன், அவள் கையை விட்டுவிட்டு "அப்பப்பா... ராட்சசி!" என்று கத்தியபடி தன் கன்னத்தைத் தடவிக் கொண்டான்.

தாங்க முடியாத எரிச்சலும், வலியும் சேர்ந்து கொண்டதில் அவனுக்குத் தலையைச் சுற்றுவது போலிருந்தது. ஓரடி நடந்து வந்து பக்கத்தில் இருந்த ஆலமரத்தின் மேல் கையை வைத்தபடி அவன் நின்றான். கன்னத்தைத் தொட்டபோது அங்கே வெது வெதுப்பாக ஈரமாக இருந்தது. கையைப் பார்த்துக் கொண்டான். சிவந்த ரத்தம் அடர்ந்த ஆலமரத்தின் நிழலால் கருப்பாகத் தென்பட்டது. "என்னவாயிற்று அந்தப் பெண்ணுக்கு? நான் என்ன செய்து விட்டேன் இவளை?" என்று அவன் நினைத்தான்.

அதற்குள் அந்தப் பெண் அங்கிருந்து மின்னலாக மறைந்து விட்டாள்.

அவன் சுதாரித்துக் கொண்டு அங்கிருந்து வெளியே வருவதற்குள் குதிரை வண்டி சாலையில் போய்க் கொண்டிருந்தது. அந்தப் பெண்தான் பைத்தியம் பிடித்தாற்போல் குதிரையை சாட்டையால் அடித்துக் கொண்டிருந்தாள். வண்டிக்காரனுக்குக் கூட ஒன்றுமே புரிந்திருக்காது. அவன் பயந்தவாறு வண்டிக்குள் உட்கார்ந்தபடி இந்தப் பக்கமாகவே பார்த்துக் கொண்டிருந்தான்.

மாதவன் பார்த்துக் கொண்டிருக்கும்போதே குதிரைவண்டி முனை திரும்பி கண்பார்வையிலிருந்து மறைந்துவிட்டது.

ஜீப்பிற்குப் பக்கத்தில் நின்று கொண்டிருந்த டிரைவர் வாயைத் திறந்தபடி இவை எல்லாவற்றையும் பார்த்துக் கொண்டிருந்தான். கொஞ்ச நேரம் அப்படியே சிலையாக, பைத்தியம் பிடித்தவனைப் போல் நின்று கொண்டிருந்த மாதவன் தன்னைத் தேற்றிக்கொண்டு, லேசாகத் தோளைக் குலுக்கியபடி வந்து ஜீப்பில் உட்கார்ந்து கொண்டு ''போ'' என்றான்.

நிமிர்ந்து உட்கார்ந்துகொண்ட டிரைவர் ஆர்வம் மேலிட, மாதவனை ஓரக்கண்ணால் பார்த்தான்.

மாதவனுக்கு எரிச்சலாக இருந்தது. அவன் எண்ணத்தைப் புரிந்து கொண்டவனாக ''அந்தப் பெண்ணுக்குப் பைத்தியம் போலிருக்கு'' என்றான். கேட்காமலேயே அவன் தந்த அந்த விளக்கத்தில் ''நான் ஒன்றும் செய்யவில்லை. அந்தப் பெண்தான் அனாவசியமாக என்னைத் தாக்கிவிட்டுப் போனாள். நன்றி கெட்டவள்'' என்ற அர்த்தம் தொனித்தது.

ஆனால் டிரைவர் அதை நம்பியதாகத் தெரியவில்லை. அவமானமடைந்த மாதவனின் மனச்சாட்சி, திரும்பிப் போய் அவளைப் பிடித்து நாலு அறை கொடுக்க வேண்டும் என்றும், அவளை இன்னும் அதிகமாகக் காயப்படுத்திவிட்டு வரவேண்டும் என்றும் தூண்டிவிட்டது. ஆனால் விவேகம் அவனைத் தடுத்து நிறுத்தியது.

அவன் பண்புகூட அதுதான் உண்மை என்று ஒத்துப் பாடியதால், எப்படியோ ஒருவாறு அவன் மனம் அமைதியடைந்தது. ஒருக்கால் தான் அவள் கையை அப்படிப் பிடித்ததைப் பார்த்து அவள் தன்னைப் பற்றித் தவறாக எண்ணிக் கொண்டுவிட்டாள் போலும். ஆனாலும் இப்படியா? இந்தப் பக்கத்தில் வண்டிக்காரனும், டிரைவரும் இருக்கும்போது காட்டுமிராண்டித்தனமாக நடந்து கொள்ளும் மிருகம் என்று அவனை அவள் எண்ணிக்கொண்டாளா? அப்படியே அவன் துடுக்குத்தனமாக நடந்து கொண்டால்கூட கத்திக் கூச்சலிட்டு உதவிக்கு அவர்களை அவளால் அழைத்திருக்க முடியாதா என்ன? அந்த அளவுக்குக் கூடப் புத்தியில்லாதவனா தான்? முன்பின் தெரியாத ஒரு பெண்ணை..... அதுவும் இவ்வாறு நடுக்காட்டில்... ச்சீ...ச்சீ...

மாதவனுக்கு உடம்பு முழுவதும் தேளும் பூரானும் ஊருவது போல் அருவருப்பு ஏற்பட்டது. அந்தப் பெண்ணின் அப்பாவித்தனத்தை நினைத்தபோது அவனுக்குக் கோபத்துடன் சிரிப்பும் வந்தது.

ஜீப் திரும்பவும் வேகத்தை மேற்கொண்டது.

3

மாதவன் ஊருக்கு வந்து சேர்ந்தபோது காலை ஆறு மணிக்கு மேல் ஆகிவிட்டது. அவனால் தன் கண்களையே நம்பமுடியவில்லை. அவ்வளவு தூரத்திற்கு அந்த ஊர் மாறிப் போயிருந்தது.

பரபரப்புடன் தெருக்களைக் கடந்து முனை திரும்பித் தன் வீடு இருந்த சந்துக்குள் நுழைந்தான். உடனே அவன் கண்கள் நிலைகுத்தி நின்றுவிட்டன. தான் பார்த்துக் கொண்டிருப்பது கனவா நினைவா என்று அவனுக்குப் புரியவில்லை.

அவன் வீடு இருக்க வேண்டிய இடத்தில் ஒரு ஆரம்பப் பள்ளியிருந்தது. அங்கே பிள்ளைகள் உட்கார்ந்து கொண்டு பாடத்தை உரக்கப் படித்துக் கொண்டிருந்தார்கள். முன் வளாகத்தில் புதிதாகக் கிடைக்கப் பெற்ற சுதந்திரக் காற்றை ஆழ்ந்து சுவாசித்துக்கொண்டு கம்பீரமாகப் பறந்து கொண்டிருந்தது மூவர்ணக்கொடி.

சிலையாக இன்னும் அப்படியே நின்று கொண்டிருந்தான் மாதவன்.

"யாரு தம்பி? என்ன வேண்டும் உங்களுக்கு?"

ஜீப்பை விட்டிறங்கி, மாசடைந்த ஆடைகளுடன், கலைந்த கேசத்துடன் சிலையாக நின்று விட்ட மாதவனிடம் கழியை ஊன்றியபடி நெருங்கி வந்த கிழவர் ஒருவர் கேட்டார். அவருக்குக் கண்பார்வை சரியாகத் தெரியாது போலும். கண்களுக்கு மேல் கையைக் குறுக்காக வைத்துக் கொண்டே அவனைக் கூர்ந்து பார்த்தார்.

திரும்பி அவரைப் பார்த்த மாதவன் அவரை மேலும் நெருங்கி ''சங்கரன் மாமா! நான்தான். உன்னாலேயே என்னை அடையாளம் கண்டுபிடிக்க முடியவில்லையா?'' அவன் தன் குரல் கம்மிவிட்டதால் அத்துடன் நிறுத்திக் கொண்டான்.

மாதவனைக் கூர்ந்து கவனித்த அவர், உடனே அவன் கையை அழுத்திப் பிடித்துக் கொண்டே ''அட! மாதவா! நீயா? எப்போ வந்தாய்?'' என்று கேட்டார்.

''இப்பொழுதுதான். மாமா... எங்கள் வீடு?'' பின்னால் திரும்பிப் பார்த்துக் கொண்டே கேட்டான்.

''முதலில் எங்க வீட்டுக்குப் போகலாம் வா.'' ஆச்சரியமும், மகிழ்ச்சியும் ஒன்று சேரத் தடுமாறினார் அவர்.

''மாமா... அம்மா மற்றவர்கள் எல்லோரும்...'' அவன் வார்த்தைகள் இன்னும் முடியக்கூட இல்லை.

''முதலில் வீட்டுக்குப் போவோம். எல்லாவற்றையும் சொல்கிறேன்'' என்று அவர் அவசரப்படுத்தினார்.

''ஜானகி! உன்னைத்தான். இப்படி வா சட்டுன்னு. யார் வந்திருக்காங்கன்னு பாரு.''

மாதவனின் கையை விடாமல் பிடித்துக் கொண்டே உள்ளே அழைத்துக் கொண்டு போனபடி கத்தினார்.

''யாரு? உட்காரச் சொல்லுங்க. இதோ வந்து விட்டேன். அடுப்பில் காய் தீய்ந்து போய்விடும்.'' உள்ளேயிருந்து அலுப்புடன் வந்தது பதில்.

''முதலில் வெளியே வா. வந்து பாரு. யாருன்னு தெரிந்தால் வாயைப் பிளந்து விடுவாய். வரப் போகிறாயா இல்லையா?''

''அப்பப்பா... யாருன்னு சொல்லக் கூடாதா? நீங்களும் உங்கள் அவசரமும்...''

கைகாரியத்தைப் போட்டுவிட்டு ஈரக் கைகளைத் துடைத்துக் கொண்டே வெளியே வந்த ஜானகி மாதவனைப் பார்த்ததுமே கதவிற்கு அருகிலேயே நின்றுவிட்டாள்.

''யாருன்னு அடையாளம் தெரிந்ததா?''

''மாதவன்!''

''மாமீ..'' மாதவன் அவள் அருகில் சென்றான்.

"நீ... நீ செத்துப் போய்விட்டதாக எல்லோரும்..."

"மூடு வாயை! மனுஷனைக் காணாவிட்டால் ஆயிரம் நினைத்துக்கொள்வோம். அவனே எதிரே வந்து பிரத்யட்சமாக நிற்கிறபோது அப்படிப்பட்ட வார்த்தைகளைப் பேசினால் அவனது ஆயுள் குறையும்ன்னு உனக்குத் தெரியாதா?" கிழவர் கடிந்துகொண்டார்.

"எவ்வளவு நாளாச்சுப்பா உன்னைப் பார்த்து. எப்போ வந்தாய்?" சமாளித்துக் கொண்டே கேட்டாள் அந்தம்மாள்.

"மாதவா! நீ முதலில் குளிப்பா. இதோ பார், உன்னைத்தான். இனி இப்படிப் பைத்தியம் போல் நின்றுகொண்டு வேடிக்கை பார்ப்பதை நிறுத்திவிட்டுத் தம்பிக்கு வெந்நீர் இருக்கா இல்லையான்னு போய்ப் பாரு. வீட்டில் தயிர் இருக்கா? இல்லாவிட்டால் போய் வாங்கிக் கொண்டு வருகிறேன். சட்டுன்னு சொல்லு."

"அதுசரி மாமா... அம்மா மற்றவர்கள் எல்லாம்.." மாதவன் இடைமறித்தான்.

ஜானகி கணவனை வருத்தத்தோடு பார்த்தாள்.

"சொல்கிறேன் தம்பீ, சொல்கிறேன். முதலில் நீ குளித்துவிட்டு ஒரு வாய் சாப்பிடுப்பா."

மாதவன் அவரை நெருங்கிச் சட்டென்று அவர் கைகளைப் பிடித்துக்கொண்டு "மாமா! அம்மா மற்றவர்கள் எல்லோரும் என்னவானார்கள்? சுதா எங்கே இருக்கிறாள்? இதெல்லாம் தெரிந்துகொள்ளாமல் என்னால் எப்படிச் சாப்பிட முடியும்?" என்று கேட்டான் அழுத்தமாக. ஜானகி அங்கே நிற்கப் பிடிக்காதவளாக உள்ளே போய்விட்டாள்.

கிழவர் தடியைச் சுவற்றில் சாய்த்து நிறுத்திவிட்டு கீழே உட்கார்ந்துகொண்டார். "உட்காருப்பா... உட்காரு. எல்லாவற்றையும் சொல்கிறேன்" என்றார். மார்பு படபடக்க மாதவனும் அவருக்குப் பக்கத்தில் வந்து உட்கார்ந்து கொண்டான். சங்கரன் சொல்லத் தொடங்கினார்.

4

"இதுதான் தம்பி நடந்த விஷயம். உன்னை உங்கள் வீட்டில் எல்லா இடங்களிலும் தேடிப் பார்த்தார்கள். சந்தேகம் ஏற்பட்ட ஒவ்வொரு இடத்திலும் சோதனை போட்டார்கள். குறுக்கிட்டவர்களை செம்மையாக உதைத்தார்கள்.

நீ கிடைக்காத கோபத்தில் ஊரில் ரொம்ப ரகளை செய்தார்கள். அது நடந்த ஒரு வாரத்திற்கெல்லாம் நீ பிடிபட்டுப் போய் விட்டாய் என்று சொன்னார்கள். பிறகு உன்னை அவர்கள் சுட்டுத் தள்ளிவிட்டதாகப் பேப்பரில் செய்திகள் வந்தன. செய்தியைக் கேட்டதும் ஏற்கனவே ஊண் உறக்கம் இல்லாமல் அழுது கொண்டே இருந்த உங்க அம்மா படுத்த படுக்கையாகிவிட்டாள். எவ்வளவு முயன்றாலும் எங்களால் அவளைக் கட்டாயப்படுத்தி ஒரு வாய் தண்ணீரைக்கூட குடிக்கச் செய்ய முடியவில்லை. பதினைந்து நாட்களுக்குள் போய் விட்டாள்."

"ஆனால் நான்... நான் அப்பொழுது தப்பித்துக் கொண்டு விட்டேன் மாமா.." தாரையாக வழிந்து கொண்டிருந்த கண்ணீரைத் துடைத்துக்கொண்டே பதிலளித்தான் மாதவன்.

"அது எங்களுக்கு எப்படித் தெரியும் சொல்லு? குறைந்த பட்சம் ஒரு கடிதம்கூட நீ போடவில்லை."

"துணிச்சல் இல்லை. அதோடு நான் சீக்கிரமாகவே திரும்பி வந்து விடுவேன், நலமாகத்தான் இருக்கிறேன் என்று தெரியப் படுத்தணும் என்று ரொம்பவும்

தவித்தேன். ஆனால் எனக்கு அந்த வாய்ப்பு கிடைக்கவே இல்லை.''

''உங்க அம்மாவின் தகன காரியங்களை எல்லாம் என் கையால்தான் பண்ணினேன்.''

''அப்போ சுதா?''

''சுதா கொஞ்ச நாள் என்னிடம்தான் இருந்தாள். பிறகு அவளுடைய மாமா வந்து அழைத்துக் கொண்டு போய் விட்டார்.''

''மாமாவா?''

''ஆமாம். மதுரையில் நாகராஜன் என்று யாரோ இருக்கிறாராமே?''

''ஏதோ பேச்சு வாக்கில் சொல்லியிருக்கிறாளே தவிர சுதா அவரை நேரில் பார்த்தது கூட இல்லை. அவர்களைக் கண்டால் அவளுக்குப் பிடிக்கவும் பிடிக்காது.''

''நிலைமை சரியாக இல்லாதபோது விருப்பு வெறுப்புகளுக்கு இடம் ஏது? நான்தான் லெட்டர் போடு என்று சொன்னேன். வேறு என்ன செய்ய முடியும் சொல்லு? என்னால் ஒரு வாய் சாப்பாடு போட முடியும். அவ்வளவுதான். ஆனால் கல்யாணம் எப்படிப் பண்ணி வைக்க முடியும்? வயது வந்த பெண்ணைக் கல்யாணம் பண்ணி வைக்காமல் இந்தப் பட்டிக்காட்டில் தனியாக வைத்திருப்பது அவ்வளவு உசிதமாக எனக்குத் தோன்றவில்லை.''

''அப்படி என்றால் சுதா இப்போ...''

''மதுரையில் இருக்கலாம்.''

''என்ன மாமா இது? உங்களுக்குத் திட்டவட்டமாகத் தெரியாதா?''

கிழவர் தெரியாது என்று தலையை அசைத்தார். ''சுதா எழுதிய கடிதத்தைப் பார்த்துவிட்டு அவர் வந்து அழைத்துக் கொண்டு போனார். போய் ஆறு மாதங்கள் வரையிலும் அவ்வப்பொழுது க்ஷேமத்தைத் தெரியப்படுத்தி அவர்கள் நன்றாக பார்த்துக் கொள்வதாகக் கடிதம் எழுதிக் கொண்டிருந்தாள். போகப் போக என்னவாச்சோ தெரியாது. கடிதப் போக்குவரத்து நின்றுவிட்டது. நான் கடிதம் போட்டேன். திரும்பி வந்துவிட்டது.''

இதயத்தைப் பிளந்து கொண்டு வெளிவரப் போன பெருமூச்சை அரும்பாடுபட்டு அடக்கிக்கொண்டான் மாதவன். இருவருக்கும் இடையே மௌனம் நிலவியது.

"சுதா எழுதிய கடிதங்கள் இருக்கா மாமா?'' இறுதியில் கேட்டான்.

"சுதா எழுதியது மட்டும்தானா? எங்கள் வீட்டுக்கு வந்தது சின்னத் துண்டுக் காகிதமாக இருந்தாலும் சரி, சாசுவதமாக இருந்துவிட வேண்டியதுதான். இதோ பாரு, உன்னைத்தான். அந்தக் கடிதாசுக் கட்டை இங்கே கொண்டு வா.''

ஐந்து நிமிடங்கள் கழித்து ஜானகி கடிதங்கள் குத்தி வைக்கப் பட்டிருந்த பெரிய இரும்புக் கம்பியைக் கொண்டு வந்து வைத்து விட்டு "மாதவா! குளிக்கத் தண்ணீர் விளாவி வைத்து விட்டேன். எழுந்திரு'' என்றாள்.

"ஆமாம் தம்பி. நீ முதலில் குளித்துவிட்டு, சாப்பிட்ட பிறகுதான் இதைத் தொடணும்.'' சங்கரன் மாமா மாதவன் கையிலிருந்த இரும்புக் கம்பியைப் பிடுங்கித் தொலைவில் வைத்தார்.

"என்ன இது? கன்னத்தில் இதென்ன காயம்? நான் சரியாகப் பார்க்கவே இல்லையே?'' அப்பொழுதுதான் பார்த்த ஜானகி கலவரமடைந்தாள்.

"இதுவா? கம்பி குத்திவிட்டது மாமி.'' தடுமாறிக்கொண்டே பதிலளித்தான் மாதவன்.

"அடடா.. எனக்குப் பார்வை கம்மி. நான் பார்க்கவே இல்லை. முதலில் அதுக்கு ஏதாவது மருந்து போட்டுக்கோ.'' கிழவர் நொந்துகொண்டே அவசரப்படுத்தினார்.

குளித்து சாப்பிட்ட பிறகு கடிதங்கள் கோர்த்திருந்த கம்பியிலிருந்து சுதா எழுதிய கடிதங்களை எல்லாம் பிரித்து எடுத்து, ஒவ்வொன்றாகப் படிக்கத் தொடங்கினான். முதலில் எழுதப்பட்ட சில கடிதங்களில் மாதவனைப் பற்றி ஓரிரு வரிகள் இருந்தன. அவ்வளவுதான். போகப் போக அதைப் பற்றிய வார்த்தைகளே இல்லை. அவளுடைய மாமா நாகராஜன் ரொம்ப நல்லவராம். வீட்டில் எல்லோரும் தன்னை சொந்த மகளாக அன்புடன் நடத்துகிறார்களாம். அவர்கள் பணக்காரர்களாம். அவளை ரொம்ப அருமையாகப் பார்த்துக் கொள்வதால் எந்தக் குறையும் இல்லாமல் அவளுடைய வாழ்க்கை நிம்மதியாகக் கழிந்து கொண்டிருக்கிறதாம்.

சுதாவின் கடிதங்களில் அந்தக் குடும்பத்தில் எவ்வளவு விலையுயர்ந்த பொருட்கள், அந்தக் குடும்பத்திற்கு சமுதாயத்தில் எவ்வளவு மதிப்பும் செல்வாக்கும் இருக்கிறதென்றும் விவரமாக

எழுதப்பட்டிருந்தன. அவற்றை எவ்வளவு முறை திரும்பித் திரும்பிப் படித்துப் பார்த்த போதிலும் இந்தக் கிராமத்தை விட்டுவிட்டு வந்ததற்குக் கொஞ்சமும் வருத்தமோ, மாதவனைப் பற்றிய கவலையோ அதில் எதிலும் தென்படவில்லை.

சுதா எழுதிய கடிதங்களைப் படித்தால் பாழாய்ப் போன கிராமத்தை விட்டுவிட்டு வந்ததே நல்லதாகிவிட்டது, இங்கே நான் நிம்மதியாக வாழ்ந்து கொண்டிருக்கிறேன் என்று அவள் சந்தோஷப்படுவது போல் தோன்றியது.

ஏமாற்றத்தால் மாதவனின் மனம் நொறுங்கிவிட்டது. எவ்வளவு ஆசைகளுடன் வந்தான் அவன்? அவளைப்பற்றி அவன் என்னென்னவோ கற்பனைகள் செய்துகொண்டிருந்தான். எல்லோரையும் போலவே சுதாகூட அவன் இறந்துவிட்டதாக நம்பிவிட்டாளா? போகட்டும், குறைந்தபட்சம் அவனைப் பற்றி நாலு வரியாவது அவள் எழுதியிருக்கக்கூடாதா? அன்றைக்கு நிலா வெளிச்சத்தில் புன்னைமரத்தடியில் நின்றுகொண்டு அவள் சொன்ன வார்த்தைகளை அவ்வளவு சுலபமாக மறந்துவிட்டாளா? முதலில் வருத்தத்தால் அவனுக்குக் கோபம் பொங்கிக்கொண்டு வந்தது. ஆனால் விவேகம் நயந்து சொன்ன பிறகு மாதவன் அமைதியானான்.

ஆம், பின்னே ஒரு பெண்ணால் வேறென்ன செய்ய முடியும்? சூழ்நிலையோடு ஒத்துப் போகாவிட்டால் வாழ்க்கை துர்லபமாகி விடும் என்று அஞ்சியிருப்பாள். அந்தப் பயத்தில் மாதவனின் நினைவுகளை இதயத்தின் அடியில் புதைத்துவிட்டு சாதாரணமாக வாழ முயற்சி செய்திருப்பாள்.

தான் அவளுக்கு முன் போய் நிற்கும் நிலை ஏற்பட்டால் உணர்ச்சிகள் அவளிடமிருந்து பொங்கி வெளிப்படாமல் போகுமா?

அன்றிரவு படுத்து உறங்க முயன்ற அவனுக்குத் தூக்கம் வரவில்லை. நாட்டிற்குச் சுதந்திரம் கிடைத்துவிட்டது. எல்லோரும் சந்தோஷமாக இருக்கிறார்கள். அவனுக்குத்தான் எதுவுமே மிஞ்சாமல் போய்விட்டது.

அவன் யாருமில்லாத அனாதையாகிவிட்டான். அம்மா இறந்து போனதால் அவனை விட்டுப் பிரிந்துவிட்டாள். உயிரோடு இருக்கும் சுதாவோ எங்கேயோ தொலை தூரத்திற்குப் போய்விட்டாள். இந்தத் தனிமையிலிருந்து எப்படி வெளியேறுவது?

பயங்கரமான இந்த ஏமாற்றத்திலிருந்து தேறிக்கொண்டு மறுபடியும் மனிதனாக அவன் மாறுவது எப்படி? அவனுக்கு அந்தச் சக்தியை யார் கொடுப்பார்கள்? வேதனையால் அவன் மனம் குழம்பியது.

மறுநாள் ஊர் முழுவதையும் சுற்றிப் பார்ப்பதற்குப் புறப்பட்ட பொழுது ஒரு முறை தன் வீட்டைப் பார்த்துவிட்டு வருவதற்காக பள்ளிக்கூடத்தின் பக்கம் போனான். வீடு பள்ளிக்கூடமாக மாறியிருந்தது. அந்த எல்லைக்குள் இருந்த புன்னைமரத்தை இப்பொழுது காணவில்லை. வெட்டி விட்டு அந்த இடம் முழுவதையும் சமதளமாக்கி விளையாட்டு மைதானமாக மாற்றியிருந்தார்கள்.

மாதவன் போனபொழுது அங்கே பிள்ளைகள் விளையாடிக் கொண்டிருந்தார்கள். பாரமான இதயத்துடன் அந்த இடத்தில் நிற்க முடியாதவனாகத் திரும்பிவிட்டான்.

''உன் பெயரில் அந்த வீட்டை நான்தான் உரிமையை எடுத்துக்கொண்டு பள்ளிக்கூடத்திற்குத் தந்துவிட்டேன் தம்பி.'' பேச்சுவாக்கில் சொன்னார் சங்கரன் மாமா.

''நல்ல காரியம் செய்தீங்க மாமா. ரொம்ப நல்ல காரியம் செய்தீங்க. ஆனால் பள்ளிக்கு என் பெயர் வேண்டாம். எடுத்துவிட்டு அம்மாவின் பெயரை வையுங்கள்.''

''அந்த இரண்டு ஏக்கர் புஞ்சை நிலம்...'' கிழவர் தயக்கத்தோடு நிறுத்திக்கொண்டார். இவ்வளவு நாளாக அதிலிருந்து வந்து கொண்டிருந்த கொஞ்சநஞ்ச வருமானத்தைக் கொண்டுதான் கணவன் மனைவி இருவரும் வாழ்க்கையை நிம்மதியாக ஓட்டிக் கொண்டிருந்தார்கள். அது இருந்ததால்தான் மகன்கள் சல்லிக்காசு அனுப்பாத போதிலும், மகள் அவ்வப்பொழுது பிரசவம் அது இது என்று வந்து கொண்டிருந்த போதிலும் அவரால் சமாளிக்க முடிந்தது. இறந்துவிட்டதாக எண்ணியிருந்த மாதவன் திரும்பி வந்த சந்தோஷம் அவரிடம் அதிக நேரம் நிலைத்திருக்கவில்லை. அவர் இதயத்தில் இடி விழுந்துவிட்டது. அவர் மனம் பலவாறு எண்ணமிட்டது.

மாதவன் அவரை நெருங்கி தோளில் கையைப் பதித்தான். ''மாமா! அம்மா இறந்தபோது கொஞ்சமோ நஞ்சமோ உங்களுக்குச் செலவாகி யிருக்கும். சுதாவும் உங்களிடம் கொஞ்ச நாள் இருந்திருக்கிறாள். நான் இல்லாதபோது குடும்பத்திற்கு ரொம்பவும் ஒத்தாசையாக இருந்திருக்

கீங்க. இதன் மூலமாக நன்றிக்கடன் தீர்ந்து போய்விடும் என்று இல்லை. ஆனால் அந்த இரண்டு ஏக்கரையும் நீங்களே வைத்துக் கொண்டால்தான் எனக்குத் திருப்தியாக இருக்கும்'' என்றான்.

கிழவரின் கண்கள் நிம்மதியாலும், சந்தோஷத்தாலும் மின்னின. உடனே அவரது கண்கள் கசிந்துவிட்டன. ''ஆனால் மாதவா ...'' ஏதோ சொல்லப் போனார்.

''என்னிடம் வேறு எதையும் சொல்ல வேண்டாம். எனக்கு எப்படியும் வீடு என்ற ஒன்று இல்லை. எப்பொழுதாவது இங்கே வரணும் என்று தோன்றினால் உங்களிடமே வந்து இரண்டு நாட்கள் தங்கிவிட்டுப் போகிறேன்.''

''அது இல்லை. உனக்கு...'' கிழவர் தடுமாறினார்.

''என்னைப் பற்றிய கவலை வேண்டாம். தெம்பும் திடமும் இருப்பவன் நான். என் ஒருத்தனின் வயிற்றுப்பாட்டுக்காக அந்த அளவுக்காவது என்னால் சம்பாதிக்க முடியாமல் போகாது'' என்றான்.

அன்று மாலையே அவன் அங்கிருந்து புறப்பட்டுவிட்டான்.

இங்கே வந்ததுமே ஜீப்பைத் திருப்பி அனுப்பி வைத்துவிட்டு, தன் நிலைமை இதுபோல் தாறுமாறாகி விட்டதென்று தெரியப்படுத்தி ராமகோபாலனுக்குக் கடிதம் கொடுத்தனுப்பியிருந்தான். அவரிடமிருந்து உடனே பதில் வந்தது.

மாதவன்...

உன்னை எப்படித் தேற்றுவது என்றுதான் தெரியவில்லை எனக்கு. நெருங்கியவர்கள் என்று யாருமே இல்லாதவன் நான், பயங்கரமான தனிமையை சுயமாக அனுபவித்திருப்பதால் அந்த வேதனை எனக்குத் தெரியும்.

மாதவா... என் உடல்நிலை சரியாக இல்லை. சில நாட்கள் வெளியூருக்குப் போய் வரலாமென்று இருக்கிறேன். என்னுடன் உன்னையும் அழைத்துச் செல்வதற்கு ஏற்பாடு செய்கிறேன். நீ உடனே கிளம்பி வா. மனிதனுக்குச் சாதாரண சமயத்தைக் காட்டிலும் உடல்நலம் இல்லாதபொழுதுதான் ஆதரவு காட்டுபவர்கள் அவசியம் தேவை.

உறவினர்கள் என்ற பெயரில் என்னைச் சுற்றிலும் நிறைய பேர் இருக்கிறார்கள். இவர்கள் பாசமெல்லாம் என் சொத்தின் மீதுதானே தவிர என்மீது இல்லை என்று எனக்குத் தெரியும்.

நேற்றுதான் என் ஒன்றுவிட்ட மருமகன் ஒருவன் டாக்டரிடம் போய் மாமா இன்னும் எவ்வளவு நாள் பிழைத்திருப்பார் என்று சொல்லச் சொல்லி வற்புறுத்தியிருக்கிறான்.

ஒரே வார்த்தையில் சொல்ல வேண்டும் என்றால் அவர்கள் எல்லோரிடமிருந்தும் தப்பித்துக் கொண்டு போவதற்காகத்தான் இந்தப் பயணம். நாளைக்கு நான் பெங்களூருக்குப் போகிறேன். அங்கே நம்முடன் சக கைதியாக இருந்து ஜெயிலில் மரணமடைந்த என் நண்பனின் தாய் இருக்கிறாள். நீ வரும்வரை அங்கேயே இருப்பேன். நீ வந்ததும் நாம் புறப்பட்டு விடலாம்.

மாதவன்.... இந்த உலகத்தில் நீ தனியன் என்று ஒருநாளும் நினைத்துக் கொள்ளாதே. உனக்கு நான் இருக்கிறேன். அதேபோல் எனக்கும் நீ இருக்கிறாய் என்ற நம்பிக்கையுடன் உன் வரவை எதிர்பார்த்துக் கொண்டிருப்பேன்.

அவன் அந்தக் கடிதத்தைப் பத்து முறையாவது படித்திருப்பான். மாதவன் பெருமூச்சு விட்டான். தன் வாழ்க்கை ஒரு நிலைக்கு வரும்வரையில் தந்தையைப் போன்ற ராமகோபாலனின் நிழலில் இருக்க வேண்டும் என்ற முடிவுக்கு வந்தான். அவரிடம் போவதற்கு முன்னால் சுதாவைச் சந்திக்க வேண்டும் என்று தோன்றியது அவனுக்கு.

பத்துநாட்கள் அரும்பாடுபட்டு மாதவன் சுதாவின் முகவரியைக் கண்டுபிடித்துவிட்டான்.

நாகராஜன் மர வியாபாரத்தில் நிறைய சம்பாதித்து வந்தாராம். அவருடைய ஒரே மகன் பாஸ்கரன் சென்னையில் லாயராக இருக்கிறானாம். தற்சமயம் எல்லோரும் அங்கேதான் இருக்கிறார்கள். சுதாவுக்கும் பாஸ்கருக்கும் கல்யாணமாகி இரண்டு வருடங்களுக்கு மேல் ஆகிவிட்டதாம். இந்த விஷயத்தைக் கேட்டதும் அவன் தேறிக்கொள்ளவும் முடியாதபடி தளர்ந்துவிட்டான்.

எவ்வளவு யோசித்துப் பார்த்தும் அவனுக்கு சுதாவின் மேல் கோபம் வரவில்லை. அவன் இறந்துவிட்டதாக எண்ணி அவள் இந்தத் திருமணத்திற்குச் சம்மதித்து இருப்பாள். இப்பொழுது அவளுக்கு முன்னால் போய் நின்றால், சந்தோஷமாக இருக்கும் அவர்கள் வாழ்க்கையில் ஒருவேளை குழப்பம் ஏற்படுமோ? என்ன செய்யலாம்?

அதற்காகப் பார்க்காமல் போவதற்கும் அவன் மனம் ஒப்புக்கொள்ளவில்லை. சமயம் பார்த்து சுதாவைத் தேற்ற

வேண்டும். ''நான் என்றுமே உன்னுடையவன்தான் சுதா. என்னைப் பற்றி யோசித்து உன் வாழ்க்கையை நாசமாக்கிக் கொள்ளாதே. பாஸ்கருக்கு மனைவியாக இருக்கும் நீ எல்லா விதத்திலேயும் அவனை சந்தோஷப்படுத்த வேண்டியதுதான் தர்மம்.'' இவ்வாறு ஏதேதோ கற்பனை செய்து கொண்டு அவன் சென்னைக்குப் புறப்பட்டான்.

சுதாவின் வீட்டை எளிதாகவே கண்டுபிடிக்க முடிந்தது அவனால். பாஸ்கர் வீட்டில் இல்லை என்று தெரிந்தது. ''அம்மாவைச் சந்திக்கிறேன்'' என்றான் மாதவன். அவன் இதயம் வேகமாகப் படபடக்கத் தொடங்கியது. கணவனுக்குப் பக்கத்தில் இருக்கும்போது சுதாவைச் சந்திப்பது என்பது வேறு. தனியாகச் சந்திப்பது என்பது வேறு.

''முடியாது. யார் வந்தாலும் முடியாது. அப்புறமாக வரச் சொன்னாங்க'' என்றான் வேலைக்காரன்.

''ஒரு நிமிஷம் போதும்.''

''முடியாதுன்னு சொன்னால் காதில் விழவில்லையா? அம்மா கிளப்புக்குக் கிளம்பிக்கொண்டு இருக்காங்க. இப்போ யாரையும் பார்க்க மாட்டாங்க.''

மாதவன் கண்கள் வியப்பால் விரிந்தன. ஒரு வினாடி நின்று ''வந்திருப்பது அத்தான் மாதவன் என்று சொல்லு. அப்போ கூட முடியாதுன்னு சொல்லிவிட்டால் உடனே போய் விடுகிறேன்'' என்றான்.

வேலைக்காரன் மாதவனை ஏறயிறங்கப் பார்த்துவிட்டு உள்ளே போனான்.

மாதவன் டிராயிங் ரூமில் நின்று கொண்டிருந்தான். அந்த அறையும் அதில் இருந்த சாமான்களும் சுதா எவ்வளவு உயர்ந்த நிலையில் இருக்கிறாள் என்பதை எடுத்துக்காட்டிக் கொண்டிருந்தன. செல்வந்தர்களிடம் உள்ள டாம்பீகம் அங்கே வெளிப்படையாகத் தென்பட்டது.

ஐந்து நிமிஷத்தில் சுதா அறைக்குள் வந்தாள். காலடிச் சத்தம் கேட்டு மாதவன் திரும்பிப் பார்த்தான்.

யார் இந்தப் பெண்? சிவப்பாக, குள்ளமாக, பருமனாக விலையுயர்ந்த பட்டுப்புடவையில் உடம்பெல்லாம் நகைகள்

மின்ன வந்து நிற்கும் இவள் யார்? உண்மையில் சுதாதானா? மாதவன் தடுமாற்றமடைந்தான்.

சுதாவின் கையில் ஜாதிமல்லிகைப் பூக்களைத் தொடுத்த சரம் இருந்தது. இருவரும் அதிர்ச்சியடைந்தவர்களாக ஒருவரையொருவர் விழுங்கி விடுவதுபோல் பார்த்துக் கொண்டே ஒரு வினாடி நின்று விட்டார்கள்.

"சுதா!" செல்வச் செழிப்புடன் இருந்த அவளை சுதாவாக அடையாளம் கண்டுகொள்ள அவன் மனம் தயங்கியது.

"அத்தான்!" சுதா சட்டென்று ஓடி வந்து அவன் கைகளைப் பிடித்துக்கொண்டாள்.

"சுதா!" அவன் தொண்டை அடைத்துக் கொண்டுவிட்டது.

"அத்தான்! நீதானா? நிஜமாகவே நீயேதானா?"

"நான்தான் சுதா. நானேதான்." அதற்குமேல் அவனால் பேச முடியவில்லை. நிமிஷங்கள் ஓடின.

"இந்த ஜென்மத்தில் திரும்பவும் உன்னை உயிரோடு இது போல் கண்ணால் பார்ப்பேன் என்று நான் நினைக்கவே இல்லை. இன்றைக்கு எழுந்ததுமே நான் யார் முகத்தில் விழித்தேனோ?" அவள் அவன் கைகளை விட்டுவிட்டு கண்ணீரைத் துடைத்துக் கொண்டாள்.

மாதவன் அப்படியே அவளையே பார்த்துக் கொண்டிருந்தான்.

"உட்கார் அத்தான். என்னால் இன்னும் நம்பவே முடியவில்லை. வேலைக்காரன் வந்து சொன்னபோது உண்மையில் எனக்கு எதுவுமே புரியவில்லை."

அந்தப் பரபரப்பில் சுதாவின் கையிலிருந்த பூச்சரம் கீழே நழுவி விழுந்தது. அது அவள் காலடியில் நசுங்கிப் போயிற்று.

"அடடா!" என்றான் மாதவன் குனிந்து அதைக் கையில் எடுத்துக்கொண்டே.

"போகட்டும். வேறொன்றைத் தொடுத்துக் கொள்கிறேன்." அலட்சியமாகச் சொல்லிவிட்டு மாதவன் கையைப் பிடித்து சோபாவில் உட்கார வைத்துவிட்டு "இதோ வருகிறேன்" என்று உள்ளே ஓடினாள்.

மாதவன் பைத்தியம் பிடித்தவனைப் போல் கையிலிருந்த பூச்சரத்தையே பார்த்தபடி உட்கார்ந்திருந்தான். கொஞ்ச நேரத்திற்கு

முன்னால் கலகலவென்று சிரித்தாற்போல் மலர்ந்து இதழ் விரிந்து கொண்டிருந்த பூக்கள் இப்பொழுது வாடிக் கசங்கிப் போய்த் தீனமாக அவனைப் பார்ப்பது போலிருந்தது.

"கிளப்புக்கு வர முடியவில்லை என்று போன் பண்ணிவிட்டேன்." திரும்பி வந்த சுதா சொன்னாள். சுதாவிடம் ஒருவிதமான மிடுக்கும் கம்பீரமும் தென்பட்டன.

மாதவன் சுருக்கமாகத் தன் கதையைச் சொன்னான்.

சுதா இரக்கத்தோடு கேட்டுக் கொண்டிருந்தாள். உரையாடல் சுதாவின் பக்கம் திரும்பியது. கணவனைப் பற்றிய பேச்சு வந்ததுமே சுதாவின் முகத்தில் பளிச்சென்று பிரகாசம் ஏற்பட்டது.

"அவர் ரொம்ப நல்லவர் அத்தான். என் மேல் உயிரையே வைத்திருக்கிறார்." பெருமையுடன் சிரித்தாள். அந்த வார்த்தைகள் மாதவனின் இதயத்தில் ஈட்டியாய்த் தைத்தன என்று அவளுக்குத் தெரியாது.

சுதாவின் அந்தஸ்து கூடிவிட்டது. எந்தக் குறையும் இல்லாமல் அவளது வாழ்க்கை சந்தோஷமாகக் கழிந்து கொண்டிருந்தது. அந்தச் சமயத்தில் நாகராஜனின் ஆதரவு கிடைத்தது அவளது அதிர்ஷ்டம். நிறுத்தாமல் பேசிக் கொண்டிருந்த அவள் தோரணையைப் பார்த்ததுமே மாதவனுக்கு அவளைப் பார்த்த மகிழ்ச்சி கூட வற்றி விட்டது.

"ஆனால் சுதா..." தங்கள் கடைசி சந்திப்பைப் பற்றியும், அந்த வாக்குறுதியைப் பற்றியும் அவளுக்கு நினைவுபடுத்தப் போனான்.

அதை முன்கூட்டியே ஊகித்து விட்டாற்போல் சுதாவின் முகம் சிவந்து விட்டது. உடனே அந்த நினைப்பை உதறி விட்டவளாக "விடு அத்தான். இன்னும் சில மாதங்களில் ஒரு குழந்தைக்குத் தாயாகப் போகிறேன் நான். இப்போ அந்த விஷயத்தை நினைவுபடுத்தினாய் என்றால் வெட்கத்தால் என் உயிரே போய்விடும்" என்றாள்.

மாதவன் வாயடைத்துப் போய்விட்டான். அவன் மனம் பனிக்கட்டியைத் தொட்டாற்போல் மரத்துப் போய்விட்டது.

"சூழ்நிலை மாறும்போது மனிதனும்கூட மாறுவது சகஜம்தான். அந்த மாறுதலைப் புரிந்துகொள்ளணுமே தவிர அதற்காக மனிதனைப் பழிக்கக்கூடாது." சுதாவின் குரல் கம்பீரமாக வெளிவந்தது.

"நான் ஒரு பெண். எனக்கு வேறு வழி இல்லாமல் போய்விட்டது. என்ன செய்வேன்?"என்று கண்ணீர் மல்க அவள் சொல்லியிருந்தால் அவன் மனதிற்குச் சமாதானமாக இருந்திருக்குமோ என்னவோ. ஆனால் சுதா அம்மாதிரியெல்லாம் யோசிக்கும் நிலையில் அப்போது இல்லை.

"அதுசரி. எங்கே தங்கியிருக்கிறாய் நீ?" உரையாடலை மாற்றுவதற்காகக் குசலம் விசாரிக்கத் தொடங்கினாள்.

"ஒரு நண்பன் வீட்டில்." எங்கேயோ பார்த்தபடி பதில் சொன்னான்.

கொஞ்ச நேரம் யோசித்துவிட்டு "எங்கள் வீட்டிலேயே வந்து தங்கு" என்றாள்.

"வேண்டாம் சுதா."

"ஏன்?"

"உனக்கு எதுக்கு அவ்வளவு சிரமம்?"

"பலே ஆள்தான். ரொம்ப அபூர்வமாக வந்திருக்கிறாய். உன்னை நாலுநாள் என்னுடன் வைத்துக் கொள்வது எனக்கு ஒரு சிரமமா? போகட்டும், அவர் வரட்டும். அவரைக் கேட்ட பிறகு நீ இங்கு வந்து தங்கலாம்."

"நான் போய் வருகிறேன் சுதா."

"இதென்னது? அவர் வருவதற்குள்ளேயா? பலே ஆள்தான். உட்கார், இதோ காபி டிபன் கொண்டு வரச்சொல்லி சமையல் காரனுக்குச் சொல்லிவிட்டு வருகிறேன்." எழுந்து உள்ளே விரைந்தாள்.

வாயைத் திறந்தால் "அவர்... அவர்" அவரைப் பற்றிய நினைவைத் தவிர வேறெந்த ஞாபகமும் இருக்காது போலிருக்கு சுதாவுக்கு.

"அவர் ரொம்ப நல்லவர். அறிமுகமானால் நீயே சொல்லுவாய். அவர் சீக்கிரத்திலேயே அட்வகேட் ஜெனரல் ஆகப் போகிறார். அவருக்கு என்மேல் உயிர்."

இந்த வார்த்தைகளே திரும்பத் திரும்ப அவன் இதயத்தைத் துளைத்தெடுக்கத் தொடங்கின. சுதா இல்லாமல் அவனால் ஒரு நிமிஷம்கூட இருக்க முடியாதாம். வீடு திரும்பியதுமே கண்ணில் படாவிட்டால் "சுதா... சுதா..." என்று பரிதவித்துப் போய் விடுவானாம்.

சுதாவை மணம் செய்து கொண்ட பிறகுதான் அவனுக்குத் தொட்டதெல்லாம் பொன்னாயிற்றாம். இதெல்லாம் நீ வந்த அதிர்ஷ்டம்தான் என்கிறானாம். ஒரு பெண்ணுக்கு வாழ்க்கையில் இதைவிட வேறென்ன வேண்டும்? ஒரு பெண்ணின் அதிர்ஷ்டத்திற்கு இதைவிட வேறு எடுத்துக்காட்டு வேண்டுமா? இதுதான் சுதாவின் வார்த்தைகளில் இருந்த பொருள்.

மாதவன் ஏமாற்றத்தால் தளர்ந்துபோய் விட்டான். அவன்தான் என்னென்ன கற்பனைகள் செய்து கொண்டிருந்தான்? இந்த நான்கு ஆண்டுகளுக்குள்தான் சுதா எவ்வளவு மாறிப் போய்விட்டாள்?

அவனுக்குத் தெரிந்த சுதாவுக்கும் இவளுக்கும் கொஞ்சம்கூட ஒற்றுமையே இல்லை. உருவத்தில் மட்டுமில்லை, சுபாவத்தில் கூட எவ்வளவு வித்தியாசம்?

அன்றைய சுதா வெறும் அப்பாவி. அவள் மனதில் அவனைத் தவிர வேறு யாருக்குமே இடமில்லாமல் இருந்தது. இன்றைய சுதாவுக்கு லாயர் பாஸ்கரின் மனைவியாகப் புதிய குணாதிசயங்கள் வந்து சேர்ந்துவிட்டன. ஆசைகள் தலை விரித்தாடத் தொடங்கி விட்டன.

பெண் ஒருத்தி சமுதாயத்தில் ஆடம்பரமாக நாலு பேருக்கு முன்னால் வளைய வரவேண்டும் என்றால் அவளுக்குப் பெயரும் புகழும் உடைய ஒரு கணவன் வேண்டும். அவற்றையெல்லாம் பாஸ்கர் வழங்கிக் கொண்டிருப்பதால்தான் கணவனிடம் அவளுக்கு அவ்வளவு பிரியமா?

படிப்பறிவில்லாத சுதாவுக்கு இடையில் வந்த செல்வத்தால் அப்பாவித்தனம் போய், விவேகம் நசிந்து, ஆடம்பரமாக வாழவேண்டும் என்ற ஆர்ப்பாட்டம் அதிகமாகிவிட்டது.

மாதவனுக்கு முள்ளின் மீது உட்கார்ந்திருப்பது போலிருந்தது. எப்பொழுது அங்கிருந்து வெளியேறுவோமா என்று இருந்தது.

சுதா டிபன் காபி எடுத்துக் கொண்டு வந்தாள்.

அதைச் சாப்பிட்டதாகப் பெயர் பண்ணிவிட்டு எழுந்துகொள்ள முயன்றபோது, பாஸ்கரன் வந்து விட்டான். சுதா அவனை அறிமுகப் படுத்தி வைத்தாள்.

சுதா அவ்வளவு பெருமையாக, தன் அதிர்ஷ்டமாகப் போற்றிய அந்த கணவன் குள்ளமாக, பருமனாக இருந்தான். அவன் ரொம்ப புத்திசாலி என்பதற்கு பளபளத்த அந்த வழுக்கைத் தலையே

சான்று. இவ்வளவு சின்ன வயதிலேயே அத்தனை தலைமுடியும் கொட்டிப் போனது வேதனையான விஷயம்தான். சுதா அவனிடம் எதைக் கண்டாள் என்று மாதவனுக்குப் புரியவில்லை.

பாஸ்கருக்கும் மாதவனிடம் பெரிதாக ஆர்வம் ஒன்றும் ஏற்படவில்லை. சுருக்கமாகப் பேசினான். அந்தப் பேச்சில்கூட தான் ஒரு லாயர் என்ற கர்வம் பிரதிபலித்தது.

கொஞ்ச நேரம் கழித்து மாதவன் விடைபெற்றுக்கொண்டு கிளம்பப் போனான். பாஸ்கர் தடை எதுவும் சொல்லவில்லை. சோபாவிற்குப் பின்னால் நின்று கொண்டிருந்த சுதா குனிந்து ரகசியமாக அவன் காதில் ஏதோ சொன்னாள்.

ஒரு வினாடி புருவங்களைச் சுளித்த பாஸ்கரன் உடனே முகத்தை மலர்ச்சியாக வைத்துக் கொண்டு ''உங்க மாமா மகள் உங்களை நாலு நாள் வந்து தன் வீட்டில் வந்து இருக்கச் சொல்கிறாள்'' என்றான் ஏதோ தமாஷ் செய்வதுபோல், அலட்சியமாக.

சுதா அவன் ஏதோ நகைச்சுவையாகப் பேசிவிட்டது போல் பாவித்து கலகலவென்று சிரித்தாள்.

மாதவன் தன்னால் இருக்க முடியாது என்று மன்னிப்புக் கேட்டுக் கொண்டு வெளியே வந்துவிட்டான்.

படியிறங்கி வந்து கொண்டிருந்தபோது வராண்டாவில் ஜோடியாக நின்று விடை கொடுத்துக் கொண்டிருந்த தம்பதிகளைப் பார்த்து தன் மனம் தான் எதிர்பார்த்தாற்போல் பொறாமைப்படாமல் போனதுபற்றி அவனுக்கே ஆச்சரியமாக இருந்தது. மூச்சை இழுத்து அடக்கிக் கொண்டு தான் ஆவலாக எதிர்பார்த்துக் கொண்டிருந்த ஒரு தருணத்தை ஏதோ ஒருவிதத்தில் அதிர்ஷ்டவசமாகத் தான் நிம்மதியாகத் தாண்டிப் போய் விட்டாற்போன்று தன் மனதில் ஏற்பட்ட எண்ணத்தால் அப்பாடா என்று இருந்தது அவனுக்கு.

ஆனால் வேறு விதமான ஒரு வருத்தம் அவன் மனதில் ஏற்பட்டது. அங்கே வரும்போது அவன் கற்பனை செய்து கொண்டு வந்தவை எதுவுமே அங்கு நடக்கவில்லை. அவன் பிழைத்து உயிரோடு திரும்பி வந்ததற்கு சுதா மகிழ்ச்சியடைந்தது உண்மைதான். அதில் அன்பு இருந்தது. ஆனால் அவன் எதிர்பார்த்த நெருக்கம் அதில் இல்லை. அவன் தன் சிறுவயதுத் தோழன் என்ற பரிவு அவளிடம் இருந்தது. ஆனால் ஒரு காதலிக்கு இருக்கவேண்டிய பிரியம் அவளிடம் இல்லை.

இவ்வளவு நாளாக இறந்து போய்விட்டதாக நினைத்துத் தான் மறந்து விட்டிருந்த நபர் உயிரோடு தன் கண்முன் வந்து நின்றதால் ஏற்பட்ட தாங்க முடியாத சந்தோஷம் அவள் செய்கைகளில் தென்பட்டது. ஆனால் அதில் பல நாட்களாக அவனை எதிர்பார்த்துப் பரிதவித்து ஏமாற்றத்தால் தளர்ந்துபோய் இருந்து எதிர்பாராமல் திரும்பவும் அவனைச் சந்தித்த மனநிறைவு இல்லை.

இப்போதைய சுதாவுக்கு வீடு, கணவன், குழந்தையைத் தவிர வேறெந்த விஷயத்தைப் பற்றியும் யோசிக்க நேரமே இல்லை. மாதவனைக் குசலம் விசாரித்ததோடு சரி. அவனைப் பற்றித் தெரிந்துகொள்ள வேண்டும் என்ற தவிப்பு எதுவும் அவளிடம் இல்லை.

சுதாவைப் பற்றி நினைக்கும்போது அவனுக்குக் காரண மில்லாமலேயே எரிச்சல் ஏற்பட்டது. அவளைப் பார்க்காமலேயே இருந்திருந்தால் நன்றாக இருந்திருக்கும். அது ஒரு இனிய நினைவாக என்றென்றும் அவனுள் நிலைத்து விட்டிருக்கும். ஆனால் இப்போது அவன் கண்ட கனவெல்லாம் மண்ணோடு மண்ணாகக் கலந்துவிட்டது. அவனது மனக்கோட்டையெல்லாம் இடிந்து சரிந்து விட்டது.

இனித் தான் என்ன செய்ய வேண்டும்? கருணையின்றி சுதா அவனுக்கு ஏற்படுத்திவிட்டுப் போன தனிமையிலிருந்து எப்படித் தான் தப்பித்துக்கொள்வது? ஏமாற்றத்தாலும், அவமானத்தாலும் அவன் ரத்தம் கொதிக்கத் தொடங்கியது.

ஆனால் அவன் என்ன செய்வான்? யாரிடம் அவன் தன் பழியைத் தீர்த்துக்கொள்வான்? இந்த ஊரும், இந்தக் காற்றும் இப்போது அவனுக்கு விஷமயமானதாகத் தோன்றின.

5

அடுத்த ஒரு மணி நேரத்தில் ரயில்நிலையத்தில் இருந்தான் மாதவன். அவன் பிளாட்பாரத்தில் வந்து நின்றபோது ரயில் புறப்படத் தயாராக இருந்தது. அதிக நேரம் இல்லை. எதிரே தென்பட்ட கம்பார்ட்மென்டில் ஏறிக்கொண்டுவிட்டான். முதல் வகுப்புப்பெட்டி அது. கம்பார்ட்மென்டில் யாருமே இல்லை. நடப்பது நடக்கட்டும். டிக்கெட் இல்லாமல் முதல் வகுப்பில் பயணம் செய்யும் தன்னை நெருங்கி ''டிக்கெட் எங்கே?'' என்று டி.டி. வந்து கேட்டால் ''இல்லை'' என்று டபாய்த்து விடுவான். அவர் ஏதாவது அத்துமீறிப் பேசினால் கையை ஓங்குவான். பிறகென்ன? ஜெயில்தான். அதுவே மேல். இந்த வெளியுலகத்தைவிட அந்த ஜெயிலே நன்றாக இருக்கும். மாதவன் உறுதியோடு உட்கார்ந்திருந்தான். டி.டி. மட்டுமே இல்லை, பெட்டிக்குள் யார் வந்தாலும் சரி, அவர்களைக் கூப்பிட்டுச் சண்டைக்கு இழுக்க வேண்டும். இல்லாவிட்டால் அவனுக்குப் பைத்தியம் பிடித்துவிடும் போலிருந்தது.

ரயில் கொஞ்ச நேரத்திலேயே ஒரு சின்ன ஸ்டேஷனில் நின்றது. மாதவன் எவ்வளவு ஆசையுடன் எதிர்பார்த்த போதிலும் யாருமே வந்து அந்தப் பெட்டிக்குள் ஏறவில்லை. நேரமோ ஓடிக்கொண்டே இருந்தது. ரயில் திரும்பவும் புறப்படத் தயாரானது. இங்கேயும் அவனுக்கு ஏமாற்றம்தான்.

இந்த நிலையில் அவனுக்குத் தனியாக இருப்பதற்கான தைரியம் போதவில்லை. எதிர்பாராமல் மிக நுட்பமான இடத்தில் அடியுண்டிருந்த அவன் மனம் அந்த நேரத்தில் விவேகத்தை இழந்துவிட்டிருந்தது. அவனுக்கு

என்னவாகிவிட்டது? இன்றைக்கு மனம் ஏன் இப்படி வெறிப்பிடித்த குதிரையாய் அலைபாய்கிறது? அவனுக்கு அவன் மீதே வெறுப்பு ஏற்பட்டது.

இவ்வளவு நாளாக ராமகோபாலனின் சகவாசத்தால் அவனிடம் படிந்திருந்த நல்ல பண்புகள் எல்லாம் எங்கே ஓடி ஒளிந்தன? வாழ்க்கையைப் பற்றி அவரிடமிருந்து கற்றுக்கொண்ட பாடங்கள் எல்லாம் எந்தப் புழுதியில் கரைந்து விட்டன? அவரைப் பற்றிய நினைவுகள் வந்ததுமே அவன் மனம் கொஞ்சம் அமைதியடைந்தது. தந்தைக்கு ஒப்பான பாசமுடைய அவர் நினைவு வந்ததுமே அவனுள்ளிருந்த விவேகம் கொஞ்சம் கொஞ்சமாக விழித்துக்கொள்ளத் தொடங்கியது.

மாதவன் இறங்கிப் போய் டிக்கெட்டை வாங்கிக்கொண்டு வந்து விடலாம் என்றெண்ணினான். அதற்குள் ரயில் புறப்படத் தயாராகக் கூவியது. மாதவன் எழுந்து பாத்ரூமுக்குள் போனான்.

அவன் திரும்பிக் கதவைத் திறந்தபொழுது கம்பார்ட்மென்டில் யாரோ ஏறியிருந்தார்கள். எதிரே இருந்த பெர்த்தின் மேல் சாமான்கள் தென்பட்டன. அம்மாடா என்று நிம்மதியாய்ப் பெருமூச்சு விட்டுவிட்டு, சக பயணிக்காகப் பெட்டி முழுவதும் பார்வையை சுழற்றியபோது, கதவை உட்புறமாகத் தாழிட்டுக் கொண்டிருந்த பெண் ஒருத்தி கண்ணில் பட்டாள். தனியாகப் பயணம் செய்வதால் வெளியேயிருந்து யாரும் உள்ளே நுழைந்துவிடாமல் இருப்பதற்காக, கதவையும் ஜன்னல்களையும் சாத்தி பந்தோபஸ்து பண்ணிக் கொண்டிருந்தாள் அவள். மாதவன் பாத்ரூம் கதவிற்கு அருகில் நின்றபடி அவளையே பார்த்துக் கொண்டிருந்தான்.

கதவைச் சரியாகத் தாழிட்டிருக்கிறோமோ இல்லையோ என்று மற்றொரு முறை பரிசோதித்துவிட்டுத் திருப்தியடைந்த அவள் திரும்பினாள். மாதவன் நகர்ந்து வந்து தன் சீட்டில் உட்கார்ந்துகொண்டான்.

தன்னந்தனியாக இருந்த ஒரு கம்பார்ட்மென்டில் முதல் முறையாக அவனைப் பார்த்ததும் அந்தப் பெண்ணின் கண்கள் வியப்பால் அகன்றன. அதில் லேசாக பயமும் எட்டிப் பார்த்தது. அதைப் புரிந்து கொண்ட மாதவனின் இதழ்களில் குறுநகை படர்ந்தது.

உண்மையில் என்ன பெண்கள் இவர்கள்? இல்லாத எண்ணங்களைத் தூண்டிவிடுவதில் கைதேர்ந்தவர்கள் இவர்கள். அவனையே பார்த்துக் கொண்டிருந்த அந்தப் பெண்ணின் முகத்தில்

இப்போது அளவுக்கு மீறிய பயம் வந்து சேர்ந்துகொண்டது. அவளது கை தன்னையறியாமலேயே அவளது மார்பின் மீது போயிற்று. அலட்சியமாக இதை எதையும் பொருட்படுத்தாதவனாக சிகரெட்டை எடுத்துப் பற்ற வைத்துக்கொள்ளப் போன மாதவன், சட்டென்று நின்றுவிட்டான்.

அவன் பார்வை அந்தப் பெண்ணின் மார்பின் மீது நிலைத்து, அங்கே தொங்கிக் கொண்டிருந்த புலிநக டாலரைக் கூர்ந்து பார்த்தன. இந்தப் பெண்.... இந்தப் பெண்...

தீக்குச்சி முற்றிலும் எரிந்து விரலில் பட்டு சுரீரென்றது. ரயில் அதற்குள் பிளாட்பாரத்தை விட்டுப் புறப்பட்டு வேகத்தை மேற்கொண்டது. அவன் அளவில்லாத ஆச்சரியத்தோடு பார்த்துக் கொண்டிருக்கும்போதே அந்தப் பெண்ணின் கண்கள் பரபரப்புடன் கம்பார்ட்மென்ட் முழுவதும் தேடி அபாயச்சங்கிலி இருந்த இடத்தில் சென்று நிலைத்தது.

அவள் பார்வையை போக்கை உணர்ந்துகொண்ட மாதவனின் கண்கள் அபாயச்சங்கிலி தான் உட்கார்ந்திருக்கும் இடத்திற்கு அருகிலேயே இருந்ததை உணர்ந்து குறும்பாகச் சிரித்தன.

கொஞ்ச நேரம் அபலையைப் போல் பயத்துடன் பார்த்த அந்தப் பெண் அடுத்த நிமிஷமே துணிச்சலை வரவழைத்துக்கொண்டு தலையைத் திருப்பிக்கொண்டு சீட்டில் வந்து உட்கார்ந்து கொண்டாள்.

மாதவனின் கை தன்னையறியாமல் தன் கன்னத்தைத் தடவிப் பார்த்துக் கொண்டது. அங்கே அந்தப் பெண் ஏற்படுத்தியிருந்த காயம் ஆழமாகப் பதிந்துப் போய் வடுவாகத் தங்கிவிட்டிருந்தது.

மாதவனுக்கு ஒரு வினாடி அந்தப் பெண்ணைப் பார்த்து "ஒன்றும் பயப்படத் தேவையில்லை. அன்றுகூட என்னைப் பற்றி அனாவசியமாக நீதான் தவறாகப் புரிந்து கொண்டுவிட்டாய். அன்று உன் கையை நான் பிடித்தது தவறுதான். ஆனால் என் மனதிலிருந்த எண்ணம் இதுதான்" என்று விளக்கமாகச் சொல்ல வேண்டும் போலிருந்தது.

"நான் உன்னை ஒன்றும் செய்யமாட்டேன். என்னால் உனக்கு எந்த ஆபத்தும் வராது" என்று தன் நாக்கு நுனிவரையிலும் வந்து விட்ட வார்த்தைகள், அந்தப் பெண்ணின் கண்களில் தென்பட்ட பயத்தையும், அவள் தலையைத் திருப்பிக் கொண்ட விதத்தில் தென்பட்ட திமிரையும் பார்த்த பிறகு கொஞ்ச நேரம் அவளை அழ

வைத்து விட்டுப் பிறகு தான் அவளிடம் சொல்ல நினைத்ததைச் சொல்லலாம் என்ற அவன் மனதில் தோன்றிய குறும்புத்தனமான எண்ணம் தடுத்து நிறுத்திவிட்டது.

அவளுக்கு அருகில் வந்து கொஞ்ச தூரத்தில் அவன் உட்கார்ந்து கொண்டான். இப்பொழுதுகூட அபாயச்சங்கிலியைப் பிடித்து இழுக்க வேண்டுமானால் அவனைத் தாண்டிக்கொண்டுதான் அவள் போயாக வேண்டும்.

அவன் ஒரு காலை நீட்டிக் கொண்டு உட்கார்ந்தான். தான் உட்கார்ந்திருந்த அதே பெர்த்தின் மீது வந்து உட்கார்ந்துகொண்ட அவனைப் பார்த்து அவள் பயப்படவில்லை. அவனைக் கண்டு வெறுப்படைந்தவள் போல் முகத்தை வைத்துக்கொண்டாள். ''உன்னால் என்னை ஒன்றும் செய்து விட முடியாது'' என்பதுபோல் மிடுக்காக அவனை ஒரு பார்வை பார்த்துவிட்டு அந்தப் பக்கமாகத் திரும்பி ஜன்னல் கதவை மேலே உயர்த்தப் போனாள்.

அதைவிட அந்தப் பெண் பயந்துபோய்த் தன்னை மிரட்சியுடன் பார்த்திருந்தால் அவன் அவளுக்காக உருகிப் போயிருப்பான். தன் நடத்தைக்காக வெட்கமடைந்து அவளிடம் மன்னிப்புக் கேட்டுக் கொண்டு போய்த் தன் சீட்டில் போய் உட்கார்ந்திருப்பான்.

ஆனால் ''உன்னால் என்னை ஒன்றும் செய்து விடமுடியாது'' என்ற அவளது செயலில் காணப்பட்ட அலட்சியம் அவனைத் தூண்டிவிட்டது. அதனால் உடனே அவளருகில் வந்து ஜன்னலைத் திறக்க முடியாமல் தடுத்தான்.

அந்தத் தருணத்திற்காகவே எதிர்பார்த்துக் கொண்டிருந்த அந்தப் பெண் சட்டென்று எழுந்து மின்னலாகப் பாய்ந்து அபாயச் சங்கிலியை நோக்கி ஓடப்போனாள். மாதவன் சட்டென்று தன் காலை அவளுக்குக் குறுக்கே வைத்தான். திடீரென்று அவன் கால் குறுக்கிட்டதால் அவள் துள்ளிக் கீழே விழப் போனாள். நிமிஷத்தில் அவனுடைய பலமான கை துணைக்கு வந்து அந்தப் பெண் குப்புற விழுந்துவிடாமல் தடுத்துவிட்டது. கோபத்தால் கண்கள் சிவக்க அவள் கூர்ந்து பார்த்தாள் அவனை.

அவன் சிரித்தான். அவள் அவன் கையிலிருந்து தன்னை விடுவித்துக்கொள்ளப் போனாள். ஆனால் முடியவில்லை. கொஞ்ச நேரம் கழித்து மாதவன் அவளை விட்டுவிட்டான்.

அடுத்த நிமிஷம் அவள் தன் இரு கைகளாலும் அவனைப் பிடித்துப் பலமாகத் தள்ளிவிட்டாள். அடுத்த வினாடி அபாயச்

சங்கிலி அவள் கைக்கு எட்டியிருக்கும். ஆனால் அதற்குள் சுதாரித்து எழுந்துகொண்டுவிட்ட மாதவன் தன் இரு கைகளையும் நீட்டி அவள் உடலைத் தொட்டுத் தன் பக்கமாக இழுத்தான்.

அவன் அப்படி இழுத்த வேகத்தில், வேகமாக போய்க் கொண்டிருக்கும் ரயிலின் ஆட்டத்தின் காரணமாக நிலையாக நிற்க முடியாமல் இருவரும் பெர்த்தின் மேல் வந்து விழுந்தார்கள்.

''இப்பொழுது என்ன பண்ணுவாய்?'' ஆத்திரத்துடன் கேட்டான் அவன். பதிலுக்கு அந்தப் பெண்ணின் கைகள் வேகமாக வந்து மாதவனின் கன்னத்தில் பலமாக அடித்தன. முதலில் அசந்துபோய்விட்ட அவன், சட்டென்று ஒரு கையால் அவ்விரு கரங்களையும் அழுத்திப் பிடித்துக்கொண்டு அவளை அசைய முடியாமல் செய்தான். இன்னொரு கையால் அவள் உடலை அழுத்திப் பிடித்துக்கொண்டான்.

ஒரு வினாடி நேரத்திற்கு அந்த நிலை நீடித்தது. மாதவன் அப்போது மைதீட்டிய அந்தக் கண்களையே உற்றுப் பார்த்துக் கொண்டிருந்தான். அந்தப் பெண் தன் இமைகளைப் படபடத்தபடி பயந்தவாறு அவனைப் பார்த்துக் கொண்டிருந்தாள். அந்தப் பார்வை அவனது இளமையைத் தூண்டிவிட்டது.

இறுக்க அணைத்துக் கொண்டிருந்த அந்தப் பெண்ணின் உடல் தந்த நெருக்கம் அவன் இச்சையைத் தட்டி எழுப்பிவிட்டது. அந்த இடத்தில் அவனது விவேகத்தை அவனது ஆவேசம் அடக்கிவிட்டது. என்றோ அவளிடம் அவமானப்பட்டிருந்த அவனது உள்மனம் அவளைப் பழி வாங்கச் சொல்லி அவசரப்படுத்தியது. அவனிடமிருந்த நல்ல பண்பை, இச்சையால் தடுமாறிக் கொண்டிருந்த அவனிடம் மறைந்திருந்த மிருகத்தன்மை வெற்றி கொண்டு விட்டது.

ஒரு வினாடி அவன் கலவரமடைந்தான். ஆனால் அடுத்த நிமிஷம் உண்மையிலேயே அவனுக்குப் பைத்தியம் பிடித்து விட்டது. முதலில் தீவிரமாக அவனை எதிர்த்துப் போராடிய அந்தப் பெண்ணின் உடல் கடைசியில் சோர்ந்து போய் அவனுக்கு அடங்கிப் போய்விட்டது.

நேரம் கடந்தது. எதிர்பாராது நடந்துவிட்ட இந்த சம்பவத்தால் தானும் பயந்து போய் விட்டாற்போல் ரயில் இன்னும் வேகமாக ஓடிக் கொண்டிருந்தது. எழுந்து சரியாக உட்கார்ந்துகொண்ட மாதவன் அந்தப் பெண்ணைத் தன் மடியில் இழுத்துப் போட்டுக் கொண்டான். சலனம் ஒடுங்கிப் போய்விட்டிருந்த அவள் உடல்

வாடிப்போன தாமரைத் தண்டாக அவன் கைகளுக்கிடையே இப்போது தொங்கிக் கொண்டிருந்தது.

மாதவன் அவளை ஒரு வினாடி கூர்ந்து பார்த்தான். இமைகளை மூடிக்கொண்டு கொஞ்சம் நலிந்து போனாற்போல் தென்பட்ட அந்த முகம், களைத்துப் போய் மயக்கத்தில் ஆழ்ந்திருந்த அவன் கண்களுக்கு ரொம்ப அபூர்வமான ஒன்றாகத் தென்பட்டது. ரொம்ப நேரம் அப்படியே அவளைப் பார்த்தபடியே அவன் உட்கார்ந்திருந்தான்.

நினைவு தப்பி விட்டிருந்த அந்த நிலையிலும்கூட விம்மிக் கொண்டிருந்தாற்போல் அவள் கழுத்து நரம்புகள் அதிர்ந்து கொண்டிருந்தன.

அவன் அவள் நெற்றியில் படிந்த கேசங்களை விலக்கினான். திடீரென்று அவனுக்கு அவள்மீது இரக்கம் ஏற்பட்டது. என்ன இது? இப்படியாகிவிட்டதே? தான் இப்படி ஒரு மிருகமாக ஏன் நடந்துகொண்டான்? குழந்தைத்தனம் மாறாத அம்முகத்தைப் பார்க்கப் பார்க்க அவனுக்கு மூளையே கலங்கிவிட்டது. இப்பொழுது அவன் என்ன செய்ய வேண்டும்? அவன் கடமை என்ன? முன்பின் தெரியாத இந்தப் பெண்ணை இப்படியே விட்டுவிட்டுப் போவதா? அல்லது... அல்லது...

அந்தச் சமயத்தில் அந்தப் பெண்ணின் கண்கள் விரிந்தன.

அவன் அவளைப் பார்த்து நட்புடன் முறுவல் பூத்தான்.

பயந்து போய் அவனைப் பார்த்த அந்தப் பெண் தன் உடம்பைக் குறுக்கிக் கொண்டு பின்னால் நகர்ந்துகொண்டாள்.

''பயப்படாதே.'' அவள் அருகில் குனிந்து அவன் மெதுவாகச் சொன்னான். ஆனால் அதை அவள் காதில் வாங்கிக் கொண்டதாகத் தெரியவில்லை. அவள் முகம் இப்போது தன் களையையிழந்து காணப்பட்டது.

திடீரென்று ரயில் நின்றுவிட்டதால் அவன் திடுக்கிட்டான். மூச்சை இழுத்து அடக்கிக்கொண்டு யாராவது அங்கு வருகிறார்களா என்று காத்திருந்தான். ஆனால் எவ்வளவு நேரமாகியும் யாருமே அங்கு வரவில்லை. பொறுமையிழந்து தன் மடியில் இருந்த அவளைச் சரியாகப் படுக்க வைத்துவிட்டு எழுந்துசென்று அவன் ஜன்னல் கதவைத் திறந்தான்.

குளிர்ந்த காற்று ஜன்னல் வழியாக விர்ரென்று வந்து உள்ளே வீசியது. வெளியே காரிருள் சூழ்ந்திருந்தது. ஏதோ ஒரு ஸ்டேஷன் வரப் போகிறது போலும். சிக்னலுக்காக அனுமதி கேட்டு ரயில்

பெரிதாகக் கூவிக்கொண்டிருந்தது. வெளியே பார்த்துக் கொண்டிருந்த அவன் கண்கள் திரும்பி பெர்த்தின் மீது சலனமில்லாமல் படுத்துக்கிடந்த அந்தப் பெண்ணின் முகத்தின் மீது வந்து நிலைத்தன.

அவளுக்கு நன்றாக விழிப்பு வருவதற்குள்ளாகத் தான் இறங்கிப் போய்விட்டால்? தவறு செய்த பிறகு அதற்கான தண்டனையை அனுபவிக்கப் பின் வாங்குபவன் இல்லை அவன். தான் செய்துவிட்ட இந்தத் தவறுக்கு எந்த தண்டனை கொடுத்தாலும் வாயைத் திறக்காமல் ஏற்றுக்கொள்ள அவன் தயார். ஆனால் தான் செய்த இந்த வெட்கங்கெட்ட காரியம் இன்னும் யாருக்காவது தெரிந்து அவர்கள் அதற்குத் தனக்குத் தண்டனையாக ஏதாவது ஒரு தீர்ப்பை அளிப்பதைவிட அந்தத் தண்டனையை தான் தனக்குத் தானே விதித்துக்கொள்வது நல்லது என்று அவன் நினைத்தான்.

அடுத்த ஐந்தாவது நிமிஷம் அவன் ரயிலைவிட்டு இறங்கிவிட்டான். அப்போது வானத்தில் அடர்த்தியாகக் கருமேகங்கள் பரவியிருந்தன. லேசாகக் குளிர்ந்த தூறலுடன் சேர்ந்து வீசிக் கொண்டிருந்த காற்று அவன் உடம்பைத் தழுவி அவனது களைப்பைப் போக்கிக் கொண்டிருந்தது.

மாதவன் நகரப் போகும் அந்த ரயிலினடியில் விழுந்து தற்கொலை செய்து கொள்ள வேண்டும் என்ற திடசங்கல்பத்துடன்தான் கீழே இறங்கினான். ஆனால் பத்து நிமிஷங்கள் கழிந்தும் ரயில் நகர வில்லை. மனிதன் ஒரு முடிவிலிருந்து மாறுவதற்கும், தேறிக் கொள் வதற்கும், வாழ்க்கையின் மீது திரும்பவும் அவனுக்கு விருப்பம் ஏற்படுவதற்கும் அந்தப் பத்து நிமிஷங்களே போதுமானவை.

இப்போது அவனது தைரியம் தளர்ந்துவிட்டிருந்தது. சாகப் போனவனுக்கு முன்னால் வாழ்க்கை மேலும் இனிப்பான தன் தோற்றத்தைக் காட்டி முறுவலுடன் அவனைப் பார்த்துக் கைகளை நீட்டி அழைத்தது. அவன் ஆம், இல்லை என்று மனதிற்குள் போராடிக் கொண்டிருந்த நேரத்தில் ரயில் அங்கிருந்தே போய்விட்டது. போய்க் கொண்டிருந்த ரயிலையே செய்வதறியாது பார்த்துக் கொண்டு செய்வதறியாது அப்படியே நின்றுவிட்டான் அவன்.

ரொம்ப நேரம் கழித்து மாதவன் தூக்கத்தில் எழுந்து நடப்பவனைப் போல் தள்ளாடிக்கொண்டே தண்டவாளத்தை ஒட்டியே நடக்கத் தொடங்கினான். தொலைவில் மினுக் மினுக்கென்று எரிந்து கொண்டிருந்த வெளிச்சத்தைக் கொண்டு அங்கே ஏதோ ஸ்டேஷன் இருப்பதாக ஊகித்தான். ஆனால் அந்த விளக்கு வெளிச்சத்தை நெருங்குவதற்கு அவனுக்கு ரொம்ப நேரம் பிடித்தது.

6

மேற்கண்ட சம்பவம் நிகழ்ந்த பிறகு ஏறக்குறைய ஐந்தாறு ஆண்டுகளில் நாட்டில் நிறைய மாற்றங்கள் தோன்றின. பல நூற்றாண்டுகளாக அடிமை வாழ்க்கையில் புழுங்கிக் கொண்டிருந்த ஜனங்களுக்கு சுதந்திரம் புதிய ஒளியைத் தந்தது.

முஸ்லிம்கள் இந்துக்களோடு போராடித் தனியாக பாகிஸ்தானை ஏற்படுத்திக் கொண்டார்கள். தேசத் தந்தையான மகாத்மா இறந்தார். துப்பாக்கிக் குண்டுக்குப் பலியாகித் தரையில் சாய்ந்த அவர் பிரிவால் புதிதாகக் கிடைத்த இந்த வெளிச்சம் கூட அணைந்து விடுமோ என்று பயந்த ஜனங்களுக்கு முன்னால் ஜவஹர்லால் நேரு வந்து அந்த ஒளியைத் தாங்கிக்கொண்டு நிமிர்ந்து நின்றார்.

அவர் தலைமையில் நாடு முன்னேற பல திட்டங்கள் தயாராயின. சுதந்திரமாக செயல்பட நினைத்து எதிர்த்து நின்ற சில சமஸ்தானங்கள் சர்தார் பட்டேலின் தலைமையில் அடக்கப்பட்டு யூனியனுடன் இணைக்கப்பட்டன. இந்தச் சமயத்தில் மக்களின் வாழ்க்கை தலைகீழாக மாறிவிட்டது. லட்சாதிபதிகள் ஓட்டாண்டிகளாக மாறி விட்டார்கள்.

அடுத்த வேளை சாப்பாட்டுக்கே வழியில்லாத சிலர் கோடீஸ்வரர்களானார்கள். நாட்டில் மெல்ல மெல்ல அமைதியும் பாதுகாப்பும் நிலைநாட்டப்பட்டன.

மாதவனின் வாழ்க்கையில் கூடப் பெரிய மாறுதல்கள் ஏற்பட்டுவிட்டன. ராமகோபாலன் இறந்து போய் ஆறுமாதங்களாகிவிட்டன. கடந்த ஐந்தாறு ஆண்டுகளாக மாதவன் அவருடனேயே அவர் நிழலாகவே இருந்து வந்தான்.

சத்தியாகிரகம் நடந்த சமயத்தில் பல ஆண்டுகள் சிறையில் இருந்து வந்ததால், ஏற்கனவே பூஞ்சையான அவர் உடல்நலம் கெட்டுவிட்டது. எவ்வளவு பணம் செலவழித்த போதிலும், எவ்வளவு டாக்டர்களைப் பார்த்த போதிலும் அவர் உடல்நலம் பழையநிலைக்குத் திரும்பவேயில்லை. நாளுக்கு நாள் குன்றிக் கொண்டே வந்த அவர் உடல்நிலை கடைசியில் டி.பி.யில் இறக்கிவிட்டது.

இது தெரிந்ததுமே இனி அதிக நாள் அவர் பிழைத்திருக்க மாட்டார் என்று உணர்ந்து கொண்ட உறவினர்கள் கழுகாக வந்து அவரைச் சூழ்ந்து கொண்டார்கள். அவர்களிடமிருந்து அவரை மீட்டு அமைதியாக வாழச் செய்வதே மாதவனுக்குப் பெரிய பிரச்னையாகிவிட்டது.

எப்போதும் அவருடன் நிழலாகச் சுற்றிக் கொண்டே இருந்த அவனைப் பார்த்து சிலர் ''இது தொற்று நோய். மறந்துவிடாதே'' என்று எச்சரித்தார்கள்.

ஆனால் அவன் அவற்றைப் பொருட்படுத்தவில்லை. கடைசிக் காலத்தில் பெற்ற மகனைக் காட்டிலும் மேலாக அவரைக் கவனித்து வந்த மாதவனைப் பார்த்து மனம் உருகிப் போய்விட்ட அவர், அவனுடைய கைகளைத் தன் மெலிந்த கரங்களில் ஏந்திக்கொண்டு ''இது எந்த ஜென்மத்துக் கடனோ'' என்றார்.

''கடன் என்று சொல்லாதீங்க. மனங்கள் இணைந்த பிறகு சக மனிதனிடம் காட்டும் மனிதநேயம் இது. அவ்வளவுதான்'' என்றான் மாதவன்.

தன்னலமற்ற அவன் ஆதரவிற்கும், ஆடம்பரமில்லாத அன்பிற்கும் அவர் பல சமயங்களில் புளகாங்கிதம் அடைந்துவிடுவார். கடைசிக் காலத்தில் மகன் இல்லாத குறையைத் தீர்த்து வைத்துக் கொண்டிருந்த அவனைப் பார்த்தபோது, உள்ளூர ஏற்பட்ட சந்தோஷத்தையும், திருப்தியையும் அவர் தன் இதயத்தில் பதிய வைத்துக் கொண்டார். ஆனால் என்றுமே ஒரு வார்த்தை கூட அதைப்பற்றி அவர் வெளியே சொன்னதில்லை.

அவர் இறந்து போன பிறகு வாரிசுகள் என்று உரிமை கொண்டாடிக்கொண்டு வந்தவர்களையும், மாதவனையும் உட்கார வைத்து லாயர் உயிலைப் படித்தார். அதில் சென்னையில் அவருக்கு இருந்த பெரிய பங்களாவைத் தன் மனைவி மற்றும் தன் பெயரிலும் ஏழைகளுக்கு இலவசமாக செயல்படும் ஆஸ்பத்திரியாக மாற்ற வேண்டும் என்று கேட்டுக் கொண்டிருந்தார். வியாபாரத்தில் தனக்கு

வந்த வருமானத்தில் முக்கால் பாகத்தை ஆஸ்பத்திரி செலவிற்குப் பயன்படுத்த வேண்டும் என்றும் மீதி கால் பாகம் தன் வளர்ப்பு மகன் போல் இருந்து வந்த மாதவனுக்குச் சேரவேண்டும் என்றும், மாதவன் தானே சுயமாக வியாபாரத்தைப் பார்த்துக் கொண்டு ஆஸ்பத்திரியையும் முன்னுக்குக் கொண்டு வரவேண்டும் என்றும், இது தன் கடைசி ஆசை என்றும் தெரிவித்திருந்தார். அதோடு கிராமத்தில் இருக்கும் பத்து ஏக்கர் நிலமும், வழி வழியாக வந்து கொண்டிருக்கும் வீடும் மாதவனைச் சேர வேண்டும் என்றும், தான் இறந்து போன அடுத்த நிமிஷத்திலிருந்தே மாதவன் தன் வாரிசாகவே நடந்து கொள்ள வேண்டும் என்றும் தெரிவித்திருந்தார்.

அதுமட்டுமில்லை. கிராமத்தில் உள்ள அந்த வீட்டையும் நிலத்தையும் எந்தச் சூழ்நிலையிலும் விற்பதற்கு அவனுக்கு உரிமையில்லை. அவை வாரிசு என்ற முறையில் மாதவனின் குழந்தைக்குப் போய்ச் சேரும்.

இந்த உயிலைப் பற்றிக் கேட்டதுமே உறவினர்களோடு சேர்ந்து மாதவனும் திகைத்துப் போய்விட்டான்.

அவர் மனதில் இருந்த அன்பு இதுபோல் மகனாகத் தன்னை ஏற்றுக்கொள்ளும்படி செய்யும் என்று அவன் கனவிலும் நினைக்கவில்லை. இந்த உயில் விஷயம் முன்கூட்டியே தெரிந்திருந்தால் அவன் அந்த வீடு, நிலம், வியாபாரத்தில் தனக்குள்ள பங்கு எல்லாவற்றையும் மறுத்திருப்பான்.

ஒருக்கால் இது தெரிந்துதான் அவர் என்றுமே அதைப் பற்றிய பேச்சையே அவனுக்கு முன்னால் எடுக்கவில்லை போலும்.

உண்மையில் அவர் சொன்னது போல் எந்த ஜென்மத்து பந்தமோ இது? பாசத்தாலும் நன்றியாலும் மாதவனின் கண்கள் பனித்தன.

வந்த உறவினர்கள் எல்லோரும் மாதவனை முகத்திற்கு நேராகவே திட்டித் தீர்த்தார்கள்.

''கடைசி சமயத்தில் நெருங்கிப் பழகி அதுபோல் எழுதச் செய்துவிட்டாய்'' என்று குற்றம் சாட்டினார்கள்.

''சொத்தின்மேல் கண் வைத்து அவரை எங்களிடமிருந்து பிரித்துவிட்டாய்'' என்று பழி சுமத்தினார்கள்.

''ஆனாலும் இப்பொழுதும் ஒன்றும் மிஞ்சிவிடவில்லை. உன்னைக் கோர்ட்டுக்கு இழுத்து ஒரு கை பார்க்காமல் போனால் பார்த்துக்கொள்'' என்று சவால் விட்டார்கள்.

"உன் கொட்டத்தை அடக்கி இதையெல்லாம் திரும்பப் பெறும் வரையில் உறங்கமாட்டோம்" என்று சபதம் செய்தார்கள்.

லாயர் இடைப் புகுந்து மாதவனுக்கு இது பற்றியெல்லாம் எதுவும் தெரியாது என்றும், அவன் அப்பாவி என்று சொல்ல முன் வந்தார்.

"போதும் போதும். நீங்கள் எல்லோருமாகச் சேர்ந்து செய்த சதி இது. இதில் உங்களுக்கு எவ்வளவு பங்கு இருக்கோ எங்களுக்கு எப்படித் தெரியும்?" என்று சண்டை போட்டுவிட்டு உறவினர்கள் எழுந்து போய்விட்டார்கள்.

இரண்டு மூன்று நாட்களிலேயே மாதவன் மீது வழக்கு கொண்டு வந்தார்கள் அவர்கள். ஆனால் மாதவன் எதற்கும் அசைந்து கொடுக்கவில்லை.

இந்த உலகத்தில் அவனுக்கு இருந்து வந்த ஒரே நெருங்கிய நண்பரும் தந்தைக்கு ஒப்பானவருமான ராமகோபாலனின் பிரிவை எப்படித் தாங்கிக்கொள்வது என்றுதான் புரியவில்லை அவனுக்கு.

இத்தனை ஆண்டுகளாக அவருடைய நெருக்கத்தின் மூலமாக அவருக்கு அவன் செய்த உதவியைவிட அவரிடமிருந்து பெற்றுக் கொண்ட உதவிகளே அதிகம். அன்றைக்கு ரயிலில் எதிர்பாராமல் அந்தச் சம்பவம் நிகழ்ந்த பிறகு, தற்கொலை செய்து கொள்வதற்கான துணிச்சல் போதாமல் போகவே, அவனுக்கு மூளையே கலங்கிவிடும் போல் இருந்தது. ஆனால் அதிலிருந்து அவனுக்கே தெரியாமல் அவனைக் காப்பாற்றிவிட்டார் அவர்.

எத்தனையோ முறை தான் செய்த அந்த வெட்கங்கெட்ட காரியத்தைப்பற்றி அவரிடம் வாய்விட்டுச் சொல்லி, அதற்கு என்ன செய்தால் பிராயச்சித்தம் கிடைக்கும் என்று யோசனை கேட்க நினைத்தான். ஆனால் அவனால் அப்படிக் கேட்க முடியவில்லை. நாட்கள் செல்லச் செல்ல அந்தக் காயம் ஆறுவதற்குத் தேவையான சக்தியை அவன் மனம் ஏற்படுத்திக் கொண்டு விட்டது.

அந்தவிதமாக ராமகோபாலனின் மரணத்தால் மாதவனின் வாழ்க்கையில் பெரிய திருப்பம் ஏற்பட்டது. அந்தத் திருப்பத்தின் காரணமாக அவனுக்கு அவருடைய வியாபாரத்தைக் கவனிக்க வேண்டிய பொறுப்பு, ஆஸ்பத்திரியாக வீட்டை மாற்ற வேண்டிய வேலை இவற்றுடன் இன்னும் பல பொறுப்புகளும் வந்து சேர்ந்து கொண்டன. அதனால் நாட்கள் நிமிடங்களாகப் பறக்கத் தொடங்கின.

7

செல்வம் என்றுமே தனியாக வராது. சுற்றத்தையும் நட்பையும், பெயரையும் புகழையும் சேர்த்துக் கொண்டு குடும்ப சமேதமாக என்பதுபோல் மிகுந்த ஆடம்பரமாகத் தான் வரும். போகும் போதும் அதேபோல்தான். எல்லோரையும் தன்னுடன் கூட்டிக்கொண்டு சத்தம் போடாமல் வெளியேறும்.

மாதவனுக்குப் புதிதாக வந்து சேர்ந்த செல்வத்தோடு கூடப் புதிய சிநேகிதர்கள் நிறையப் பேரும் கிடைத்தார்கள். அவர்கள் அத்தனை பேரிலும் மாதவனுக்குப் பிடித்தவன், மனதிற்கு நெருக்கமானவன் டாக்டர் பிரசாத்.

பிரசாத் ராமகோபாலனின் உதவியால் படித்து முன்னுக்கு வந்தவன். அவர் உயிரோடு இருந்தபோது மாதவனுடன் அவனுக்கு ஏற்பட்ட பழக்கம், நாளடைவில் கொஞ்சம் கொஞ்சமாக வளர்ந்து சிநேகமாக உருவெடுத்துவிட்டது. பிரசாதுக்கும் மாதவனிடம் நல்ல மதிப்பு இருந்தது.

மாதவன் அவர்கள் வீட்டிற்கு அடிக்கடி போய்க் கொண்டிருந்தான். பிரசாத் குடும்பத்தில் எல்லோரைக் காட்டிலும் பிரசாத் தங்கை ஜோதிக்கு மாதவனை ரொம்பவும் பிடித்துப் போய்விட்டது. தனித்தன்மைக்கோ குணத்திற்கோ ரொம்ப முக்கியத்துவம் தராதவள் ஜோதி. மாதவனின் குணம் எப்படிப்பட்டதாக இருந்தாலும் அதுபற்றி அவளுக்கு அக்கறையில்லை. ஆனால் அவன் தோற்றம் அவளை

வசீகரித்துவிட்டது. அவன்தான் தன் கற்பனைக்கு ஏற்ற ஆண்மகன் என்று அவள் நம்பினாள்.

ஆனால் ஜோதியின் மனதில் இந்த எண்ணம் இருப்பதை உணராத மாதவன் மற்றவர்களுடன் பேசுவது போலவே அவளிடமும் சரளமாகப் பேசி வந்தான்.

எப்பொழுது பார்த்தாலும் ஏதாவது பேசிக்கொண்டும், தன் அழகால் எதிராளியைக் கவரவேண்டும் என்று அசட்டுத்தனமாக ஏதேதோ முயற்சிகள் செய்துகொண்டுமிருக்கும் ஜோதியைக் கண்டால் மாதவனுக்கு எரிச்சல் ஏற்படுவதுண்டு. சிலசமயம் அது அளவுக்கு மீறும்போது அவனுக்கு அருவருப்பாகவும் இருக்கும்.

ஆனால் ஜோதி ஒருத்தியைத் தவிர அந்தக் குடும்பத்திலுள்ள எல்லோருமே அவனுக்கு நெருக்கமானவர்கள்தான். அதனால் ஜோதியின் விஷயத்தைப் பார்த்தும் பார்க்காததுபோல் பொருட்படுத்தாமல் இருந்தான் அவன்.

மாதவனின் அலட்சியத்தை ஜோதி வேறுவிதமாக எடுத்துக் கொண்டாள். தன்னிடம் எந்த ஈர்ப்பும் இல்லாமல் இருந்தால் தங்கள் வீட்டிற்கு அவன் அடிக்கடி ஏன் வரப்போகிறான் என்று அவள் நினைத்துக்கொண்டாள்.

மனிதனின் மனம் ரொம்பவும் விநோதமானது. தனியாக இருக்கின்றபோதுகூட சில சமயங்களில் மிகவும் உல்லாசமாக இருக்கும். சிலசமயம் பத்துப் பேருக்கு நடுவில் இருந்தாலும் தனியாகப் பாலைவனத்தில் மாட்டிக் கொண்டுவிட்டதுபோல் தவிக்கும்.

மாதவனின் நிலையும் தற்சமயம் அதுபோல்தான் இருந்தது. தனிமையின் வருத்தத்தைத் தாங்க முடியாதவனாகப் பலவிதமான வியாபகங்களை ஏற்படுத்திக்கொண்டான். விருப்பம் இல்லாதபோதும் பொழுது போவதற்காக ஜோதியுடன் அறிமுகத்தை வளர்த்துக்கொண்டான். வியாபாரத்தைக் கவனிப்பதில் மேலும் அக்கறையைக் காண்பித்தான். ஆனாலும் பிசாசாக பற்றிக் கொண்டிருந்த தனிமையின் தொல்லை அவனை விட்ட பாடில்லை.

சுதா அவனுக்கு அடிக்கடி நினைவுக்கு வந்துகொண்டேதான் இருந்தாள். சுதாவின் நினைவு வரும்போது அவன் மனம் எதனாலோ திடுக்கிடும். அந்த மாதிரி சமயங்களில் தன் வாழ்க்கையே சூனியமாகி விட்டதுபோல அவனுக்குத் தோன்றும்.

சிலசமயம் நள்ளிரவில் திடீரென்று யாரோ தட்டி எழுப்பினாற்போல் விழிப்பு வரும். பிறகு தூக்கமே வராது. யோசனைகள் சூழ்ந்துகொள்ளத் தொடங்கிவிடும். அந்த நள்ளிரவில் அந்த அமைதியின்மையைத் தாங்க முடியாமல் எங்கேயாவது ஓடிப் போய் விடவேண்டும் போலிருக்கும்.

ஆனால் அவன் எங்கே போவான்? அப்படிப்பட்ட துன்பத்திலிருந்து மீளுவதற்கு அந்த வீடு சந்தடி நிறைந்ததாக இருக்க வேண்டும். அதை விலை கொடுத்து வாங்க முடியுமா? அப்படிப்பட்ட சமயங்களில் பல எண்ணங்களுக்கிடையே அந்தப் பெண்ணின் முகமும் நினைவிற்கு வரும். அவள் இப்போது எங்கே இருக்கிறாளோ? என்ன செய்கிறாளோ? அவனைப் பற்றிய ஞாபகம் அவளுக்கு இருக்குமா? அவனை அவள் எப்பொழுதோ மறந்து போயிருப்பாள். சுதாவைப் போல் அந்தப் பெண்ணும் திருமணம் செய்துகொண்டு குழந்தை குட்டியுடன் இல்லத்தரசியாக இருப்பாள். அவள் மறந்தாலும் அவனால் அவளை மறக்கத்தான் முடியுமா? ஒருக்கால் அவனே மறக்க நினைத்தாலும் அவன் கன்னத்தில் இருக்கும் இந்த வடு அதை மறக்கத்தான் விடுமா?

கண்ணாடியில் பார்த்துக்கொள்ளும் பொழுதெல்லாம் அந்தச் சம்பவம் அவனது நினைவுக்கு வந்து வெட்கத்தால் அவனது உடலும் மனமும் கூசும். உடனே கீரைத்தண்டாகத் துவண்டு நினைவற்றுத் தன் கைகளுக்கிடையே சரிந்த அம்முகம் நினைவிற்கு வந்து விடும். அந்த நினைப்பு வந்ததுமே அவன் மனம் சுருங்கி விடும். கடவுள் தான் செய்த பாவத்திற்கு தன்னை ஏன் இன்னும் தண்டிக்கவில்லை? மாறாக சகல ஐஸ்வர்யங்களையும் தந்து மேலும் தன்னை ஆசீர்வதித் திருக்கிறாரே? அது எதற்காக? என்றாவது ஒருநாள் அவர்களிருவரும் நேருக்குநேர் சந்தித்துக்கொண்டால் எப்படி இருக்கும்? மாதவனுக்கு ஏனோ அந்தக் காட்சியை விரைவில் காணவேண்டும் என்ற ஆவல் தோன்றியது.

இவ்வளவு ஆண்டுகளாக அவள் எங்கேயாவது தென்படுவாளா என்று அவன் மனம் ரகசியமாகத் தேடிக்கொண்டேதான் இருந்தது. ஆனால் குறைந்தபட்சம் அதே சாயல் கொண்ட பெண்கூட அவன் கண்களுக்குத் தென்படவில்லை. ஒன்று மட்டும் உண்மை. இனி வாழ்க்கையில் அந்தப் பெண் கண்ணில்பட்டாலும் சரி, இல்லையென்றாலும் சரி, அவன் மட்டும் வாழ்நாளெல்லாம் அவளை மறக்கவே மாட்டான்.

அந்த அனுபவம் அவ்வளவு ஆழமாக பதிந்து போய்விட்டது அவன் மனதில். அன்று ஜோதியும் மற்றவர்களும் சேர்ந்து பிக்னிக்

கிளம்பியபோது ஜோதி சாமர்த்தியமாகத் திட்டமிட்டு அவனுடன் தனியாக இருக்கும் அவகாசத்தை ஏற்படுத்திக் கொண்டாள்.

சுற்றிலும் நிலா வெளிச்சம், நிசப்தம், அமைதியான சூழ்நிலை. ஜோதி அவனை நெருங்கி வந்தாள். அப்போது அவன் மனம் கொஞ்சம் தடுமாறியது மட்டும் உண்மை.

"உங்கள் முகத்தில் இதென்ன வடு? எப்பொழுது ஏற்பட்டது இது?" சுண்டு விரலால் அவன் கன்னத்தில் தட்டிவிட்டுக் கேட்டாள்.

ஒரு வினாடி ஜோதியை வெறித்துப் பார்த்தவன், சட்டென்று எழுந்து தொலைவில் போய் நின்றுகொண்டான். திடீரென்று அவனுக்கு அந்த நிலா வெளிச்சமும், தனிமையும் வெறுப்பைத் தந்தன. பின்னாலிருந்து ஜோதி கூப்பிட்டுக் கொண்டே இருந்த போதிலும் பொருட்படுத்தாமல் மளமளவென்று எல்லோரும் இருக்கும் இடத்திற்கு வந்து சேர்ந்து கொண்டான். எதிர்பாராமல் அவன் மனம் தறிகெட்டுப்போனதை நினைத்து வெட்கப் பட்டான்.

அவனை இத்தனை பேரும் இவ்வளவு மதிக்கிறார்களே? அவன் செய்த அந்த பயங்கரமான காரியத்தைப் பற்றித் தெரிந்தால் அவன் முகத்தில்கூட விழிக்க மாட்டார்கள். ராமகோபாலனின் சொத்திற்கு அவன் வாரிசாகிவிட்டதற்குப் புழுங்கிக் கொண்டிருக்கும் எதிரிகளுக்கு இது நல்ல வாய்ப்பை ஏற்படுத்தித் தந்துவிடும்.

அவன் திருமணமே செய்து கொள்ளக் கூடாது என்று முடிவு செய்திருந்தான். அப்படியே பண்ணிக்கொண்டாலும் ரொம்பவும் சாதாரணமான பெண்ணை, தன்னிடமிருந்து பாதுகாப்பு, சந்தோஷம், குழந்தைகள் தவிர வேறெதையும் விரும்பாத பெண்ணைப் பார்த்துப் பண்ணிக்கொள்வான். அவன் மனதில் சுதாவுக்குக்கூட இல்லாத தனிச்சிறப்பை அந்தப் பெண் சம்பாதித்துக் கொண்டுவிட்டாள். அவளுடைய நினைப்பு வந்துவிட்டால் வேறு ஒருத்தியைத் தொடுவதற்குக்கூட அருவருப்பாக இருந்தது அவனுக்கு.

வீடு திரும்பிய பிறகும்கூட அவனுக்கு ரொம்ப நேரம் வரையில் உறக்கம் வரவில்லை. பல ஆண்டுகளுக்கு முன்னால் எதிர்பாராமல் நடந்துவிட்ட அந்த சம்பவத்தைப் பற்றி இவ்வளவு தூரம் ஏன் தான் யோசிக்க வேண்டும்? ஆராய்ந்து பார்த்தால் ஒவ்வொரு மனிதனின் வாழ்க்கையிலும் ஏதாவது ஒரு ரகசியம் இல்லாமல் போகாது. அதேபோல் அவனாலும் அதை எளிதாக ஏன் எடுத்துக்கொள்ள முடியவில்லை?

அவன் இவ்வளவு தூரம் அவளைப் பற்றியே நினைத்துக் கொண்டிருக்கிறானே? அந்தப் பெண்ணிற்கு ஒரு நாளில் ஒரு நிமிஷமாவது அவனைப் பற்றிய ஞாபகம் இருக்குமா?

எது என்னவானாலும் சரி, அவள் எங்கேயிருந்தாலும் தேடிப் பிடித்து ஒருமுறை பார்க்க வேண்டும். தன்னைப் பார்த்ததுமே அந்த மீன் விழிகளில் தென்படும் அந்த நினைவுகளில் பிரதிபலிப்பு எப்படி இருக்குமோ?

மாதவனுக்கு எப்படியாவது செல்வச்சீமாட்டியாக இருக்கும் அவளை, இதற்குள் ஓரிரு குழந்தைகளுக்குத் தாயாகக்கூட ஆகியிருக்கும் அவளை எப்படியாவது பார்த்தாக வேண்டும் என்று திரும்பத் திரும்பத் தோன்றிக் கொண்டே இருந்தது.

8

சில நாட்களுக்கு முன்னால் மாதவன் எந்தத் தனிமையைப் பார்த்துப் பைத்தியம் பிடித்துவிடும் என்று பயந்தானோ, எந்தத் தனிமையிலிருந்து தப்பித்துக்கொள்ள வேண்டுமென்று நாலுபேருக்கு முன்னால் வளைய வந்து கொண்டிருந்தானோ, அந்தத் தனிமைக்காகவே இப்பொழுது தவிக்கத் தொடங்கினான்.

நாளுக்கு நாள் அவனுக்கு நெருக்கமானவர்களின் எண்ணிக்கை பெருகத் தொடங்கியது. அவன் எவ்வளவு தூரம் அவர்களிடமிருந்து விலகிக்கொள்ள முயன்றாலும் சாத்தியப்படவில்லை. அதோடுகூட அவன் ஏதோ வேதனையில் ஆழ்ந்திருக்கிறான் என்றும், அதனால் தாம் கூடவே இருந்தால் அந்தக் கவலையை மறக்க முடியும் என்றும் சொல்லி அவர்கள் அவனை இன்னும் அதிகமாக நெருங்கத் தொடங்கினார்கள்.

எல்லோரையும்விட ஜோதியிடமிருந்து தப்பித்துக் கொள்வதுதான் அவனுக்குப் பெரிய பிரச்னையாக இருந்தது. அவனைக் கேட்காமலேயே, அவன் சம்மதம் இல்லாமலேயே ஜோதியை அவன் மணக்க விரும்புவதாக வதந்திகள் பரவத் தொடங்கின.

ஜோதியைப் பிடிக்காத சிலர், முக்கியமாகத் தம் மகளையோ, தங்கையையோ அவனுக்குக் கட்டி வைக்க வேண்டும் என்று தவித்துக் கொண்டிருந்தவர்கள், ஜோதியின் நடத்தை சரியில்லை என்றும், வேண்டுமானால் அதற்கான ஆதாரத்தைக் காட்டுகிறோம் என்றும், நன்றாக யோசித்துப் பார்த்துவிட்டு முடிவு செய்யும்படியும் யோசனை சொல்லத் தொடங்கினார்கள்.

இந்த ரகளை ஒரு புறமிருக்க ஆஸ்பத்திரிக்குத் தேவைப்பட்ட டாக்டர்களுக்காக சிபாரிசு செய்தபடி நேரில் பலர் வரத் தொடங்கினார்கள்.

அதனால் அவனுக்கு ஒரு நிமிஷம்கூட ஓய்வில்லாமல் போய்விட்டது. சிலநாட்கள் இவர்கள் எல்லோரையும் விட்டுவிட்டு எங்கேயாவது தொலைவிற்குப் போனால்தான் நிம்மதியாக இருக்க முடியும் என்று தோன்றியது.

கடைசியில் யோசித்துப் பார்த்துவிட்டு, ராமகோபாலன் தன் பெயரில் எழுதி வைத்திருந்த அந்த கிராமத்து வீடு எப்படித்தான் இருக்கிறது என்று பார்த்துவிட்டு வருவோம் என்று புறப்பட்டுவிட்டான்.

மிகச் சிறிய கிராமம் அது. பிற்படுத்தப்பட்ட வகுப்பினர்தான் அங்கே அதிகமாக இருந்து வந்தார்கள். தச்சன், கொல்லன் என்று பல வகைப்பட்ட தொழிலாளர்களும் அங்கே இருந்தார்கள். அவர்களுக்கென்று தனியாக ஜாகைகள் இருந்தன.

வேலை இருந்தால் தவிர மற்றவர்களின் விஷயத்தில் அவர்கள் தலையிட மாட்டார்கள். நகரத்திற்கு மிகவும் அருகில் இருந்த போதிலும் அதன் பாதிப்பு சிறிதும் பிரதிபலிக்காத ஊர் அது. பட்டிண வாழ்க்கை அலுப்பாக இருந்தால் நாலு நாட்கள் இங்கே வந்து தங்கினாலே போதும், மனம் அமைதிபெற்று திரும்பவும் சுறுசுறுப்பாகிவிடும்.

அந்த வீடு ரொம்பப் பழமை வாய்ந்தது. கட்டிடம் புராதனமாக இருந்தாலும் விசாலமான அறைகளுடன் அது வசதியாகவே இருந்தது. வீட்டைச் சுற்றிலும் இருந்த எல்லையில் இடது பக்கமாக

நாலைந்து மாமரங்களும், இரண்டு கொய்யா மரங்களும், ஒரு வேப்ப மரமும் இருந்தன. அவற்றைத் தாண்டிக் கொண்டு இன்னும் கொஞ்சம் முன்னால் போனால் அடர்ந்து வளர்ந்திருந்த சப்போட்டா மரங்கள் இருந்தன. அதற்கிடையே மெல்லிய ஒற்றையடிப் பாதையையொட்டி நடந்தால் நாலைந்து பர்லாங்கு தூரத்தில் சவுக்குமரத் தோப்பு இருந்தது. இன்னும் அரைமைல் தூரம் நடந்தால் நதியின் கரையை அடைந்துவிடலாம். மழைநாட்களில் தவிர அந்த நதியில் அவ்வளவாகத் தண்ணீர் இருக்காது.

அமைதியான அந்தச் சூழ்நிலையையும் இயற்கை அழகையும் பார்த்த பிறகு மாதவனுக்கு உயிர் திரும்பி வந்தாற்போலிருந்தது. தற்சமயத்திற்குத் தன் முகாமை இந்த இடத்திற்கு மாற்றிக் கொண்டு விடவேண்டும் என்ற முடிவுக்கு அவன் வந்துவிட்டான். தன்னிடம் எப்படியும் கார் இருக்கிறது. நாற்பது கிலோ மீட்டர் தூரம் என்பது அதிக தொலைவும் இல்லை. காலையில் போய் வேலைகளை எல்லாம் முடித்துக் கொண்டு இரவில் இங்கே திரும்பி வந்துவிடலாம்.

பல ஆண்டுகளாக மனித சஞ்சாரம் இல்லாததால் வீடெல்லாம் பாழடைந்து போய் ஒட்டடை படிந்திருந்தது. காரை பெயர்ந்த சுவர்கள். வீட்டைச் சுற்றிலும் அடர்ந்து வளர்ந்திருந்த காட்டுச் செடிகளும் கொடிகளும் புழுப்பூச்சிகளுக்கு வாசஸ்தலமாகி விட்டிருந்தன. அன்றே அங்கிருந்து போன மாதவன் நான்கு நாட்கள் கழித்து கம்பெனியிலிருந்து ஒருத்தனை அழைத்து வந்து வீட்டையெல்லாம் காட்டிவிட்டு எப்படி அதை மாற்றி அமைக்கலாம் என்று யோசனை சொன்னான். பணத்தைப் பற்றிக் கவலைப்படாமல் வீட்டைச் சுற்றிலும் நல்ல தோட்டத்தை உருவாக்கச் சொன்னான்.

இரண்டே மாதங்களில் வீட்டின் அமைப்பே மாறிவிட்டது. அவர்கள் மரங்களுக்குக் கீழே குவிந்திருந்த குப்பை கூளங்களை அப்புறப்படுத்தி விட்டார்கள். இப்பொழுது அந்த இடம் முழுவதும் கண்ணாடியைப் போல் துப்புரவாக இருந்தது. சுண்ணாம்பு அடித்து, ஜன்னல்களுக்கும், கதவுகளுக்கும் பெயிண்ட் அடித்ததால் புதிய பங்களாவாக அது மாறிவிட்டது. திரும்பி வந்த மாதவன் இதையெல்லாம் பார்த்துவிட்டுத் திருப்தியுடன் தலையை அசைத்தான்.

''ஒரு சின்ன வேண்டுகோள் சார்'' என்றார் மேனேஜர்.

''என்ன?''

"நம் வீட்டிலிருந்து நதிக்கரைக்குப் போகும் வழியில் சவுக்குமரத் தோப்பு ஒன்று இருக்கு இல்லீங்களா?"

"ஆமாம். அதற்கென்ன வந்தது?"

"அதற்கு ஒட்டினாற்போல் சின்ன ஓட்டு வீடு ஒன்று இருக்கு சார்."

"இருந்தால்?"

"அது ரொம்பப் பழைய வீடு சார். அதை எப்படியாவது விலைக்கு வாங்கிவிட்டால் அங்கிருந்தே தோட்டம் போட்டுக்கலாம்."

மாதவனின் நெற்றி சுருங்கியது.

"ரொம்ப விலை இருக்காது சார். ரொம்பப் பழைய வீடு. சிதிலமடைந்து போயிருக்கு."

"விலையைப் பற்றிப் பிரச்னை இல்லை. விற்பதற்கு அவர்கள் சம்மதிக்க வேண்டாமா?"

"அவர்கள் ரொம்ப ஏழை சார். நாம் கொஞ்சம் அதிகமாக ஆசை காட்டினால்..."

"முயற்சி செய்து பாருங்கள்" என்றான்.

ஆர்வத்தோடு போன மேனேஜர் முகத்தைத் தொங்கப் போட்டுக் கொண்டு திரும்பி வந்தார். "அவர்கள் விற்கிறதாக இல்லையாம் சார்."

"யாருடைய வீடு அது?"

"ஹைதராபாத்தில் ஒரு ஜமீன்தார் வீட்டில் வேலை செய்த ஊழியர் ஒருத்தருடையதாம்."

"அவரைக் கூப்பிடு. நான் பேசுகிறேன்."

"அவர் இப்போ இல்லையாம் சார். ரஜாக்கர் இயக்கத்தில் இறந்து விட்டாராம். அவர் மனைவியும் குழந்தைகளும் இருக்கிறார்கள். அவர்கள் சம்மதிக்க மாட்டேங்கிறார்கள்."

"அப்போ நாம என்ன செய்ய முடியும்?"

"இல்லை சார். நீங்க கொஞ்சம் முயற்சி செய்து பாருங்கள். அங்கே தோட்டம் போட்டால் விளைச்சல் நன்றாக வரும். நீங்க கேட்டால் அவர்கள் மறுக்க மாட்டார்கள் என்று நினைக்கிறேன்."

மாதவன் இதுவரை அந்த வீட்டுப் பக்கமாகப் போனதே இல்லை. அவன் படுக்கையறையிலிருந்து பார்த்தால் தொலைவில் அடர்ந்த காட்டுச் செடிகளுக்கிடையே சிக்கிக் கொண்டிருக்கும் அந்த ஓட்டு வீட்டிலிருந்து சமைத்துக் கொண்டிருப்பதற்கு அடையாளமாக அவ்வப்பொழுது மாலை வேளையில் வளையம் வளையமாகப் புகை மேலே எழும்பிக் கொண்டிருக்கும்.

மாலையில் நதிக்கரைப் பக்கமாகக் காலாற நடந்து போய்விட்டுத் திரும்பும்போது வேண்டுமென்றே அந்தப் பக்கமாகச் சுற்றிக் கொண்டு அந்த வீட்டிற்கு முன்னால் வந்த நின்றான்.

எந்த காலத்துக் கட்டிடமோ என்று சொல்லும்படியாக ரொம்பவும் பழசாக இருந்தது அந்த வீடு. சுண்ணாம்பு அடித்துப் பல ஆண்டுகள் ஆகியிருக்கும் போலிருந்தது. சிதிலமடைந்திருந்த அது விழுந்துவிடத் தயாராக இருந்தது.

வீட்டிற்கு முன்னால் மண் தரையில் மெழுகிக் கோலம் போடப்பட்டிருந்தது. வாசல் கதவிற்கு வெளுத்துப் போன பழைய புடவையைத் திரைச்சீலையாகப் போட்டிருந்தார்கள். வீட்டிற்கு முன்பகுதியில் இருந்த பந்தலில் ஜாதி மல்லிகையானது படர்ந்திருந்தது.

மேனேஜர் சொன்னது உண்மைதான். அந்த வீட்டை வாங்கிவிட்டால் அங்கே தோட்டம் மட்டுமே இல்லை. சின்னவீடு கூடக் கட்டிக்கொள்ளலாம். அங்கிருந்து பார்க்கையில் நதியும் அதற்கப்பால் இருந்த குறுங்காடும் கண்களுக்கு ரம்மியமாக இருந்தன.

வீட்டிற்குத் திரும்பி வந்ததுமே மாதவன் மேனேஜரைக் கூப்பிட்டு ''அந்த வீட்டில் யார் இருக்கிறார்கள்?'' என்று கேட்டான்.

''தாயும், இரண்டு குழந்தைகளும்.''

''குழந்தைகள் ஆண்களா பெண்களா?''

''இரண்டுமேதான். பெண் பெரியவள், பையன் சின்னவன்.''

''தாய்க்கு என்ன வயது இருக்கும்?''

''ஐம்பதுக்கும் மேலே இருக்கலாம்.''

''பெண்ணுக்கு?''

மேனேஜர் தலையைச் சொறிந்துகொண்டார். ''நான் சரியாகப் பார்க்கவில்லை. அதிகமாகப் போனால் இருபத்தைந்து இருக்கலாம்.''

"கல்யாணம் ஆகவில்லையா?''

இந்த முறை அவர் காதைச் சொறிந்தார். "தெரியாது சார்.''

"ஆண்பிள்ளை?''

"நொண்டிப் பையன் சார். கட்டிலைவிட்டு எழுந்திருக்க முடியாது அவனால்.''

"பின்னே அங்குள்ள யாருடன் நான் பேசுவது? நீங்களே போய் அவர்களிடம் அந்த வீட்டை விற்று விட்டால் இந்தப் பக்கம் தெருவுக்குப் பக்கத்தில் இருக்கும் நம் இடத்தைத் தருகிறோம் என்று சொல்லுங்கள்.''

மேனேஜர் ஆர்வத்துடன் புறப்பட்டார்.

"இதோ பாருங்கள்.'' மாதவன் பின்னாலிருந்து கூப்பிட்டான். "அந்த இடத்தில் சின்ன வீடு ஒன்றைக் கட்டித் தரும் பொறுப்பைக் கூட நாமே ஏற்றுக் கொள்கிறோம் என்று சொல்லுங்கள்'' என்றான்.

"சரி.'' அடுத்த நிமிஷமே அங்கிருந்து மின்னல் வேகத்தில் மறைந்தார்.

பத்து நிமிடங்கள் கழித்துத் தள்ளாடிக் கொண்டே திரும்பி வந்தார்.

மாதவன் என்ன என்பதுபோல் பார்த்தான்.

"பிரயோஜனம் இல்லை சார். அவர்கள் விற்க மாட்டார்களாம்.''

"ஏனாம்? கொஞ்சம் அதிகமாகத் தருவதாக ஆசைக் காட்டவில்லையா?''

"அந்தக் காரியத்தை எப்பொழுதோ பண்ணியாச்சு.''

"ஒப்புக்கொள்ளாவிட்டால் அந்த வீட்டு வழியாக பெரிய கால்வாய் ஒன்றை வெட்டி நதியிலிருந்து நீர் வரவழைத்துக் கொள்ள ஏற்பாடு செய்யப் போகிறோம் என்று பயமுறுத்துவதுதானே?'' என்றான் மாதவன் கோபமாக. தான் எண்ணிய காரியம் நடக்காவிட்டால் அவனுக்குக் கோபம் வந்துவிடும். எப்படியாவது அதை சாதிக்கும் வரை அவனுக்கு உறக்கமே வராது.

"யாரை பயமுறுத்த முடியும் சொல்லுங்க? வீட்டில் இருக்கிறவர்களோ பெண் பிள்ளைகள். அவங்க எதற்கும் பிடி கொடுத்துப் பதில் சொல்ல மாட்டேங்கிறாங்க.

"பெண்கள் என்றால் இன்னும் சுலபம்." மாதவனின் கண்கள் கபடமாகச் சிரித்தன.

"அவர்களைப் பார்த்தால் அப்படி மசியக்கூடியவர்களாகத் தெரியவில்லை." முணுமுணுத்தார் மேனேஜர்.

"சரி. நானே பார்த்துக் கொள்கிறேன்."

இந்த விஷயத்தைத் தானே சுயமாக சமாளிப்பது என்று முடிவு செய்தான் மாதவன்.

மறுநாள் நதிக்கரையை நோக்கிப் போய்விட்டுத் திரும்பி வரும்போது தோளில் ஈரத் துணிகளுடனும், இடுப்பில் குடத்துடனும் ஒரு பெண்மணி எதிர்ப்பட்டாள். அவள் யாரென்று சுலபமாக அவன் ஊகித்துவிட்டான்.

"உங்கள் வீட்டுக் கொல்லையில் கிணறு எதுவும் இல்லையா?" அறிமுகத்தை வளர்த்துக் கொள்வதற்காக மென்மையான குரலில் கேட்டான்.

"இல்லை." என்று அந்தப் பேச்சுக்கு முற்றுப்புள்ளி வைத்தாற்போல் சொல்லிவிட்டு அவள் மளமளவென்று போய்விட்டாள்.

9

பிறகு தொடர்ந்தாற்போல் இரண்டு நாட்கள் நதிக்கரையில் அவளுக்காகக் காத்திருந்து பார்த்தான். ஆனால் அவள் கண்ணில் படவில்லை.

கடைசியில் துணிந்து தானே அவர்கள் வீட்டிற்குப் போனான். வராண்டாவில் திரைக்குப் பின்னால் நின்று கொண்டு மெதுவாகக் கைகளைத் தட்டினான்.

பதிலுக்கு உள்ளேயிருந்து "யாரது?" என்று குழந்தைத்தனம் இன்னும் மாறாத ஒரு ஆண் குரல் கேட்டது.

''கொஞ்சம் வெளியே வர்றீங்களா?'' மாதவனுக்கு உள்ளே போகலாமோ கூடாதோ என்று தெரியவில்லை.

''நீங்களே உள்ளே வாங்க.''

உள்ளிருந்து அழைப்பு வந்ததால் ஒரு வினாடி தயங்கிவிட்டு திரையை விலக்கிக்கொண்டு உள்ளே நுழைந்தான். விசாலமான அறையில் பழங்காலத்துக் கம்பிகள் கொண்ட ஜன்னலுக்கு அருகில் கட்டில்மீது படுத்திருந்த சிறுவன், தான் படித்துக் கொண்டிருந்த புத்தகத்தைப் பக்கத்தில் வைத்துவிட்டு பொருள் பொதிய அவனைப் பார்த்தான்.

அவனுக்கு அதிகமாகப் போனால் பதினாலு அல்லது பதினைந்து வயதிருக்கலாம். ஆனால் ஒல்லியாக இருந்ததால் வயது அவ்வளவு என்று கூட மதிப்பிட முடியவில்லை.

''என் பெயர் மாதவன். நான்..''

வார்த்தையை இன்னும் அவன் முடிக்கக்கூட இல்லை, சிறுவன் மலர்ந்த முகத்துடன் ''அந்தப் பேய் வீட்டின் யஜமானர்தானே. வாங்க வாங்க. உங்களைப் பற்றி சாமிக்கண்ணு தினமும் சொல்லிக்கொண்டே இருக்கான்'' என்று நிறுத்திவிட்டுத் தொலைவில் இருந்த ஸ்டூலை விரலால் சுட்டிகாட்டி ''அதைக் கொஞ்சம் கொண்டு வந்து இங்கே போட்டுக்கறீங்களா? என்னால் கட்டிலை விட்டு எழுந்துகொள்ள முடியாது'' என்றான். அவனது இறுதி வார்த்தைகளில் லேசாக வருத்தம் தோய்ந்திருந்தது.

மாதவன் ஸ்டூலை எடுக்கப் போனான்.

''நீங்க ரொம்ப நல்லவர். என்னால் கட்டிலை விட்டு நகர முடியாதுன்னு தெரிந்து என்னைப் பார்க்க வந்திருக்கீங்க இல்லையா?''

மாதவன் திகைத்துவிட்டான். ஆனாலும் அவனை ஏமாற்றத்திற்கு ஆளாக்கக்கூடாது என்பதற்காக ஆமாம் என்று தலையை அசைத்தான்.

''இப்படி என் அருகில் போட்டுக் கொள்ளுங்கள் ஸ்டூலை.''

ஜன்னலுக்கு அருகாமையில் தன் கட்டிலுக்குப் பக்கத்திலிருந்த இடத்தைக் காட்டினான் அந்தச் சிறுவன். மாதவன் ஸ்டூலை கொண்டு வந்து அந்த இடத்தில் போட்டுக்கொண்டு உட்கார்ந்தான்.

"நீங்கள் நான் ஊகித்தாற்போலவே இருக்கீங்க. ஆனால் நீங்கள் இதுபோல் மாநிறமாக இருப்பீங்கன்னு நான் நினைக்கவில்லை. சிவப்பாக இருப்பீங்கன்னு நினைத்திருந்தேன்."

மாதவன் வீட்டைக் கண்களால் துழாவினான். பக்கத்தில் ஒரு அறை இருந்தது. உள்ளே சமையலறைக்குள் இன்னொரு கதவு தென்பட்டது. அதற்குத் திரைச்சீலை இல்லை.

"அப்பாடா... கொஞ்சம் படித்தவங்களைப் பார்த்து எவ்வளவு நாளாச்சு?" மாதவனைக் கண்குளிரப் பார்த்துக்கொண்டே அவன் சொன்னான்.

"இந்த வீட்டுக்குப் பெரியவர்கள் யாரு?" மேலும் தாமதிக்காமல் நேராக விஷயத்திற்கு வந்துவிட்டான்.

"நான்தான். என்ன வேண்டும் உங்களுக்கு?" பெருமையாக வந்தது பதிலும் அதைத் தொடர்ந்து கேள்வியும்.

மாதவன் வியப்புடன் பார்த்தான்.

"வீட்டுக்குப் பெரியவங்க என்றால் வீட்டில் இருக்கும் ஆண்பிள்ளைதானே? என்னைத் தவிர இந்த வீட்டில் வேறு ஆண்பிள்ளை கிடையாது." கட்டிலை விட்டு எழுந்திருக்க முடியாவிட்டாலும் இந்தப் பெரிய மனிதனின் தோரணையில் கம்பீரத்திற்குக் குறைச்சல் இல்லை.

மாதவன் மௌனம் வகித்தான். அந்தச் சிறுவனைப் பார்த்ததுமே அவன் எண்ணமெல்லாம் தலைகீழாகிவிட்டது.

"அவ்வப்பொழுது ரேடியோ சத்தம் கேட்கிறதே, உங்கள் விட்டிலிருந்துதானா?" கேட்டான் திரும்பவும்.

ஆம் என்று தலையை அசைத்தான் மாதவன்.

"நான் அப்பொழுதே நினைத்தேன். இல்லாவிட்டால் வேறு எங்கிருந்து கேட்கும்? இந்த ஊரில் இருக்கிற பட்டிக்காடுகளுக்கு ரேடியோன்னு ஒண்ணு இருக்கிறது கூடத் தெரிந்திருக்காது."

"நீங்க இந்த ஊர் இல்லையா?" ஆர்வம் தாங்காமல் கேட்டான்.

"எங்கள் ஊரா? இது எப்படி எங்க ஊராகும்? நீங்க என்னைச் சரியாகப் பாருங்க, நான் இந்த ஊர்க்காரனைப் போலவா இருக்கிறேன்?"

மாதவன் இல்லை என்பது போல் தலையாட்டினான்.

''பின்னே ஏன் கேட்கிறீங்க? எங்க அப்பா நவாபிடம் அதிகாரியாக வேலை பார்த்து வந்தார். ஜமீன்தார் ஹோதாவில் வளர்ந்த குடும்பம் எங்களுடையது. அஃப்கோர்ஸ், சொன்னால் நம்ப மாட்டீங்கன்னு வையுங்க.''

மாதவனால் உண்மையாகவே நம்ப முடியவில்லை.

''ரஜாக்கர் இயக்கத்தில் எங்க அப்பாவைச் சுட்டுக் கொன்றுவிட்டார்கள். அப்பா இருந்தபோது ரொம்ப வசதி யாகத்தான் இருந்தோம். அவர் போய் அந்த ரகளையெல்லாம் ஓய்ந்ததுமே கடன்காரர்கள் சூழ்ந்துகொண்டு, கடைசியில் வீட்டில் உள்ள மேஜை நாற்காலிகளைக் கூட விட்டு வைக்காமல் எல்லாவற்றையும் எடுத்துக் கொண்டு போய்விட்டார்கள். சிறகொடிந்த பறவைகளாய் புயலில் சிக்கிக்கொண்டோம். நானும் எங்க அக்காவும் மட்டும் எஞ்சி நின்றோம்.'' அவன் குரலில் வேதனை இழையோடியது.

''தற்சமயம் இந்த வீட்டைத் தவிர வேறெதுவும் உங்களிடம் இல்லையா?''

''ஊஹூம். அப்படிப் பார்த்தால் இந்த வீடுகூட எங்களுடையது இல்லை. எங்கள் வேலைக்காரனுடையது. அவ்வப்பொழுது எங்க அப்பா அவனுக்கு நிறையப் பணம் தருவார். அந்தப் பணத்தைக் கொண்டு வாங்கியது இது. ஆனால் ஒரு தடவை கொடுத்து விட்டதைத் திருப்பி வாங்கிக் கொள்வது அழகா என்ன? ஆனால் என்ன செய்வது? நானோ இப்படிக் கட்டிலை விட்டு எழுந்திருக்க முடியாதவனாகிவிட்டேன்.''

''என்னவாச்சு? ஏதாவது ஆக்ஸிடென்ட் நடந்ததா?''

அந்தச் சிறுவனின் முகத்தைப் பார்க்கும்போது மாதவனுக்கு சொல்லொண்ணாத இரக்கம் ஏற்பட்டது.

''இல்லை. ரஜாக்கர் இயக்கத்தில் எங்க அப்பாவையும், வேலைக்காரனையும் சுட்ட போது பயந்துபோய் சுவர் ஏறி குதிக்கப் போய் பிடி தவறிக் கீழே விழுந்துவிட்டேன். முதுகுத்தண்டில் எங்கேயோ எலும்பு முறிந்து போய்விட்டது.''

இடையில் வந்த ஊனம் எவ்வளவு பயங்கரமானது என்று மாதவன் அறிவான். அதனால்தான் ''டாக்டர்கள் யாரிடமும் காட்டவில்லையா?'' என்று கேட்டான்.

''காட்டாமலா? எங்க அக்கா உடம்பில் இருந்த கொஞ்சநஞ்ச தங்கம்கூட எனக்காகவே செலவாகிவிட்டது. பிரயோஜனம்தான்

இல்லை. வறுமை எங்களைப் பிடித்துக்கொண்டு விட்டது. சிலசமயம் தோன்றும், இந்த மாதிரி நடைப்பிணமாக வாழ்வதைக் காட்டிலும்..." தொண்டை அடைத்ததால் அவன் அத்தோடு தன் பேச்சை நிறுத்திக் கொண்டு விட்டான்.

பாவம்! எவ்வளவு வேதனைமயமான சம்பவம்! அவனைப் பார்த்தால் வாழ்க்கை மீது நிறைய எதிர்பார்ப்புகளை வைத்துக் கொண்டு, ஒன்றும் செய்ய வழியில்லாமல் ஒரு மூலையில் முடங்கிக் கிடக்க வேண்டியிருக்கிறதே என்று வருந்துவது போல் தோன்றியது. மாதவனுக்கு அந்தக் குறுகிய அறிமுகத்திலேயே அந்தச் சிறுவனிடம் இனம் புரியாத அபிமானம் ஏற்பட்டது. தன்னால் முடிந்த உதவியை இந்தச் சிறுவனுக்குச் செய்தே ஆகவேண்டும்.

"உங்க அக்கா படிக்கவில்லையா?" மாதவன் கேட்டான்.

"படிக்காமலா? எங்க அக்காவைப் போன்ற புத்திசாலி நூற்றுக்கு ஒருத்தர் கூட இருக்க மாட்டார்கள்." கண்கள் அகல விரிய பதிலளித்தான் சிறுவன்.

"படிப்புக்கும் புத்திசாலித்தனத்திற்கும் ரொம்ப வித்தியாசம் இருக்குப்பா."

"உண்மைதான். எங்க அக்கா பி.ஏ. பாஸ் செய்திருக்கிறாள்."

மாதவனின் கண்கள் வியப்பால் விரிந்தன. "பி.ஏ.பாஸ் செய்திருக்கிறாளா? அப்படி என்றால் ஏதாவது வேலை பார்க்கலாம் இல்லையா?" என்றான்.

"செய்யலாம். ஆனால் விருப்பம் இல்லை. பார்க்கப் போனால் பட்டணத்தைக் கண்டாலே எங்களுக்குப் பிடிக்கவில்லை." ஏனோ தெரியவில்லை. அவன் முகத்தில் திரும்பவும் வேதனை குடி கொண்டது.

"ஏன்? பிடிக்காவிட்டால் வேறு ஊருக்குப் போகலாம் இல்லையா?"

சட்டென்று ஏதோ சொல்ல வாயைத் திறந்த சிறுவன் சந்தேகத்துடன் அவனைப் பார்த்துக் கொண்டே "நீங்க பலே ஆள்தான். என் வாயால் எங்க வீட்டு ரகசியத்தையெல்லாம் கேட்டுத் தெரிந்து கொள்றீங்களே?" என்றான்.

"அடடா! அதெல்லாம் ஒன்றுமில்லை. ஆனாலும் இதெல்லாம் ஒரு ரகசியமா என்ன? எல்லோருக்கும் தெரிந்த விஷயம்தானே?

நான் புது ஆள் என்பதால் எனக்குத் தெரியவில்லை. அவ்வளவுதானே?'' என்றான் சமாளிப்பது போல்.

சிறுவன் ஆமாம் என்பது போல் தலையை அசைத்தான். ஆனால் திரும்பவும் வாயைத் திறக்கவில்லை. உரையாடல் திடீரென்று நின்றுவிட்டது. சற்று நேரம் கழித்து மாதவன் போய்விட்டு வருவதாகச் சொல்லிவிட்டு எழுந்துகொண்டான்.

அவன் புறப்படத் திரும்பியபோது, பின்னாலிருந்து ''நீங்க தவறாக நினைக்காமல் இருந்தால் உங்கள் ரேடியோவை இன்னும் கொஞ்சம் சத்தமாக வைக்க முடியுமா? எனக்கு பாட்டு என்றால் உயிர்'' என்றான் சங்கோஜத்தோடு.

''கட்டாயம். ஆனால் அது ரேடியோ இல்லை. டிரான்ஸிஸ்டர். வேண்டுமானால் நாளைக்குக் கொண்டு வந்து தருகிறேன்.''

''நிஜமாகவா?'' என்றான் முகம் மலர. பிறகு ''நீங்கள் திரும்பிப் போகும் போது ஜாக்கிரதையாக எடுத்துக் கொண்டு போயிடுங்கள். ஒரு முறை பார்த்துவிட்டுத் தந்துவிடுகிறேன்'' என்றான் ஆர்வத்துடன்.

''சரி'' என்று போகத் திரும்பியவன் ''அதுசரி, உன் பெயர் என்ன? நான் இன்னும் அதைத் தெரிந்துகொள்ளவே இல்லையே?'' என்றான்.

''வாசுதேவன். அக்கா எல்லோரும் வாசு என்று அழைப்பார்கள். நீங்களும் அப்படியே கூப்பிடலாம். எனக்கு ஆட்சேபணையில்லை'' என்றான் உற்சாகத்துடன்.

மாதவன் வாசலைத் தாண்டும் போது பின்னாலிருந்து ''நாளைக்கு வர மறந்து போய்விட மாட்டீர்களே?'' என்ற குரல் கேட்டது.

மறக்க மாட்டேன் என்பதுபோல் தலையை அசைத்துவிட்டு வந்துவிட்டான்.

வீட்டிற்குத் திரும்பி வந்த பிறகுதான் அவனுக்குப் போன காரியத்தைத் தான் மறந்து போய்விட்டது அவனுக்கு நினைவுக்கு வந்தது. மறுநாள் அந்தக் காரியத்தை முடித்துக் கொள்ள முடிவு செய்தான்.

10

மறுநாள் சரியாக அதே நேரத்திற்குப் போய் டிரான்ஸிஸ்டரைத் தந்துவிட்டு அதை எப்படி உபயோகிப்பது என்று சொல்லித் தந்தான். வாசு ரொம்ப புத்திசாலி. ஒரு முறை சொல்லிக் கொடுத்ததுமே புரிந்து கொண்டுவிட்டான். திரும்பவும் உரையாடலில் காலம் கழிந்தது.

வாசுவுக்குப் புத்தகங்கள் என்றாலும், விளையாட்டு என்றாலும் உயிர். சினிமா என்றால் கேட்கவே வேண்டாம். பள்ளியில் படித்துக் கொண்டிருந்த போது எல்லாவற்றிலும் முதலாவதாக வருவான்.

அந்த நாட்களைப் பற்றிச் சொல்லத் தொடங்கியபோது அவன் கண்களில் கிர்ரென்று நீர் சுழன்றது. எத்தனையோ நாட்களாக அடக்கி வைத்துக் கொண்டிருந்த வேதனையை மாதவன் துருவிக் கேட்காத போதும் வெளியே சொல்லத் தொடங்கி விட்டான்.

"வீட்டில் யாரும் இல்லை போலிருக்கே?" பேச்சை மாற்ற விரும்பிக் கேட்டான். அவன் வந்து ரொம்ப நேரமாகியும் எந்த சத்தமும் கேட்கவில்லை.

"யார் இருப்பார்கள்? ஆயா தண்ணீர் எடுத்துக் கொண்டு வரப் போயிருப்பாள்."

"ஆயாவா?"

"ஆமாம், ஏன்? அவளை என் அம்மான்னு நினைத்து விட்டீங்களா? எல்லோரும் அப்படித்தான் நினைக்கி றாங்க. அப்படி நினைத்துக் கொள்ளணும் என்ற

எண்ணம்தான் எங்களுக்கும். பெற்ற தாயைவிட அதிகம் பாசமுள்ளவள் எங்கள் ஆயா. சொந்தத் தாயை நாங்கள் பார்த்தது கூட இல்லை. அக்கா என்றால் ஆயாவுக்கு உயிர். என்னையும்விட.''

மாதவன் அவன் சொல்வதைப் பேசாமல் கேட்டுக் கொண்டிருந்தான்.

''அக்கா நிலத்தைப் பார்வையிடப் போயிருப்பாள்.''

''நிலத்தைப் பார்வையிடவா?'' வாசு பேசிய ஒவ்வொரு வார்த்தையும் துப்பாக்கிக் குண்டாக வெடித்துக் கொண்டிருந்தது.

''ஆமாம். நிலம் என்றால் ஏதோ பெரிய சாகுபடி என்று நினைக்காதீங்க. காய்கறித் தோட்டம். எங்கள் சந்தியா அவற்றைப் பட்டிணத்திற்கு அனுப்பி விற்று வருகிறாள்.''

மாதவன் வியப்புடன் கேட்டுக் கொண்டிருந்தான்.

''யாரிடமிருந்தாவது வெறுமே பெற்றுக் கொண்டால்தான் தவறு. திருடினால் குற்றம். அநியாயமாக சம்பாதித்தால் பாவம். பணம் சம்பாதிப்பதற்காக நம் குணத்தை இழந்தால்தான் நாம் வெட்கப் படணுமே தவிர உழைத்துப் பிழைப்பதால் யாருக்குமே தலை வணங்கத் தேவையில்லை என்பாள் எங்க அக்கா.''

அக்காவைப் பற்றிப் பேசும்போது வாசுவின் கண்கள் பெருமையுடன் பளிச்சிட்டதை மாதவன் கவனிக்கத் தவற வில்லை.

''ஆனால் வேலைக்குப் போகலாம் இல்லையா?''

பேச்சு மறுபடியும் நேற்றைய இடத்திலேயே வந்து நின்றது.

''போகலாம்தான். எங்கள் நிலைமை மோசமாகிவிட்ட பிறகு அக்கா இரண்டு மூன்று இடங்களில் வேலை பார்த்தாள். ஆனால் ஆபீசில் அவளைத் தானுண்டு தன் வேலையுண்டு என்று இருக்க விடாமல் அனாவசியமான அவள் விஷயங்களில் எல்லாம் தலை யிட்டு வந்தார்கள். மேலதிகாரிகள் எல்லை மீறி நடந்து கொண்டார்கள்.

எங்கள் அக்காவுக்கு ஏற்கனவே மென்மை யான சுபாவம். அந்தத் தொல்லைகளை எல்லாம் அவளால் தாங்கிக்கொள்ள முடியவில்லை. வேறு வழியில்லாமல் வேலை பார்க்க வேண்டிய தலையெழுத்தை நினைத்து இரவுகளில் அக்கா அழுதுகொண்டே இருப்பாள். அக்கா வருத்தப்பட்டால் ஆயாவால் தாங்க முடியாது. அருகில் இழுத்து

அணைத்துக்கொண்டு வேலைக்குப் போகாவிட்டாலும் நம்மால் வாழ முடியும் என்று தைரியம் சொல்லுவாள். கடைசியில் ஆயாவின் வற்புறுத்தலின் பெயரில்தான் இந்த ஊருக்கு வந்தோம். இந்த காய்கறித் தோட்டம், இந்த வியாபாரம் எல்லாமே ஆயாவின் யோசனைதான். உழைப்பு ஒன்றுதான் தவிர அன்றிலிருந்து எங்களுக்கு குடும்பம் நிம்மதியாக எந்தப் பிரச்னையுமில்லாமல் கழிந்து கொண்டிருக்கிறது.''

வாசுவின் மூலம் இந்தக் கதைகளை எல்லாம் கேட்ட மாதவன் ரொம்ப நேரம் அப்படியே உட்கார்ந்திருந்தான். பிறகு போய் வருவதாகச் சொல்லி எழுந்தான். அதற்குள் ஆயா தோளில் ஈரத் துணிகளோடும், இடுப்பில் குடத்தோடும் உள்ளே வந்தாள். மாதவன் அவளைப் பார்த்ததும் நின்றுவிட்டான்.

''ஆயா... நேற்று நான் சொன்னேனே. அவர்தான். அந்த பேய் பங்களாவை கடவுளின் இருப்பிடமாக மாற்றி அமைத்திருப்பவர். பெயர் மாதவன்.'' வாசு உற்சாகமாக அறிமுகம் செய்து வைத்தான்.

மாதவன் நட்புடன் சிரித்தான்.

ஆயா பதில் எதுவும் சொல்லாமல், பார்த்தும் பார்க்காததுபோல் அங்கிருந்து விடுவிடென்று உள்ளே போய்விட்டாள்.

''டரான்ஸிஸ்டரை எடுத்துக்கொண்டு போகவில்லையா?'' பின்னாலிருந்து வாசுவின் குரல் கேட்டது.

''வேண்டாம். நீயே வைத்துக்கொள். நாளைக்கு வாங்கிக்கொள்கிறேன்.'' மாதவன் வெளியே வந்துவிட்டான்.

வாசுவிடமிருந்து வெளியே வந்த மாதவனுக்கு அதற்குள் வீட்டிற்குத் திரும்பிப் போகவேண்டும் என்று தோன்றவில்லை. காலாற நதிக்கரைப் பக்கமாகப் போனான்.

அவன் இந்த ஊருக்கு வந்ததுமே அவன் மனதைக் கவர்ந்த இடங்களில் ஒன்று அந்த நதிக்கரை. அந்த இடமெல்லாம் புதர்கள் மண்டிக் கிடந்தன. அந்தப் புதர்களை காட்டுக் கொடிகள் பிணைத்திருந்தன.

அமைதியான அந்தச் சூழ்நிலையில் பறவைகளின் சத்தமும் காற்றின் சீற்றமும் தவிர வேறெந்த சத்தமும் இருக்கவில்லை.

மாலை நேரத்தில் அந்த இடத்தில் ஒற்றையாக இருந்த ஒரு மரத்தில் சாய்ந்து உட்கார்ந்துகொண்டு நதிக்கரையில் அஸ்தமித்துக்

கொண்டிருந்த சூரியனையும், அது பரப்பிய ஒளிச் சிதறல்களையும், தண்ணீரில் தெரியும் பிம்பத்தையும் பார்த்துக் கொண்டே இருப்பது அவனுக்குப் பழக்கமாகி விட்டிருந்தது.

ரொம்ப நாட்களுக்குப் பிறகு இன்றுதான் அவன் மனம் அமைதியாக இருந்தது. சந்தோஷமாக இருந்த இந்த நேரத்தில் பேன்ட் ஜேபியில் கைகளை விட்டுக்கொண்டு தலை குனிந்தவாறு அப்படியே அவன் நடக்கத் தொடங்கினான்.

எவ்வளவு தூரம் நடந்திருப்பானோ அவனுக்கே தெரியாது. திரும்பத் திரும்ப வாசுவின் வார்த்தைகளே அவன் நினைவிற்கு வந்துகொண்டிருந்தன.

எவ்வளவு வித்தியாசமான குடும்பம்! கௌரவமான குடும்பத்தில் பிறந்துவிட்டு, கொஞ்சம் படித்தப் பெண்ணாக இருந்தும் இது போல் உலகத்தை விட்டு வெகு தொலைவிற்கு வந்து விட்டாற்போல் இந்த மூலைக்கு வந்து வசிக்க வேண்டிய தலையெழுத்து ஏனோ அவர்களுக்கு?

வாசு எதையோ சரியாகச் சொல்ல மாட்டேனென்கிறான். இதற்குப் பின்னால் ஏதோ பலமான காரணம் இருக்கிறது.

மாதவனுக்கு ஏனோ அந்தப் பெண்ணை நேரில் காண வேண்டும் என்று தோன்றியது. சந்தியா... எவ்வளவு அழகான பெயர்!

தலை குனிந்தபடி ஏதோ நினைப்பில் நடந்துகொண்டிருந்தவனுக்கு வித்தியாசமான ஏதோ ஒரு சத்தம் கேட்டது. அது என்னவென்று தெரிந்துகொள்ள நிமிர்ந்து பார்க்கப் போனான்.

அதற்குள் எதிரேயிருந்து வேகமாக ஓடிவந்த ஒரு நபர் மாதவனின் மேல் மோதிக் கொண்டதும், அந்த நபர் மாதவனைப் பிடித்து ஒரு பக்கமாக தள்ளியதும், அந்த மோதலால் இருவரும் சேர்ந்து கீழே விழுந்ததும் நொடியில் நிகழ்ந்து முடிந்துவிட்டன.

பார்த்துக் கொண்டிருந்தபோதே கூர்மையான கொம்புகள் கொண்ட மாடு ஒன்று புஸ் புஸ் என்று சீறிக் கொண்டே அந்தப் பக்கமாக ஓடிப் போயிற்று.

அந்த நபர் தன்மேல் வந்து மோதி தன்னைப் பிடித்து ஒரு பக்கமாக இழுத்திருக்காவிட்டால் அந்த மாடு வந்து தன்னைக் குத்தும் வரையில் அவனுக்குத் தெரிந்தேயிருக்காது. அவனுக்குப் பகீரென்றது.

சட்டென்று தன் மேல் வந்து மோதியது யார் என்று பார்த்தான். ஒரு வினாடி உலகமே நின்று விட்டதுபோலிருந்தது அவனுக்கு. காற்று கூட அந்த சமயத்தில் ஸ்தம்பித்துவிட்டது.

அவன் மார்பின் மீது குறுக்கே விழுந்து சட்டையை இரு கைகளாலும் பலமாகப் பிடித்துக் கொண்டு பயத்தால் அவனுக்கு நெருக்கமாக ஒண்டிக்கொண்டே, இன்னும் கண்களை மூடிக் கொண்டிருந்த அந்த நபர் ஒரு பெண்.

மாதவன் கண்களை இமைக்காமல் அவளைப் பார்த்துக்கொண்டே இருந்தான். இருவருள் முதலில் தேறிக் கொண்டது அந்தப் பெண்தான்.

எழுந்து சரியாக உட்கார்ந்து ஆடைகளைத் தட்டிக்கொண்டாள் அவள். எதிர்பாராமல் நடந்து விட்ட இந்த சம்பவத்தால் வெட்கத்தால் நிமிர்ந்து பார்க்கவும் முடியாமல் அவள் தலை குனிந்தவாறு இருந்தாள்.

மாதவன் அவளைக் கூர்ந்து பார்த்தான். அகன்ற முகம், திருத்தியமைத்தாற் போன்ற மூக்கு, இளமையால் பூரித்திருந்த உடல் வாகு.

''சாரி'' லேசாக முணுமுணுத்தாள் அந்தப் பெண்.

மாதவன் திடுக்கிட்டு அவளைப் பார்த்தான்.

''நீங்கள்... நீங்கள் வாசுவின் அக்காவா?''

அவள் சட்டென்று நிமிர்ந்தாள். அவள் மேல் உதட்டின் மேல் இருந்த மச்சம் பளிச்சென்று தெரிந்தது. மாதவனின் இதயத்தின் லயம் தப்பியது. அதே மீன்விழிகள். அதே முகம். எத்தனை வருடங்களுக்குப் பிறகு பார்த்தாலும் அவனால் அடையாளம் கண்டுகொள்ளக்கூடிய முகம் அது.

''நீங்கள்... நீங்கள்..'' மாதவனுக்கு வார்த்தைகள் தடுமாறின.

அந்தப் பெண் கண்ணிமைக்காமல் அவனைப் பார்த்தாள். உலகமே நின்று விட்டதுபோலிருந்தது அவர்கள் இருவருக்கும். ஆனாலும் நிமிடங்கள் ஓடிக் கொண்டிருந்தன.

மாதவனின் இதழ்களில் மெல்ல முறுவல் தவழ்ந்தது.

ஒரு வினாடி பயந்தவாறு பார்த்த அந்தப் பெண்ணின் முகம் உடனே வெளிறிப் போய்விட்டது.

அவள்தான் எவ்வளவு மாறிப் போய்விட்டாள்? இப்பொழுது அவள் எவ்வளவு உயரமாக இருக்கிறாள்? நினைத்துக் கொண்டான் அவன்.

''நீ ... நீயா?'' கோபம், அருவருப்பு அவமானம் எல்லாம் ஒன்று சேரத் திணறிக் கொண்டிருந்தவளின் இதழ்கள் லேசாக அசைந்தன.

''இதுவரையில் வாழ்க்கையில் என்றுமே.......ஆமாம், நான்தான், என்று சொல்லிக்கொள்வதற்கு நான் வெட்கப்பட்டதில்லை. ஆனால் இன்றைக்கு இந்த நிமிஷத்தில் மட்டும் உண்மையிலேயே வெட்கப்படுகிறேன்.'' அவனுக்கே தெரியாமல் அவன் குரல் வித்தியாசமாக ஒலித்தது.

கொஞ்ச நேரம் குருவிகளின் கலகல சத்தத்தையும், காற்றின் சீற்றத்தையும் தவிர வேறெந்த ஓசையும் கேட்கவில்லை மாதவனுக்கு. உலகம் அப்படியே நின்றுவிட்டாற் போலிருந்தது.

''இவ்வளவு நாட்களுக்குப் பிறகு திரும்பவும் நாம் இப்படிச் சந்திக்க நேர்ந்தது எத்தனை ஆச்சரியம்?'' என்றான்.

''எத்தனை துரதிர்ஷ்டம்!'' கடுமையாக, கூரிய அம்பாக வந்தது பதில் அவளிடமிருந்து.

சிரித்தான் அவன். அந்தப் பெண் அதைப் பார்க்கவில்லையே தவிர, பார்த்திருந்தால் பெண்களின் இதயத்தில் ஆயிரம் நிலவுகளைச் சொரிந்து, கோடி இனிய கதவுகளைத் திறக்கச் செய்யும் அழகான முறுவல் அது.

''உங்களை நான் அவமானப்படுத்தியது உண்மைதான். ஆனால் சண்டையைத் தொடங்கியது நீங்கள்தான்னு மறந்துவிட வேண்டாம். இதோ! கொஞ்சம் நிமிர்ந்து பார்த்தால் தெரியும், அந்த அடையாளம் நிரந்தரமாக என் முகத்தில் வடுவாகத் தென்படுவதைக் காணலாம்.'' கன்னத்தில் வடு இருந்த இடத்தைச் சுட்டிக் காட்டினான்.

''ஹ¬ம்.'' உதடுகளும், மூக்கும் ரோஷத்தால் அதிர்ந்தன அவளுக்கு.

''நீங்கள் இன்னும் அதிகமாக என்னைத் தண்டிக்க நினைத்தால் இன்னும் அதற்கு அவகாசம் இருக்கிறது. அந்த துரோகி இதோ உங்களுக்கு எதிரேயே இருக்கிறான்.''

கீழே பார்த்துக் கொண்டிருந்த அவள் சரேலென்று நிமிர்ந்தாள். கூரிய அந்தப் பார்வையில் அளவுக்கு மீறிய வெறுப்பும், கடுமையும்

வெளிப்படையாகத் தென்பட்ட போதிலும் ஏனோ மாதவனுக்கு அந்த முகத்தை இரு கைகளாலும் அப்படியே அள்ளிக் கொள்ள வேண்டும் போலிருந்தது. இந்தப் பெண் வாசுவின் அக்காவா? சந்தியா என்பது இந்தப் பெண்தானா? அவன் மனம் இன்னும் வியப்பிலிருந்து மீளமுடியாமல் தவித்துக் கொண்டிருந்தது.

"நேற்று... நேற்று வாசுவிடம் வந்துவிட்டுப் போனது..."

"நான்தான்."

"எதற்காக? இன்னும் எதை நாசம் செய்வதற்காக?" இந்த முறை அந்தக் குரலில் தடுமாற்றமோ வெறுப்போ இல்லை.

மாதவன் திகைப்படைந்து பின் வாங்கினாற்போல் பார்த்தான்.

பார்த்துக் கொண்டிருக்கும் போதே அந்தப் பெண்ணின் விழிகள் குளமாகிவிட்டன.

"என் தலையில் இன்னும் என்ன எழுதி வைத்திருக்கிறது? நான் என்ன பாவம் செய்தேன்?"

என்று சொல்லிக்கொண்டே கைகளால் முகத்தைப் பொத்திக் கொண்டு விசும்பி விசும்பி அழத் தொடங்கினாள்.

ஒரு வினாடி வாயடைத்துப் போய் நின்றுவிட்ட மாதவனுக்கு உடனே அந்தப் பெண்ணைத் தொட்டு சமாதானப்படுத்த வேண்டும் என்றும், "என்னால் எந்தத் தீங்கும் நேராது. பயப்படாதே" என்று தேற்ற வேண்டும் போலவும் இருந்தது.

கடந்த காலத்தில் எதிர்பாராமல் மிருகத்தனமாகத் தான் நடந்து கொண்டுவிட்ட அந்தச் சம்பவத்தால் பிற்பாடு அவன் எவ்வளவு வேதனைப்பட்டான் என்றும், நரகத்தை அனுபவித்து வந்தான் என்றும் அவளிடம் விவரித்துச் சொல்ல வேண்டும் போலிருந்தது.

ஆனால் அவனால் எதுவும் செய்ய முடியவில்லை. காரணம் சற்று முன்னால் அந்தப் பெண்ணின் கண்களில் அவனைப் பார்த்ததுமே தென்பட்ட வெறுப்பால் அவனுக்கு அவளை நெருங் கத் துணிச்சல் இல்லாமல் போய்விட்டதுதான். அவன் உள்மனம் அந்தக் குறுகிய நேரத்திற்குள் அவள் தன்னை எவ்வளவு தூரம் அணுவணுவாக வெறுத்துக் கொண்டிருக்கிறாள் என்பதைப் புரிந்துகொண்டு விட்டது. அதனால்தான் மாதவன் என்ன செய்வது என்று புரியாமல் சிலையாக நின்றுவிட்டான்.

கொஞ்சம் நேரம் கழித்து அந்தப் பெண் தன் அழுகையை அடக்கிக் கொண்டு இது கனவா நினைவா என்பது போல் சுற்றும் முற்றும் பார்த்தாள்.

மாதவன் கைகளைப் பின்னால் கட்டிக்கொண்டு இன்னும் அப்படியே சிலையாக நின்று கொண்டிருந்தான். சந்தியா எழுந்து கொண்டு இரண்டு அடிகள் எடுத்து வைத்தவள், சட்டென்று பின்னாலிருந்து பேய் பிசாசு ஏதோ துரத்திக் கொண்டு வருவதுபோல் ஓட்டமாக ஓடிவிட்டாள்.

மாதவன் ரொம்ப நேரம் அதே இடத்தில் சலனமில்லாமல் அப்படியே நின்றுகொண்டிருந்தான். அவன் பார்வை தொலைவிலிருந்த நதியின் மீது, அதன் பின்னணியில் பரவியிருந்த சந்தியா வெளிச்சத்தின் மீது நிலைத்திருந்தது. அவனுக்கு மூளை குழம்பிவிட்டாற் போலிருந்தது. அந்தப் பெண்ணை இந்த விதமாக சந்திக்க நேர்ந்தது எத்தனை வேடிக்கையான சம்பவம்?

ஆனால் இதற்கு முன்னால் எப்பொழுது அவளைப் பற்றி நினைவுக்கு வந்தாலும் மகாராணியைப் போல் அளவற்ற ஐஸ்வரியத்துடன் அவள் மிடுக்காக எல்லோரையும் அதிகாரம் செய்து கொண்டு சுகமாக இருப்பது போல் அவன் கண்முன் ஒரு உருவம் நிழலாடும். ஆனால் பொருளாதார நிலைமை இவ்வளவு தாழ்ந்துப் போய், கடைசியில் சாப்பாட்டுக்காக அவள் காய்கறி வியாபாரம் செய்து கொண்டிருப்பாள் என்று கனவிலும் அவன் எண்ணியிருக்கவில்லை.

அரைமணி நேரத்திற்கு முன்னால் அவனுக்கு ஏற்பட்டிருந்த மன அமைதி இப்போது முற்றிலும் காணாமல் போய்விட்டது. களைப்புடன் அவன் வீட்டிற்கு வந்து சேர்ந்தபோது வீட்டிற்கு முன்னால் இரண்டு கார்கள் நின்று கொண்டிருந்தன. வீடு முழுவதும் ஒரே சந்தடியாக இருந்தது.

11

படியேறி வந்து கொண்டிருந்த மாதவனை நோக்கி ஜோதி ஓட்டமாக ஓடிவந்தாள்.

"பலே ஆள்தான் நீங்க. சொல்லாவிட்டால் எங்களால் கண்டு பிடித்து விட முடியாதுன்னு நினைப்பா? இப்போ எப்படிக் கண்டுபிடித்து விட்டோம், பாருங்கள்" என்றாள் கலகலவென்று சிரித்துக் கொண்டே.

ஜோதி உடுத்தியிருந்த ஆடை ரொம்ப மெல்லியதாக உடலை ஊடுருவிக் காட்டும்படியாக இருந்தது. அவள் தனியாக வரவில்லை. பிக்னிக் என்ற பெயரில் பத்துப் பேர் புடைசூழ வந்திருந்தாள். அவர்களின் சிரிப்புச் சத்தத்தாலும், ஆர்ப்பாட்டத்தாலும் வீடே அதிர்ந்து போய்க் கொண்டிருந்தது.

துரையின் வீட்டிற்கு இரண்டு கார் நிறைய உறவினர்கள் வந்திருக்கிறார்கள் என்றும், அவர்களில் நிறையப்பேர் பெண்கள்தான் என்றும், அவர்கள் ரொம்பவும் நாகரீகமாக இருக்கிறார்கள் என்றும், ஆண்களுக்கு சரிசமமாக உட்கார்ந்து அரட்டை அடிக்கிறார்கள் என்றும் இரவோடு இரவாக ஊர் முழுவதும் செய்தி பரவிவிட்டது.

சிலர் காய்கறிகளைக் கொண்டு வந்து தரும் சாக்கிலும், வேறு சிலர் தயிர் கொண்டு வந்து தரும் சாக்கிலும், இன்னும் சிலர் "இன்னும் ஏதாவது வேண்டுமா?" என்று கேட்டுக் கொண்டும் அடிக்கடி வந்து பார்த்துவிட்டுப் போனார்கள். அப்படி

வந்தவர்கள் மறுநாள் கதை கதையாகப் பேசிக் கொண்டார்கள் என்று ஜோதிக்கோ மாதவனுக்கோ தெரியாது.

மறுநாள் ஞாயிற்றுக் கிழமையாக இருந்ததால் வந்தவர்கள் எல்லோரும் அங்கேயே தங்கிவிட்டார்கள். மாதவன் அவர்களோடு சுற்றிக்கொண்டும், பேசிக்கொண்டும் இருந்தாலும் அவன் மனம் மட்டும் வாசுவின் வீட்டையே சுற்றிச் சுற்றி வந்து கொண் டிருந்தது.

"இந்தப் பெண்களைப் பார்த்து சந்தியா என்ன நினைத்துக் கொள்வாள்? எப்படியாவது பொருளாதார ரீதியில் மிகவும் தாழ்ந்து போய்விட்ட சந்தியாவுக்குக் கைக் கொடுத்து உயர்த்த வேண்டும் என்று அவன் மனம் அப்பொழுதே முடிவு செய்துவிட்டது. ஆனால் அந்தப் பார்வை, அவள் நடத்தை நினைவிற்கு வந்துவிட்டால் போதும், அது அத்தனை சுலபம் இல்லை என்ற பயம் அவனுக்கு ஏற்படும்.

அன்று இரவு கழிந்து விட்டால், மறுநாள் காலையில் வந்தவர்கள் எல்லோரும் கிளம்பி விடுவார்கள். அவர்கள் போனதுமே வாசுவிடம் போகலாம். டிரான்ஸிஸ்டரை அங்கே விட்டுவிட்டு வந்தது ஒரு விதத்தில் நல்லதாகிவிட்டது. அவர்கள் எப்பொழுது கிளம்புவார்கள் என்று நேரத்தைக் கணக்கிட்டுக் கொண்டு வேறு யோசனையுடன் நின்று கொண்டிருந்த மாதவனிடம் வந்தாள் ஜோதி.

"என்ன மாதவன்? ஏன் என்னவோபோல் இருக்கீங்க? உடம்பு சரியாக இல்லையா?"

"எப்படி இருக்கிறேன்? நன்றாகத்தானே இருக்கிறேன்." சிரிப்பை வரவழைத்துக் கொண்டே சொன்னான்.

"வந்தது முதல் பார்க்கிறேன். மனம் விட்டுப் பேச மாட்டேங்கிறீங்க. இவர்களை எல்லாம் அழைத்துக் கொண்டு வந்தேன் என்று கோபம் வந்துவிட்டதா?"

"இல்லை ஜோதி இல்லை. நீ நேற்று வராமல் இருந்திருந்தால் எனக்குப் பைத்தியம் பிடித்திருக்கும்." இருளை வெறித்துப் பார்த்துக் கொண்டே மனப்பூர்வமாகத்தான் சொன்னான் மாதவன்.

ஜோதியின் கண்களில் சந்தோஷம் கலந்த பெருமை எட்டிப் பார்த்தது.

"இங்கே இந்த குக்கிராமத்திற்கு வந்து உங்களைச் சுற்றி சமாதியைக் கட்டிக் கொள்வானேன்? அங்கே வந்து எங்கள் எல்லோருடனும் இருக்கக் கூடாதா?"

"எங்கே இருப்பது? இது ஒன்றுதானே எனக்கென்று இருக்கும் ஒரே வீடு."

"ரொம்பப் புதுசா சொல்ல வந்துட்டீங்க. என் வாயால் சொல்லணும் என்றா?" ஜோதி செல்லமாகச் சிணுங்கினாள்.

அதற்குள் வேறு யாரோ அங்கு வந்ததால் உரையாடல் அத்தோடு நின்றுவிட்டது.

ஜோதியும் மற்றவர்களும் கிளம்பிப் போய்விட்டார்கள். உடனே வாசுவிடம் போவதற்காக உடைகளை மாற்றிக் கொண்டு தயாரானான். ஆனால் அவனால் நகரவும் முடியவில்லை. வாசுவுக்கு இதற்குள் அவன் யார் என்று தெரிந்து விட்டிருந்தால்? சந்தியா சொல்லியிருப்பாளா? ஒருக்கால் சொன்னாலும் சரி, சொல்லாமல் இருந்தாலும் சரி, அவனிடம் பேசக்கூடாது என்று உத்தரவிட்டிருந்தால்?

தயக்கம் ஒரு பக்கம் போகவிடாமல் இழுத்தது. அதைவிட பலமான சக்தி ஏதோ ஒன்று போகச் சொல்லி அவனை முன்னுக்குத் தள்ளியது. இந்த இரண்டிற்குமிடையே சிக்குண்டு போராடிக் கொண்டிருந்த மாதவன் கடைசியில் அன்றைக்கும் போகவில்லை.

இரவு முழுவதும் யோசித்துப் பார்த்துவிட்டு ஒரு முடிவிற்கு வந்தான். மறுநாள் காலையில் வாசுவின் வீட்டிற்குப் புறப்படப் போனபொழுது வேலைக்காரன் ட்ரான்ஸிஸ்டரைக் கொண்டு வந்து அவனிடம் கொடுத்தான். அத்துடன் கூட ஒரு சின்னக் கடிதமும் இருந்தது. வாசு எழுதியிருந்தான் அதை.

"அக்கா ஏனோ கோபமாக இருக்கிறாள். ட்ரான்ஸிஸ்டரை அனுப்பிவிட்டதற்குத் தவறாக நினைக்க வேண்டாம். எங்கள் வீட்டில் அக்கா சொன்னதுதான் வேதவாக்கு. நான் மிகவும் துரதிர்ஷ்டசாலி. எழுந்து நடக்க முடியாத துர்பாக்கியசாலி. இல்லாவிட்டால் நேராக வந்து நன்றி தெரிவித்துவிட்டுத் தந்திருப்பேன். எனக்கு உங்களை மிகவும் பிடிக்கும். அதை மறந்துவிடாதீங்க. அக்காவின் மனதை நோகடிக்க முடியாத என் பலவீனத்தை மன்னித்துவிடுங்கள்....வாசு."

மாதவன் மனதில் எழுந்த ஊகம் சரியாகிவிட்டது. அதனால்தான் அவனுக்கு அவ்வளவாக ஆச்சரியம் ஏற்படவில்லை.

அவள் வீட்டிற்குத் திரும்பியதுமே தம்பியின் கையிலிருந்த ட்ரான்ஸிஸ்டர் யாருடையது என்று தெரிந்து கொண்டு உடனே திருப்பி அனுப்பிவிட உத்தரவிட்டிருப்பாள். அந்தச் சமயத்தில் வாசுவின் முகம் எப்படி இருந்திருக்கும் என்று அவனால் சுலபமாகவே ஊகிக்க முடிந்தது.

ஆனால் மனதில் நேற்றைய தினத்திலிருந்து சந்தியாவை இன்னொரு தடவை பார்க்க வேண்டும் என்று ஏற்பட்ட ஆசையை அவனால் அடக்க முடியவில்லை. ஆனால் அந்த ஆசையை நிறைவேற்றுகிற வழிதான் அவனுக்குத் தெரிய வில்லை.

சந்தியா டிரான்ஸிஸ்டரைத் திருப்பி அனுப்பிவிட்டு படீரென்று அந்த வீட்டுக் கதவைச் சாத்திவிட்டாள். இந்த நிராசை என்ற காரிருளில் வாசு மட்டும் மினுக் மினுக்கென்று எரிந்து கொண்டிருந்தான்.

வாசுவுக்கு அவனைப் பிடித்துப் போய்விட்டது. அதில் சந்தேகம் இல்லை. முயற்சி செய்தால் அவனால் வாசுவைச் சந்திப்பது கஷ்டமான விஷயமாக இல்லாமல் இருக்கலாம்.

அதனால் துணிந்து டிரான்ஸிஸ்டரை எடுத்துக் கொண்டு தானே அங்கே போனான். கட்டிலில் முகத்தைத் தூக்கி வைத்துக் கொண்டு படுத்திருந்த வாசு மாதவனைப் பார்த்ததுமே முகம் மலர்ந்தான்.

சட்டென்று எழுந்து உட்கார்ந்துகொண்டு ''நீங்கள் எவ்வளவு நல்லவர்! இனி ஜென்மத்தில் உங்களைப் பார்க்க மாட்டேனோ என்று நினைத்தேன்'' என்றான்.

''வாசு! ட்ரான்ஸிஸ்டரை நீ திருப்பி அனுப்பி வைத்ததற்கான காரணத்தை நான் தெரிந்துகொள்ளலாமா?''

வாசுவின் முகம் வாடிவிட்டது. ''எனக்குத் தெரியாது. அக்கா அந்த மாதிரி வேற்று மனிதர்களிடம் எதையும் வாங்கிக் கொள்ளக் கூடாது. திருப்பி அனுப்பி வைத்துவிடு என்று சொல்லி விட்டாள்.''

''பிறக்கும் போதே எல்லோரும் நெருக்கமானவர்களாக இருப் பார்களா?''

வாசு மௌனம் சாதித்தான்.

"சொல்லு வாசு! நான் முன்பின் தெரியாதவன்தானே? அல்லது இதற்கு வேறு ஏதாவது காரணம் உண்டா?'' சந்தியா தம்பியிடம் வேறு எந்தக் காரணத்தையாவது சொல்லியிருப்பாளோ என்று தெரிந்துகொள்ளத் துடித்தான் அவன்.

"எனக்குத் தெரியாது. யாரிடமிருந்தும் எதையும் வாங்கிக் கொள்ளக் கூடாது என்று மட்டும்தான் சொன்னாள். அவ்வளவுதான். அதான் நான் வாங்கிக்கொள்ளவில்லை.''

"அது உண்மைதான். யாரிடமிருந்தும் கையேந்தி எதையும் பெற்றுக்கொள்ளக் கூடாது என்ற உங்க அக்காவின் கொள்கையை நானும் புரிந்துகொள்கிறேன். அதை மதிக்கவும் செய்கிறேன்.

ஆனால் எல்லோர் விஷயத்திற்கும் அது பொருந்தாது. உன்னிடமிருந்து நான் எதையாவது எதிர்பார்த்து சுயநலத்தோடு இதைத் தந்திருந்தால் நீ வாங்கிக்கொள்ளக் கூடாதுதான்.

ஆனால் எனக்கு அந்த மாதிரியான எண்ணமே இல்லை. உன்னைப் பார்த்து இரக்கப்பட்டுத்தான் தந்தேன். என்னிடம் இல்லாத கெட்ட எண்ணத்தை என்னிடம் இருப்பதாக அவள் எண்ணிக்கொண்டதை நினைத்தால்தான் வருத்தமாக இருக்கிறது. அதைச் சொல்லி விட்டுப் போகத்தான் வந்தேன். வருகிறேன்.''

மாதவன் போவதற்கு இரண்டடிகள் எடுத்து வைத்ததுமே வாசு சட்டென்று கையை நீட்டி அவன் கரத்தை அழுத்தமாகப் பிடித்துக்கொண்டு "நில்லுங்கள். என் பேச்சைக் கேளுங்கள்'' என்றான் பதற்றத்துடன்.

"நடந்தது போதும் வாசு. நான் இனித் தவறிப் போய்க்கூட இந்த வீட்டு ஜோலிக்கே வரமாட்டேன். எனக்கு இப்போ புரிகிறது. நான் இந்தச் சாக்கில் அடிக்கடி உங்க வீட்டுக்கு வருவேன் என்று உங்க அக்காவுக்குப் பயம் போலிருக்கு.'' தான் பேசியது வாசுவின் பிஞ்சு மனதில் எப்படிப்பட்ட முத்திரையைப் பதிப்பிக்கும் என்று ஊகிக்காமல் போகவில்லை அவன்.

"ப்ளீஸ்... என் பேச்சைக் கேளுங்கள்'' என்றான் வாசு தீனமாக.

மாதவன் திரும்பி என்னவென்பது போல் பார்த்தான்.

வாசுவின் கண்களில் ஈரம் பளபளத்தது. "எங்கள் அக்காவுக்குப் பிடித்தாலும் சரி, பிடிக்காவிட்டாலும் சரி, உங்களை எனக்குப்

பிடித்திருக்கிறது. நீங்க எனக்குத் தேவை. நாமிருவரும் நண்பர்கள். சரிதானே?''

மாதவனைப் பார்த்தபோதே வாசுவுக்குத் தனக்குப் பெரிய பக்கபலம் கிடைத்து விட்டாற்போலிருந்தது. இந்தக் கிராமத்தில் படிப்பறிவு இல்லாத கும்பலுக்கிடையே அவன் தெய்வத்தைப் போல் கைகொடுத்து வந்தான். தன்னோடு நன்றாகப் பேசுகிறான். எல்லாவற்றைக் காட்டிலும் தன்பால் அன்பு இருப்பதால் ட்ரான்ஸிஸ்டரைகூடக் கொடுத்துவிட்டுப் போயிருக்கிறான். மாதவனோடு உட்கார்ந்து பேசிக் கொண்டிருந்தால் வேறொரு உலகத்தில் சஞ்சரிப்பது போல் இருந்தது.

எது எப்படியிருந்தாலும், அக்காவுக்குக் கோபம் வந்தாலும் சரி, மாதவனின் சிநேகத்தை விடக்கூடாது என்று முடிவு செய்தான் வாசு. அக்காவின் பேச்சை மீறுகிறோமோ என்ற தயக்கம் ஏற்பட்டாலும் வாசுவின் மனதின் சுயநலம்தான் வென்றது இறுதியில்.

''என்னால் உங்கள் வீட்டில் பிரச்னை ஏற்படுவது எனக்குப் பிடிக்கவில்லை வாசு.'' இதை மாதவன் மனப்பூர்வமாகத்தான் சொன்னான். தான் செய்து கொண்டிருக்கும் இந்தக் காரியத்தால் சந்தியா வருத்தப்பட நேர்ந்தால் அவனால் தாங்கிக் கொள்ள முடியாது.

''அக்காவுக்கு நான் நயமாக எடுத்துச் சொல்கிறேன். அக்காவின் பயம் என்னவென்று எனக்குத் தெரியும். ஆண்கள் எல்லோருமே கெட்டவர்கள் என்றும், ஏமாற்றுப் பேர்வழிகள் என்றும் அக்கா பயப்படுகிறாள். ஆண்களில் உங்களைப் போன்ற நல்லவர்களும் இருக்கிறார்கள் என்று அக்காவுக்குத் தெரியாது. உங்களுக்கு என்ன கவலை? நீங்கள் பாட்டுக்கு வந்து போய்க் கொண்டிருங்கள். அக்காவே சுயமாக உங்கள் நல்ல குணத்தைப் புரிந்துகொள்ளாமல் போனால் என் பெயர் வாசு இல்லை'' என்றான் சவால் விடுவது போல்.

12

"அவர்கள் அந்த வீட்டை விற்க சம்மதித்து விட்டார்கள்." மேனேஜர் ஓடிவந்து சந்தோஷமாகச் சொன்னார்.

"எந்த வீடு?" அலட்சியமாகக் கேட்டான் மாதவன், பார்த்துக் கொண்டிருந்த பேப்பரிலிருந்து பார்வையைத் திருப்பாமலேயே.

"எந்த வீடாவது? நாம் இவ்வளவு நாளாக முயற்சி செய்து வந்தோமே அந்த வீடு." வியப்புடன் பார்த்தார் மேனேஜர்.

"அந்த ஓட்டுவீடுதானே?"

"ஆமாம் சார். காலையில் எனக்குத் தகவல் அனுப்பினார்கள். நாம் எந்த விலை கொடுத்தாலும் சரி, கொடுத்துவிடுவதாக சொன்னார்கள்."

"நான் அதை வாங்கப் போவதில்லை. அந்த எண்ணத்தை கைவிட்டுவிட்டேன்."

"உண்மையாகவா?"

"உண்மையாகத்தான். நேற்றே உன்னிடம் சொல்ல நினைத்திருந்தேன். உன் வேலை இங்கே முடிந்து விட்டது போலிருக்கு. நாளைக்கு நீ பட்டணத்திற்குப் புறப்படலாம்." நிதானமான அதே சமயத்தில் திடமான குரலில் சொன்னான் மாதவன்.

"சார்... அந்த வீடு.."

"அதான் சொல்லிவிட்டேனே?" மாதவன் எழுந்து உள்ளே போய்விட்டான். மேனேஜர் வாயைப்

பிளந்தபடி அவன் போவதையே பார்த்துக் கொண்டிருந்தார். எந்த விஷயத்திலும் பிடிவாதமாக தான் நினைத்தது நடக்கும் வரை பின் வாங்காதவன் மாதவன். இப்பொழுது இந்த வீட்டு விஷயத்தில் இத்தனை முயற்சி செய்துவிட்டு பிறகு வேண்டாம் என்று அவன் சொல்வானேன் என்று மேனேஜருக்கு மண்டையே வெடித்துவிடும் போலிருந்தது.

வாசுவுடன் மாதவனின் அறிமுகம் நாளுக்கு நாள் வளர்ந்து கொண்டிருந்தது. வாசுவுடன் தன் பந்தத்தை மேலும் கெட்டியாகப் பிணைத்துக் கொண்டால் தவிர சந்தியாவைத் தன்னால் நெருங்க முடியாது.

மாதவன் வருவது எந்தக் காரணத்தினாலேயாவது அரை நிமிடம் தாமதமானாலும் வாசுவால் தாங்கிக் கொள்ளமுடியாது. அவன் ஏன் வரவில்லை? அதன் காரணம் என்னவாக இருக்கும் என்று தவித்து விடுவான். அவன் மனம் முழுவதும் மாதவனின் உருவத்தாலும், நல்ல பேச்சாலும் நிரம்பியிருந்தது.

இவற்றுக்குப் பின்னால் அவனை வேதனைப்படுத்திக் கொண்டிருந்த விஷயம் ஒன்று இல்லாமல் போகவில்லை. எத்தனை விதமாக சொன்னாலும், சந்தியாவுக்கு மாதவனின் நல்லதனத்தின் மீது நம்பிக்கை வரவில்லை. அவன் பெயரைக் கேட்டாலே போதும் சந்தியாவின் கண்களில் வெறுப்பு தென்படும்.

குரல் கடினமாக மாறிவிடும். வரவர வாசுவுக்கு அக்காவின் புத்திசாலித்தனத்தின் மீது நம்பிக்கை போய்விட்டது. சக மனிதர்களிடம் இருக்கும் நல்ல குணத்தைக் கண்டுகொள்ள முடியாமல் போன பிறகு அவள் எவ்வளவு படித்தால்தான் என்ன?

மாதவன் வாசுவுக்காகக் கொடுக்கும் பொருட்களின் எண்ணிக்கை நாளுக்கு நாள் அதிகமாகிக் கொண்டே இருந்தது. அது முதல் முதலில் சாக்லேட்ஸ, பிஸ்கெட்ஸ், புத்தகங்கள் மட்டுமேயாக இருந்தது. போகப் போக ஹார்லிக்ஸ், பிரெட், பழங்கள் என்று நீண்டுகொண்டே போயிற்று. சந்தியா இவற்றை விரலால் கூடத் தொடமாட்டாள் என்றும், விஷமாகப் பாவிப்பாள் என்றும் வாசு வுக்குத் தெரியாது.

தொடக்கத்தில் பட்டுக் கொள்ளாமல் இருந்த ஆயாவும் நாளடைவில் மாதவனிடம் பிரியம் காட்டத் தொடங்கினாள்.

வாய்விட்டுப் பேசவும் செய்தாள். வாசுவுக்குக் கொடுக்கும் போது அவனுக்கும் காபி டிபன் என்று கொடுத்து உபசரித்துக் கொண்டிருந்தாள். இத்தனை நாளாக வீட்டுக்கு வந்து கொண்டிருந்தாலும் ஒரு தடவைகூட சந்தியாவின் பக்கம் திரும்பிப் பார்க்கவோ, பேசவோ முயற்சி செய்யாத மாதவனின் குணம் அவனுக்கு ரொம்பவும் பிடித்திருந்தது. ஆனால் அவன் மனம் முழுவதும் சந்தியாதான் நிரம்பியிருக்கிறாள் என்றும், அவளுக்காகத்தான் இந்த வீட்டுக்கு அவன் வந்து கொண்டிருக் கிறான் என்றும், ரொம்ப கவனமாக அந்த விஷயத்தை மனதின் ஒரு மூலையில் அவன் பூட்டி வைத்திருக்கிறான் என்றும் ஆயா ஊகித்திருக்கவில்லை.

ஒருநாள் மாதவன் பேசிக் கொண்டிருந்தபோது வாசு பெருமூச்சு விட்டுக்கொண்டே "வெளியுலகத்தைப் பார்த்து எவ்வளவு நாட்களாகிவிட்டன? இனி இந்த ஜென்மத்தில் இப்படிப் பார்ப்பேன் என்ற நம்பிக்கைகூட எனக்கு இல்லை. இந்த வாழ்க்கை இந்த அறைக்குள் கட்டில்மீது இப்படியே கழிந்து போக வேண்டியதுதான் போலும்" என்றான் வேதனையுடன்.

மாதவனின் மனதில் திடீரென்று ஒரு எண்ணம் வந்தது. உடனே அதைச் சொல்லவும் செய்தான். "வாசு! உன்னால் சாய்ந்து உட்கார்ந்துகொள்ள முடியும் இல்லையா?" என்று கேட்டான்.

உட்கார முடியும் என்பதுபோல் தலையை அசைத்தான் வாசு.

"அடுத்த முறை நான் பட்டிணத்திற்குப் போனால் சக்கர நாற்காலிக்கு ஆர்டர் கொடுத்து விட்டு வருகிறேன். அது வந்து விட்டால் உன்னை அதில் உட்கார வைத்து மாலை வேளைகளில் நதியின் கரைக்கு காற்று வாங்க அழைத்துப் போகிறேன்."

வாசுவின் கண்கள் சந்தோஷத்தால் மின்னின. மாதவனின் கையைப் பற்றிக்கொண்டு அதில் முகத்தைப் புதைத்துக் கொண்டான். "உண்மையில் நீங்க ரொம்ப நல்லவர். மறுபடியும் வாழ்க்கையின் மீது எனக்கு ஆசையைத் துளிர்க்கச் செய்யறீங்க" என்றான்.

மாதவன் மௌனமாக வாசுவின் தலையைத் தடவிக் கொடுத்துக் கொண்டிருந்தான். சந்தியாவை நெருங்க வேண்டும் என்ற விருப்பத்துடன் அதற்காக வாசுவைத் தனக்கு ஆதரவாக அவன் மாற்றிக்கொண்டது உண்மைதான். ஆனால் நாட்கள் செல்ல செல்ல,

இருவருக்கும் நடுவில் அறிமுகம் வளர வளர வாசு தனிப்பட்ட முறையில் மாதவனின் மனதில் தனி இடம் பெற்றுவிட்டான். வாழ்க்கையிடம் எத்தனையோ எதிர்பார்ப்புகளை, கோரிக்கைகளை வைத்திருந்த, உடல் ஊனமுற்ற அந்தப் பையனிடம் அவனுக்கு அபிமானம் ஏற்படத் தொடங்கியது.

மறுநாள் பட்டிணத்திற்குப் போகும் முன் வாசுவிடம் சொல்லிவிட்டுப் போவதற்காக வந்தான். வாசலை நெருங்கும்போது உள்ளே சத்தமாகப் பேச்சுக் குரல்கள் கேட்டதால் அவன் வராண்டாவிலேயே நின்றுவிட்டான்.

''நான் வேண்டாத காரியம் என்ன செய்துவிட்டேன்?

அவர் எவ்வளவு நல்லவர் தெரியுமா அக்கா? எனக்காக இரக்கப்பட்டுத்தான் இதெல்லாம் செய்கிறார் என்று சொன்னால் ஏன் கேட்டுக் கொள்ள மாட்டேங்கிறாய்? உன்னைப் பொருட்படுத்தாமல் உன்னிடம் அலட்சியமாக இருக்கிறார் என்று உனக்கு ஆத்திரம்?'' வாசு அழுது கொண்டே பெரிதாகக் கத்தினான்.

''மூடுவாயை. மேலும் பேசினாய் என்றால் பல்லைத் தட்டிவிடுவேன் ஜாக்கிரதை. புத்தியில்லாத கழுதை..... என்ன பேசுகிறோம் என்று தெரிந்துதான் பேசுகிறாயா?'' கோபமாகக் கத்தினாள் சந்தியா.

''தெரியும். தெரிந்துதான் பேசுகிறேன். அவர் மீது உனக்கு ஏன் இந்த வெறுப்பு?''

''அது உனக்குத் தேவையில்லை.''

''தேவை. காரணமில்லாமல் நல்லவர்களை வெறுப்பதற்காக நீ வெட்கப்படணும்.''

''மூடு வாயை.''

''அப்பப்பா... சந்தியா..'' ஆயா அலுத்துக் கொண்டாள்.

''பாரும்மா, எப்படிப் பேசுகிறான்னு. இதற்கு முன்பு என்றாவது அவன் இப்படிப் பேசியிருக்கிறானா? நான் இப்போது இந்த மாதிரி வேற்று மனுஷியாகிவிட்டேன். இல்லாவிட்டால்...'' கடைசி வார்த்தைகளை அழுகை விழுங்கிவிட்டது.

ஒரு வினாடி நிசப்தம். சந்தியா அழுதுகொண்டிருக்கும் சத்தம் கேட்டது.

"அக்கா... அக்கா..." வாசு கோபத்தை மறந்துபோய் கெஞ்சிக் கொண்டிருந்தான்.

"என்னோடு பேசாதே. நான் எதுக்கு இனிமேல்?" விசும்பிக் கொண்டே முணுமுணுத்தாள்.

"அக்கா... நீ இப்படிச் சொன்னால் நான் செத்துப் போய்விட்டதற்குச் சமம். எனக்கு உன்னைத் தவிர யாருமே இல்லை. தவறு செய்துவிட்டேன். இனிமேல் இப்படிப் பேசமாட்டேன். ஆயா... அக்காவைச் சமாதானப்படுத்து." வாசு அழுகையினூடே உத்தரவிட்டான்.

"என்னம்மா இது? நீயும் சேர்ந்து இப்படிச் சின்னப் பெண்ணைப் போல் நடந்து கொள்ளலாமா? அவன்தான் சின்னப் பையன். ஏதோ தெரியாமல் அப்படிச் சொல்லிவிட்டான்" என்றாள் ஆயா.

"நான் யாருக்காக வாழணும்? அவனுக்குக்கூட நான் தேவையில்லையென்னும்போது."

"அக்கா..."

"அக்கா செத்தால்தான் உனக்குத் தெரியும்."

"அப்பப்பா... இதென்ன பேச்சு? சும்மாயிரும்மா. என் கண்ணில்லையா?" ஆயா கண்டித்தாள் மென்மையாக.

"எனக்கு உன்னைத் தவிர வேறு யாருமே தேவையில்லை. இது சத்தியம்." வாசுவும் அழத் தொடங்கினான்.

சிலையாக நின்று கொண்டிருந்த மாதவன் சந்தடி செய்யாமல் திரும்பி வந்துவிட்டான்.

"நான் யாருக்காக வாழணும்?" அந்த வார்த்தைகளிலிருந்த வேதனை அவன் இதயத்தைப் பிளந்தது. சந்தியாவின் வாழ்க்கையில் இருந்த ஒரே பற்று வாசு மட்டும்தானா? அதைத் தவிர வேறு எதுவுமே இல்லையா?

அவள் அவனை ஏன் நெருங்க விடமாட்டேன் என்கிறாள்? போகட்டும். வெறுப்பு இருந்தால் முகத்திற்கு நேராகவே அதை வெளிப்படுத்தி விடலாமே? வாசுவுக்காக இதையெல்லாம் மென்று விழுங்கிக் கொண்டிருந்தாள் போலும்.

வாசுவிடம் அவன் காட்டிக் கொண்டிருந்த இந்த ஆதரவு அவளுக்கு நரகவேதனையாக இருந்து வருகிறது என்ற உண்மை

அவனுக்கு முதல் முறையாகத் தெரியவந்தது. அவன் இதயம் இப்போது பாரமாகவிட்டது.

சந்தியாவின் நிலைமை சரியாக இருந்து, எல்லாப் பெண்களையும் போல் அவளும் இருந்திருந்தால் அவன் அவளைப் பொருட்படுத்தியிருக்க மாட்டான். ஆனால் செல்வத்தில் பிறந்து வளர்ந்துவிட்டு, சுய அபிமானத்திற்காக உழைப்பதற்குக் கூடத் தயங்காமல் இந்த உலகின் மறுமூலைக்கு வந்து வசிக்கும் சந்தியாவிடம் அவனுக்கு இரக்கத்தோடு அன்பும் ஏற்பட்டது.

பொருளாதார ரீதியாகத் தாழ்ந்து போன நிலையில் தான் செய்யும் உதவிகளை ஏற்றுக்கொள்ளாமல் அலட்சியமாக இருக்கிறாள். அழகை மிஞ்சிய சுய அபிமானம், படிப்பை மிஞ்சிய பண்பு. புத்திசாலித்தனத்திற்கு ஈடுகொடுக்கும் தனித்தன்மை, எல்லாவற்றையும் விட எந்த நிலைமையிலும் மனம் தளர்ந்து போகாமல் வாழ்க்கையுடன் போராடும் துணிச்சல். எல்லாமாக சேர்ந்து சந்தியாவிடம் இனம் தெரியாத ஈர்ப்பை அவனுக்கு ஏற்படுத்தின. எத்தனை கஷ்டமாக இருந்தாலும் சரி அவள் தனக்கு வேண்டும் என்றும், அவளைத் தன் சொந்தமாக்கிக் கொள்ள வேண்டும் என்றும் அவன் மனம் பிடிவாதம் பிடித்துக் கொண்டிருந்தது. ஆனால் அவளை ஜெயித்து தன்னுடையவளாக ஆக்கிக் கொள்வதற்கு தன்னுடன் சந்தியாவும் சில வருத்தங்களை அனுபவித்துத்தான் ஆகவேண்டும் போலும்.

தான் அங்கே போவது வாசுவுக்காக மட்டும்தான் என்பதை அவளிடம் உறுதிப்படுத்த வேண்டுமென்று அவனது உள்மனம் எவ்வளவுதான் தொந்தரவு செய்தாலும் சந்தியாவைப் பற்றிய பேச்சையே எடுக்காமல் கவனமாக இருந்தான். என்றாவது ஒருநாள் வாசுவே அவளிடம் எல்லாவற்றையும் சொல்லுவான். அதுவரையில் தான் பொறுமையாக இருந்தாக வேண்டும். அவசரப்பட்டால் காரியம் கெட்டுவிடும்.

13

மாதவன் பட்டிணத்திலிருந்து திரும்பி வரும்போது வாசுவுக்காக சக்கர நாற்காலியை வாங்கிக் கொண்டு வந்தான். அதைப் பார்த்ததுமே வாசுவின் முகம் எப்படி மலரும் என்று அவனுக்குத் தெரியும். அந்த சந்தோஷத்தை நேரடியாகப் பார்க்கணும் என்று ஆசை இருந்தாலும் அதைக் கட்டுப்படுத்திக்கொண்டான். சக்கர நாற்காலியை வேலைக்காரன் மூலமாகக் கொடுத்தனுப்பினான். வேலைக்காரன் திரும்பி வந்தபோது வாசு அவனுக்கு எழுதிய கடிதத்தைக் கொடுத்தான்.

"நீங்கள் ஏன் வரவில்லை? இந்த வண்டியில் யார் என்னைத் தூக்கி உட்கார வைப்பார்கள்? முதல் முதலாக நான்தான் உன்னை வெளியில் அழைத்துப் போவேன் என்று எனக்கு நீங்கள் கொடுத்த வாக்குறுதியை மறந்து விட்டீர்களா? உங்களால் அப்படி அழைத்துப் போக முடியாது என்றால் எனக்கு இந்த வண்டியே வேண்டாம். திருப்பி எடுத்துக்கொண்டு விடுங்கள். அக்காவின் நடவடிக்கையை நீங்கள் பொருட்படுத்த வேண்டாம்."

போன தடவையைவிட இந்த முறை கையெழுத்து சீராக இருந்தது. கடிதத்தைப் படித்துவிட்டு போவதா வேண்டாமா என்று கொஞ்ச நேரம் குழம்பிவிட்டு கடைசியில் உடைகளை மாற்றிக்கொண்டு புறப்பட்டான்.

மாதவன் போய்ச் சேர்ந்தபோது வாசு சத்தமாக அழுது கொண்டிருந்தான். சந்தியா அவன் பக்கத்தில் அமர்ந்திருந்தாள். ஆயா தலை மாட்டில் நின்று

கொண்டிருந்தாள். இருவரும் அவனை சமாதானப்படுத்துவதற்கு வீண்முயற்சி செய்து கொண்டிருந் தார்கள்.

''வாசு! என் பேச்சைக் கேட்க மாட்டாயா? என் கண்ணில்லையா?'' சந்தியா கெஞ்சுவதுபோல் சொன்னாள்.

''மாட்டேன். கேட்க மாட்டேன். நீ என்னுடைய அக்காவே இல்லை. ராட்சசி.. அவரை நீ ஏதாவது சொல்லியிருப்பாய். அதனால்தான் அவர் வரவில்லை. எனக்குத் தெரியும்.'' வாசு சந்தியாவின் கையைத் தள்ளிவிட்டான்.

மாதவனுக்கு என்ன செய்வதென்று புரியவில்லை. அப்படியே நின்றுவிட்டான். வெளியே இருந்தாலாவது அப்படியே திரும்பிவிட்டிருப்பான். இப்போது உள்ளே வந்த பிறகு அதற்கும் வாய்ப்பு இல்லை.

''ஷ்... சும்மாயிரு. அதோ அவர் வந்திருக்கிறார்'' என்றாள் ஆயா.

சந்தியா திரும்பி மாதவனைப் பார்த்ததும் விருட்டென்று எழுந்து நின்றாள். தன் பார்வையும் அவள் பார்வையும் சந்தித்துக் கொண்ட அந்த அரை வினாடியில் அவள் கண்களில் தென்பட்ட கடுமை கூர்மையான ஈட்டியைப் போல் அவன் இதயத்தில் தைத்தது. வாசு அழுகையைக் கட்டுப்படுத்த முயன்று கொண்டிருந்தான்.

''என்ன வாசு? சின்னக் குழந்தையைப் போல்...'' அருகில் வந்து அவன் பக்கத்தில் அமர்ந்துகொண்டு தலையைத் தடவிக்கொண்டே அன்புடன் சொன்னான். வாசு எதுவும் சொல்லவில்லை. ஆனால் பதில் சொல்வதுபோல் மாதவனின் கையைச் சுற்றிலும் தன் கைகளைப் போட்டு அணைத்துக் கொண்டான்.

''ஆண்பிள்ளையாக இருந்து கொண்டு இப்படி அழலாமா? ஆண்களின் மரியாதை என்ன ஆவது? எனக்கு வேறு வேலை வந்து விட்டதால் வர முடியவில்லை. அவ்வளவுதான். ஆயா! வாசுவுக்கு தலை வாரிவிடு. வெளியில் அழைத்துப் போகிறேன்'' என்றான்.

சற்று நேரத்தில் வாசு அழுகையை நிறுத்திவிட்டான். ஆயா வாசுவுக்குத் தலைவாரி, உடைகளை மாற்றிவிட்டாள்.

மாதவன் மெதுவாக வாசுவை தூக்கிச் சக்கர நாற்காலியில் உட்கார வைத்தான். ரொம்ப நாட்களுக்குப் பிறகு அசைந்ததால் வாசு வலியால் வீலென்று அலறினான்.

சந்தியா கலவரத்துடன் ஓடிவந்தாள்.

''ஒன்றும் பயமில்லை. ரொம்ப நாட்களுக்குப் பிறகு அசைந்த தால் வலித்திருக்கும். கொஞ்ச நேரத்தில் சரியாகிவிடும்.'' வாசுவின் நெற்றியில் படிந்திருந்த வியர்வையைக் கைக்குட்டையால் துடைத்துக் கொண்டே சொன்னான் மாதவன்.

''பரவாயில்லை. இதைவிட ஆயிரம் மடங்கு வலியிருந்தாலும் தாங்கிக்கொள்வேன், நீங்கள் மட்டும் பக்கத்தில் இருந்தால்.'' மாதவனின் கண்களுக்குள் பார்த்துக்கொண்டே சொன்னான் வாசு. மாதவன் சக்கர நாற்காலியைத் தள்ளிக்கொண்டே வெளியே வந்தான். பின்னால் சிலையாக வாடிய முகத்துடன் நின்று கொண்டிருந்த சந்தியாவை ஒருவருமே கவனிக்கவில்லை.

அவர்கள் முற்றிலும் கண்மறைவான பிறகு ஆயா சந்தியாவிடம் ''உண்மையில் அவர்கள் இரண்டு பேருக்கும் எந்த ஜென்மத்து பந்தமோ தெரியவில்லை. இல்லாவிட்டால்...'' என்று திரும்பிப் பார்த்தவள் அங்கே சந்தியா இரு கைகளாலும் முகத்தைப் புதைத்துக் கொண்டு விசும்பி விசும்பி அழுது கொண்டிருந்ததைப் பார்த்துத் திகைத்துப் போய்விட்டாள்.

மாதவன் சக்கர நாற்காலியை நதிக்கரைக்கு அருகில் கொண்டு வந்து நிறுத்தினான். மாலை வெயில் நேரம். நதியின் மீதிருந்து வீசிய குளிர்ந்த காற்று உடலை வருடிக் கொடுத்தது.

நிமிர்ந்து பார்த்தால் நீல வானம். அதில் கும்பல் கும்பலாகத் திரண்டு மிதந்தபடி எங்கேயோ போய்க் கொண்டிருந்த மேகங்கள். அவ்வப்பொழுது பறவைகளின் கூட்டம் அணி வகுத்தபடி பறந்து கொண்டிருந்தன.

வாசுவுக்கு இதையெல்லாம் பார்க்கும்போது சந்தோஷத்தில் பைத்தியமே பிடித்து விடும்போல் இருந்தது. எவ்வளவு நாட்களுக்குப் பிறகு அவன் வெளியுலகத்தில் அடியெடுத்து வைத்திருக்கிறான். இவ்வாறு திரும்பவும் வெளியுலகத்தில் காலடி எடுத்து வைப்போம் என்று அவன் கனவிலும் நினைத் திருக்கவில்லை.

இந்த ஊருக்கு வந்த பிறகு தனிமையைத் தாங்க முடியாமல் இரவும் பகலுமாக ஒரே மூச்சாகக் கடவுளை வேண்டிக் கொண்டதன் பலனாய் இந்த மாதவன் தன்னிடம் வந்திருக்கிறான் என்று அவனுக்குத் தோன்றியது.

இல்லாவிட்டால் முன்பின் தெரியாத தன்னிடம் அவனுக்கு இவ்வளவு ஆர்வம் ஏற்படுவானேன்?

"நீங்க தினமும் நிற்கும் இடத்தை எனக்குக் காட்டுங்கள்" என்றான் வாசு சுற்றிலும் பார்த்துக்கொண்டே.

"இப்போ நான் நிற்கும் இடம்தான்." சிகரெட்டைப் பற்ற வைத்துக் கொண்டே சொன்னான் மாதவன்.

வாசு திருப்தியாக அந்த இடத்தைப் பார்த்துக்கொண்டான். "நீங்க எவ்வளவு நல்லவர்! நீங்க இனிமேல் வரமாட்டீங்களோன்னு நினைத்தேன்" என்றான் நன்றி ததும்பும் குரலில்.

சிகரெட்டைப் பற்ற வைத்துக்கொண்ட மாதவன் தீக்குச்சியைத் தூக்கியெறிந்துவிட்டு "முதலில் வரக்கூடாதுன்னுதான் இருந்தேன். ஆனால் உன் கடிதத்தைப் பார்த்த பிறகு என்னால் வராமல் இருக்க முடியவில்லை" என்றான்.

"என் கடிதமா?" வாசு வியப்புடன் பார்த்தான்.

"ஆமாம். ஏன் கேட்கிறாய்?"

"நான் உங்களுக்குக் கடிதம் எழுதி அனுப்பினேனா?" நம்ப முடியாமல் கேட்டான்.

"பின்னே இது என்ன?" ஜேபியிலிருந்து அந்தக் கடிதத்தை எடுத்துத் தந்தான்.

அதை எடுத்துப் பார்த்ததுமே வாசுவின் முகம் வாடிவிட்டது. "இது நான் எழுதியதில்லை. அக்கா எழுதியிருக்கிறாள். ஆனால் அந்த வார்த்தைகள் எல்லாம் என்னோடவைதான்."

மாதவன் விக்கித்துப் போய்விட்டான். பார்த்துக் கொண்டிருந்த போதே வாசுவின் முகத்தில் வேதனை குடிகொண்டது. "நான் எவ்வளவு முட்டாள் என்று உங்களுக்குத் தெரியாது. பாவம்! அக்காவை எப்படி எல்லாம் பேசிவிட்டேன்? நீங்க வரவில்லை என்ற கோபத்தில் அவளை என்னவெல்லாமோ சொல்லி விட்டேன். எனக்குத் தெரியும், நான் இங்கே சந்தோஷமாக இருக்கிறேன். அவள் அங்கே வீட்டில் அழுதுகொண்டே உட்கார்ந்திருப்பாள்." வாசுவின் முகத்தில் சந்தோஷம் மறைந்து அந்த இடத்தில் கவலை குடிகொண்டது.

மாதவன் பதில் பேசவில்லை. கடிதத்தையே பார்த்தபடி உட்கார்ந்திருந்தான். இந்தக் கடிதத்தை எழுதியது சந்தியாவா?

அக்காவின் நடவடிக்கையைப் பொருட்படுத்த வேண்டாம் என்ற வார்த்தைகளை சந்தியா சுயமாக எழுதினாள் என்றால் அவனால் நம்பத்தான் முடியவில்லை.

"எங்க அக்கா ரொம்ப நல்லவள். சொன்னால் நீங்க நம்ப மாட்டீங்க. என்னை விடவும் நல்லவள்." அவசரமாக சொன்னான் வாசு.

மாதவனுக்கு அவன்மேல் இரக்கம்தான் ஏற்பட்டது. ஒரு பக்கம் வாழ்க்கையில் அவனுக்குத் தான் ஏற்படுத்திக் கொடுக்கும் அவனது ஆசையை நிறைவேற்றும் வசதிகளை அவனால் மறுக்க முடியவில்லை. இன்னொரு பக்கம் அக்காவின் மனதை நோகடிக்கவும் அவனால் முடியாது. வாசுவுக்கு இது ஒரு கடினமான பரீட்சையாக இருந்தது. ஆனால் எப்போதும்போல் நிலைமை மாதவனுக்குச் சாதகமாகவே இருந்தது.

"எங்க அக்கா தொடக்கத்தில் இப்படி இருந்ததே இல்லை. அவள் இப்படி மாறிப் போவதற்குக் காரணம் இருக்கிறது. அது தெரிந்தால் நீங்கள் என்னை விட அவள் மேல்தான் இரக்கம் காட்டுவீர்கள்."

"என்ன அது?" பதற்றத்தை அடக்கிக் கொண்டே சாதாரணமான குரலில் அவன் கேட்டான்.

வாசு தயங்கினான். அதை அவனிடம் சொல்லலாமோ கூடாதோ. அவன் மனதில் மாதவனிடம் ஏற்பட்ட மதிப்பும் அபிமானமும் சொல்லலாம் என்று அவனுக்குத் தைரியமளித்தன.

"சொல்லு வாசு! நீ என்ன சொன்னாலும் அது நம் இருவருக்கும் இடையேதான் இருக்கும். அதை முதலில் நீ தெரிந்துகொள்."

வாசுவுக்கு இப்போது கொஞ்சம் தைரியம் வந்தது. "எங்க அக்கா படிக்கும் நாட்களில் அவள் வாழ்வில் ஒரு நிகழ்ச்சி நடந்தது." வாசு அத்துடன் நிறுத்திக் கொண்டான். அவன் முகம் சிவந்துவிட்டது.

"ஊம். சொல்லு, என்ன நடந்தது?" ஆர்வத்துடன் கேட்டான்.

"ஒரு தடவை... ஒரு தடவை..."

"ஒரு தடவை?" மாதவன் இன்னொரு சிகரெட்டைப் பற்ற வைத்துக்கொண்டான்.

"அந்த நாள் இன்றைக்கும் எனக்கு நினைவில் இருக்கிறது. அக்கா அன்று இரவு ஆயாவின் மார்பில் முகத்தைப் புதைத்துக்

கொண்டு அழுது கொண்டிருந்தாள். எவ்வளவு சமாதானம் சொன்னாலும் கேட்டுக்கொள்ளவில்லை. விஷயம் என்னவென்று எனக்குப் புரியவில்லை. அக்கா, நான், ஆயா எல்லாரும் ஒரே அறையில்தான் படுத்துக் கொள்வோம். நான் விழித்துக் கொண்டிருப்பது அவர்களுக்குத் தெரியாது. ஆனால் நான் சிரத்தையாக அவர்கள் பேசுவதைக் கேட்டுக் கொண்டிருந்தேன்.''

''என்னதான் நடந்தது?'' பொறுமையின்றிக் கேட்டான் மாதவன்.

''எங்க அக்காவுக்கு என்ன நேர்ந்ததோ தெரியவில்லை. ஒரு வாரமாக அவள் கல்லூரிக்குப் போகவில்லை.

அப்பாவுக்கு இந்த விஷயம் தெரிவதைவிட தான் செத்துப் போனால் நன்றாக இருக்கும் என்று திரும்பத் திரும்ப ஆயாவிடம் அவள் சொல்லிக் கொண்டிருந்தாள். அப்படித் தெரிய வாய்ப்பு இல்லை என்றும், ஏதாவது முயற்சி செய்தால் எல்லாம் நல்லபடியாக முடிந்துவிடும் என்றும், கவலைப்படவேண்டாம் என்றும் ஆயா அவளைத் தேற்றிக் கொண்டிருந்தாள். அதற்குள் அப்பா அறைக்குள் வந்தார். அக்காவும், ஆயாவும் பேச்சை நிறுத்தி விட்டார்கள். நான் ஒற்றைக் கண்ணைத் திறந்து திருட்டுத்தனமாகப் பார்த்துக் கொண்டிருந்தேன். அப்பா அளவுகடந்த கோபத்தில் இருந்தார். அவருக்குப் பின்னால் வேலைக்காரன் தாமுவும் நின்றிருந்தான். அவன் தன் இரண்டு கைகளையும் பிசைந்தபடி நின்று கொண்டிருந்தான்.

''ஊம்.. அப்புறம்?'' மாதவன் ஆர்வத்துடன் கேட்டுக் கொண்டிருந்தான்.

''அப்பா அக்காவிடம் ''சந்தியா... டாக்டர் சொன்னது உண்மைதானா?'' என்று அதட்டுவதுபோல் கேட்டார். அக்கா பதில் சொல்லவில்லை. தலைகுனிந்தபடி நின்று கொண்டிருந்தாள்.

''சரி. நடந்தது நடந்துவிட்டது. பெண்பிள்ளைகளுக்கு சுதந்திரம் கொடுத்தது என் தவறுதான். அவன் யாரென்று சொல்லு. கல்யாணத்திற்கு ஏற்பாடு செய்கிறேன். விஷயம் வெளியில் பரவுவதற்கு முன்னால் முடித்துவிடுவது நல்லது'' என்றார்.

அக்கா அப்பொழுதும் பதில் சொல்லவில்லை.

''யாரவன்? சொல்லு, கோபாலன்தானா?'' என்றார். அக்கா இல்லை என்பது போல் தலையை அசைத்தாள். ''இல்லையா?

பின்னே யாரு?'' அக்கா பதில் பேசவே இல்லை. அறையில் பயங்கரமான நிசப்தம் நிலவியது. ''அனாவசியமாக எனக்குக் கோபம் வரவழைக்காதே. சொல்லு. என் கோபம் எப்படி இருக்கும்னு உனக்குத்தான் தெரியுமே?'' என்றார் அப்பா.

''அவன் யாரென்று எனக்குத் தெரியாது.'' அக்கா சொல்ல முடியாமல் சொன்னாள்.

''தெரியாதா?'' தூண்டுவதுபோல் கேட்டார்.

''உண்மையிலேயே தெரியாது. விஜயாவின் திருமணத்திற்குப் போய்விட்டு வரும்போது ரயிலில் நான் கதவுகளை எல்லாம் சாத்திவிட்டு ஜாக்கிரதையாகத்தான் இருந்தேன்.

ஆனால் அவன் எப்படி வந்தானோ தெரியாது. அவன்... அவன்'' மேற்கொண்டு பேச முடியாமல் அக்கா அழுதாள்.

மாதவன் திடுக்கிட்டான். அவன் கையிலிருந்த சிகரெட் நழுவிவிட்டது. நிமிர்ந்து நின்றபடி மேலே கேட்கத் தொடங்கினான்.

''முதல் வகுப்பில் பயணம் செய்வது எங்களுடைய பழக்கம். வேலைக்காரன் தாமு மூன்றாவது வகுப்பில் உட்கார்ந்திருந்தான். அக்காவின் பேச்சிலிருந்து எனக்குப் புரிந்தது என்னவென்றால் ஒரு அயோக்கியன் எங்க அக்காவை...'' வாசு சிவந்துவிட்ட முகத்துடன் பேச்சை அப்படியே நிறுத்திவிட்டான்.

''புரிந்துவிட்டது. அப்புறம்..'' ரோஷத்தாலும், கோபத்தாலும் சிவந்து விட்ட வாசுவின் முகத்தைப் பார்க்கும்போது மாதவனுக்கு எப்படியோ இருந்தது.

''ஆனால் எங்க அக்கா எவ்வளவு சொன்னபோதும் எங்க அப்பா நம்பவே இல்லை. எல்லைமீறி சுற்றியதும் அல்லாமல் பொய் சொல்லி யாரை ஏமாற்றப் பார்க்கிறாய் என்று அக்காவை அடிக்கப் போனார். தாமு குறுக்கே வந்து தடுத்து அக்கா சொன்னது உண்மைதான் என்று சொன்னான்.

அப்பா தாமுவைத் திட்டினார். அடித்தார். அன்று இரவு எங்கள் வீட்டில் நடந்த ரகளை கொஞ்ச நஞ்சமில்லை.''

வாசு மூச்சை இழுத்துத் தன்னை ஆசுவாசப்படுத்திக் கொள்வதற்காக சற்றே நிறுத்தினான். மாதவன் மூச்சை விடவும் மறந்தவனாகக் கேட்டுக் கொண்டிருந்தான்.

''அதற்குப் பிறகு எங்கள் வீட்டுச் சூழ்நிலையே மாறிவிட்டது. அப்பா சின்னச் சின்ன விஷயத்திற்கெல்லாம் கூட எல்லோர் மீதும் எரிந்து விழுந்து கொண்டிருந்தார். அக்காவுக்குக் கோபாலன் என்று ஒரு நண்பன் இருந்தான். கவிதைகள் எழுதுவான். அப்பாவுக்கு ஏனோ அவனைக் கண்டால் பிடிக்காது. அவனிடம் பேசக் கூடாது என்று அக்காவைத் திட்டுவார். அப்படிப்பட்டவர் ஒரு நாள் அவனைக் கூப்பிட்டு அனுப்பினார்.

அப்பொழுது நான் அப்பாவுக்குப் பக்கத்தில் உட்கார்ந்து விளையாடிக் கொண்டிருந்தேன். அப்பா கோபாலனைப் பார்த்ததும் எழுந்து அவனை மரியாதையாக வரவேற்று உட்காரச் சொல்லி நாற்காலியைக் காட்டினார்.

முதலில் ஓரிரு வார்த்தைகள் படிப்பைப்பற்றி விசாரித்தார். அப்பா எவ்வளவு நிதானமாகப் பேசியபோதிலும் கோபாலன் கூனிக்குறுகிக் கொண்டே பதிலளித்துக் கொண்டிருந்தான். பிறகு அப்பா என்னை அருகில் இழுத்து மடியில் உட்கார வைத்துக் கொண்டே கோபாலனிடம் ''சந்தியா உன்னைத் தவிர வேறு யாரையுமே கல்யாணம் பண்ணிக்கொள்ள மாட்டேன் என்கிறாள். உன் அபிப்பிராயம் என்ன? உனக்குச் சம்மதம்தானே?'' என்று கேட்டார்.

கோபாலன் வாயடைத்துப் போய் அவரைப் பார்த்துக் கொண்டிருந்தான். அப்பா எதையும் பொருட்படுத்தாதவர் போல் என் கேசங்களை நீவிக்கொண்டே, ''என் உடல் நிலை சரியாக இல்லை. கூடிய சீக்கிரத்தில் சந்தியாவின் கல்யாணத்தை நடத்திவிட வேண்டும் என்று நினைக்கிறேன். உங்க இரண்டு பேருக்கும் சம்மதம் என்றால் முகூர்த்தம் வைத்துவிடுகிறேன்'' என்றார்.

கோபாலனின் முகம் மலர்ந்தது. அதுவரை இருந்த பயமும் அவனுக்குப் போய்விட்டது. நாற்காலியில் நிமிர்ந்து உட்கார்ந்து கொண்டான். சந்தியா என்றால் தனக்கு உயிர் என்று ஏதேதோ கவிதை மொழியில் பேசினான்.

கோபாலனுக்கும் அக்காவுக்கும் கல்யாணம் நடக்கப் போகிறது. அதனால் நான் இந்தச் செய்தியை அக்காவிடம் உடனே சொல்ல வேண்டுமென்று சந்தோஷம் தாங்க முடியாமல் உள்ளே ஓடினேன். அறைக்குள் அக்காவும் ஆயாவும் இருந்தார்கள். நான் போய் கைக்கொட்டி ''அக்காவுக்குக் கல்யாணம்... அக்காவுக்குக் கல்யாணம்'' என்று சிரித்தேன். சந்தியா சரேலென்று என் பக்கம் திரும்பி,

'' என்ன வாசு?'' என்றாள்.

கோபாலன் வந்தான் என்றும் அப்பாவுடன் பேசிக் கொண்டிருக்கிறான் என்றும் அவனுடன் அக்காவின் கல்யாணம் நடக்கப் போகிறது என்றும் சொன்னேன்.

ஆயாவும், அக்காவும் ஒருவர் முகத்தை ஒருவர் பார்த்துக் கொண்டார்கள். அதற்குள் அப்பா அறைக்குள் வந்து அக்காவின் கல்யாணத்தைக் கோபாலனுடன் நிச்சயம் பண்ணியிருப்பதாகவும் சாஸ்திரிகளுக்கு செய்தி சொல்லி அனுப்பியிருப்பதாகவும் சொன்னார்.

அக்கா, ஆயா இருவரும் பதில் பேசவில்லை. அப்பா மறுநாளிலிருந்து சந்தியாவை எப்போதும் போல் கல்லூரிக்குப் போய் வரும்படிச் சொல்லிவிட்டு அறையை விட்டுப் போய் விட்டார்.

பார்த்தாயா? என் வார்த்தையை நீ நம்பவில்லைதானே என்பது போல் அக்காவைப் பார்த்தேன். ஆனால் அக்கா அதற்குள் ஆயாவின் மார்பில் முகத்தைப் புதைத்துக்கொண்டு விசும்பி விசும்பி அழுது கொண்டே ''இந்தக் கல்யாணம் நடக்கக்கூடாது. முடியா துன்னு சொல்லிவிடு ஆயா'' என்றாள்.

''அழாதேம்மா. அழாதே'' என்று அவள் தேற்றிக் கொண்டிருந்தாள். காரணம் எனக்குத் தெரியாது. ஆனால் அன்று இரவு முழுவதும் அக்கா அழுதுகொண்டே இருந்தாள். ஆயா அவளுக்குத் தைரியம் சொல்லிக் கொண்டிருந்தாள்.

முகூர்த்தம் வைத்துவிட்டார்கள். திருமணத்திற்கு இன்னும் ஒரு வாரம்தான் இருந்தது. ஏற்பாடுகள் எல்லாம் ஆர்ப்பாட்டமாக, அந்தஸ்துக்குத் தகுந்தாற்போல் நடந்து கொண்டிருந்தன. அக்கா கல்லூரிக்குப் போய்க் கொண்டிருந்தாள். ஆனால் அக்கா முன்னைப் போல் இல்லை. ரொம்பவும் சோர்ந்து போயிருந்தாள்.

எது எப்படி இருந்தால் என்ன. அக்காவின் கல்யாணம் நடக்கப் போகிறது. வீடு முழுவதும் ஒரே சந்தடி. என் சந்தோஷத்திற்கு எல்லையே இல்லை. அன்று ஸ்கூலில் என் கிளாஸ்மேட் ரமணாவை ''எங்க அக்காவின் கல்யாணத்திற்கு நீ கூட இரண்டு நாட்கள் லீவ் போடு. ஜாலியாக சேர்ந்து சுற்றுவோம்'' என்றேன். அதுவரையில் நாங்கள் நல்ல சினேகிதர்களாகத்தான் இருந்தோம். அவன் முகத்தைத் திருப்பிக்கொண்டு ''நான் வரமாட்டேன்'' என்றான்.

''ஏன் வரமாட்டாய்?''

''நான் மட்டுமே இல்லை. எங்கள் வீட்டிலிருந்து யாருமே உங்க அக்காவின் கல்யாணத்திற்கு வரமாட்டார்கள். உங்க அக்காவிடம் பேசக்கூடாது என்று எங்க அக்காவிடம் சத்தம் போட்டார்கள்'' என்றான்.

''ஏனாம்?''

''உங்க அக்கா நல்லவள் இல்லை.''

''ரமணா!''

''ஆமாம். உண்மைதான். உங்க அக்கா நல்லவள் இல்லை. கல்யாணம் ஆகாமலேயே உங்க அக்காவுக்கு பாப்பா பிறக்கப் போகிறது. கெட்டவர்களுக்குத்தான் அப்படிப் பிறக்கும்.''

கல்யாணம் ஆகாமலேயே குழந்தை பிறக்கலாமா கூடாதா என்று எனக்கு அப்போது தெரியாது. ஆனால் எங்க அக்காவைக் கெட்டவள் என்று ரமணா சொன்னதை என்னால் தாங்கிக்கொள்ள முடியவில்லை. அடுத்த நிமிடமே பாய்ந்து அடித்தேன். இருவருக்கும் நடுவில் கைகலப்பு ஏற்பட்டது. அவன் கண்ணுக்கு அருகில் அடிபட்டது.

எனக்கு மூக்கிலிருந்து ரத்தம் வர ஆரம்பித்தது. ஹெட்மாஸ்டர் வந்து இருவரையும் பிரித்தார். என்னை வீட்டுக்கு அனுப்பிவிட்டார். என்னுடைய நடத்தை சரியில்லை என்றும், இப்படி ரவுடியாக இன்னொரு முறை நடந்துகொண்டால் ஸ்கூலை விட்டு நீக்கவேண்டி யிருக்கும் என்றும் அப்பாவுக்கு அவர் கடிதம் அனுப்பியிருந்தார்.

அப்பா அதைப் பார்த்துவிட்டு என்னை செம்மையாக அடித்தார். தாமு குறுக்கே விழுந்து தடுத்து ஆயாவிடம் என்னை ஒப்படைத்தான். அப்பா பின்னாலிருந்து ''கழுதைக்கு ராத்திரி சாப்பாடு போடாதீங்க. நாளை முதல் ஸ்கூலுக்குப் போகாமல் வீட்டிலேயே உட்காரச் சொல்லுங்கள்'' என்றார். எப்போதும் இல்லாதவிதமாக அப்பா அப்படி எரிந்து விழுந்ததும் என்னால் அழுகையை அடக்க முடியவில்லை. அறைக்குள் வந்ததும் அக்கா என்னை அருகில் இழுத்துக் கொண்டு ''என்ன விஷயம்?'' என்று கேட்டாள்.

நான் அழுதுகொண்டே விஷயத்தைச் சொன்னேன். நான் ரமணனை அடித்த காரணத்தைத் தெரிந்துகொண்டதும் அக்காவும் ஆயாவும் ஒருவரையொருவர் பார்த்துக் கொண்டார்கள். அக்கா என்னை அணைத்துக்கொண்டு ''வாசு!'' என்று அழுதாள்.

கல்யாணத்திற்கு நான்கு நாட்கள்தான் இருந்தது. ஆனால் வீட்டில் யாருக்குமே சந்தோஷம் இல்லை. ஏதோ குடி மூழ்கிக் கொண்டிருப்பது போல் இருந்தது. கடைசியில் கோபாலனுக்கு அக்காவைப் பற்றிய விஷயம் தெரிந்துவிட்டதாம். "கல்யாணம் செய்துகொள்ள மாட்டேன். நீங்க என்னை ஏமாற்றி விட்டீங்க" என்று அடம் பிடித்தான்.

அப்பா அக்காவை அழைத்து கோபாலனைத் தனியாகச் சந்தித்து இதெல்லாம் வெறும் புரளி என்றும், நல்ல வார்த்தைகளைச் சொல்லி அவனை வசப்படுத்திக்கொள் என்றும் சொன்னார். அக்கா கோபாலனைச் சந்தித்தாள். ஆனால் அப்பா சொன்னதுபோல் செய்ய வில்லை. உண்மையை ஒப்புக்கொண்டு அதில் தன்னுடைய தவறு எதுவும் இல்லையென்றும், புரிந்துகொண்டு திருமணம் செய்து கொண்டால் வாழ்நாள் முழுவதும் அவனுக்கு நன்றியுடையவளாக இருப்பதாகவும் சொல்லியிருக்கிறாள்.

இந்த அவமானத்திலிருந்து தன்னைக் காப்பாற்றச் சொல்லி வேண்டியிருக்கிறாள். கோபாலன் அக்காவிடம் சரியென்று தலையை அசைத்துவிட்டு நேராக அப்பாவிடம் வந்து அக்கா சொன்னதை, அவனிடம் வேண்டிக்கொண்டதை எல்லாம் விவரமாகச் சொல்லிவிட்டு இந்தத் திருமணம் நடக்காது என்று திட்ட வட்டமாகச் சொல்லி விட்டுப் போய்விட்டான்.

அப்பா அதைக் கேட்டதும் கோபத்துடன் சுவற்றில் மாட்டியிருந்த சாட்டையை எடுத்துக் கொண்டு வேகமாக அக்காவின் அறைக்குள் நுழைந்தார். நான் நடுங்கிக் கொண்டே அப்பாவின் பின்னாலேயே ஓடினேன். அக்கா ஜன்னல் வழியாக வெளியே பார்த்துக் கொண்டிருந்தாள்.

"சந்தியா! கோபாலனிடம் என்ன சொன்னாய்?" என்று கேட்டார்.

திடுக்கிட்டு திரும்பிய அக்கா அப்பாவைப் பார்த்ததும் அப்படியே நின்றுவிட்டாள்.

"சொல்லு. நான் சொன்னது என்ன? நீ செய்தது என்ன?" அருகில் நெருங்கிக் கொண்டே சொன்னார்.

"அப்பா! என்னை மன்னித்து விடுங்கள். நான்..." வார்த்தைகள் முடியும் முன்பே அக்கா வீலென்று அலறினாள். அப்பாவின் கையிலிருந்த சாட்டை அக்காவின் உடல் மீது சுளீரென்று தாக்கியது. நான் கண்களை இறுக்கமாக மூடிக் கொண்டேன்.

"உன்னை நான் மன்னிக்க வேண்டுமா? என் மான மரியாதையைக் கப்பலேற்றியதற்காக உன்னை மன்னிக்க வேண்டுமா?"

நெருப்புப் போன்ற வார்த்தைகளுடன் அடிகளும் விழுந்தன. அக்கா நிற்கவும் முடியாமல் பக்கத்தில் இருந்த கட்டில் மீது சரிந்துவிட்டாள். நான் உரத்த குரலில் அழத் தொடங்கினேன். தாமுவும் ஆயாவும் ஓடிவந்தார்கள். ஆயா என்னை அருகில் இழுத்துக் கொண்டாள். தாமு அப்பாவைத் தள்ளிவிட்டு அக்காவிடம் சென்றான். அப்பா திட்டிக்கொண்டே அக்காவை மறுபடியும் அடிக்கப் போனார். தாமு குறுக்கே வந்து தடுத்தான். அப்பா கோபத்தில் தாமுவை அடித்தார். தாமு அழுதுகொண்டே "அடியுங்கள் அய்யா! உங்கள் ஆத்திரம் தீர அடியுங்க. ஆனால் சின்னம்மாவை மட்டும் ஒன்றும் செய்து விடாதீங்க" என்று கெஞ்சினான்.

ஆயா என் கையை உதறிவிட்டு, அப்பாவின் கால்களில் விழுந்து, "சந்தியா இனி உங்கள் மகள் இல்லை. இன்று முதல் எங்கள் மகள். அவள் உடம்பில் இன்னொரு அடி விழுந்தால் கூட நான் சும்மா இருக்கமாட்டேன். உங்களுக்கு விருப்பம் இல்லை, என்றால் சந்தியாவை அழைத்துக் கொண்டு எங்கள் ஊருக்குப் போய் விடுகிறோம்" என்றாள்.

அப்பா உடனே கையிலிருந்த சாட்டையை அங்கேயே போட்டுவிட்டுப் போய்விட்டார்.

ஆயா அக்காவிடம் சென்று பக்கத்தில் உட்கார்ந்துகொண்டு "சந்தியா! என் கண்ணே" என்று கூப்பிட்டபடி அவள் தலையை எடுத்து மடியில் வைத்துக் கொண்டாள். சந்தியாவின் மூக்கிலிருந்து ரத்தம் வந்து கொண்டிருந்தது. அவளுக்கு நினைவு தப்பி விட்டாற் போல் இருந்தது. தாமு ஓடிப் போய் பாத்திரத்தில் தண்ணீரையும் டவலையும் கொண்டு வந்தான். ஆயா ஈரத் துவாலையால் அக்காவின் முகத்தைத் துடைத்தாள்.

"டாக்டரை அழைத்து வரட்டுமா?" தாமு கேட்டான்.

"வேண்டாம். நீ போய் அய்யா எங்கே போனார் என்று பார்த்துவிட்டு வா" என்றாள் ஆயா.

தாமு அப்பாவைத் தேடுவதற்காகப் போனான்.

அப்பா எங்கே போனார் என்றே தெரியவில்லை. அன்று இரவு முழுவதும் அவர் வீட்டுக்கு வரவில்லை. தாமுவும், ஆயாவும் பதற்றமடைந்தார்கள். மறுநாள் மாலையில் அப்பா வீட்டுக்கு

வந்தார். சாதாரணமாகத்தான் இருந்தார். அதே முகூர்த்தத்திற்கு வேறு யாரையாவது அழைத்து வந்து கல்யாணத்தை முடித்து விடணும் என்று முயற்சி செய்தார்.

ஆனால் முடியவில்லை. கல்யாணம் நின்று போய்விட்டது. விஷயம் எல்லோருக்கும் தெரிந்துவிட்டது. எல்லோரும் எங்களை ஒதுக்கி வைத்தது போல் நடந்துகொண்டார்கள். அக்கா தன்னுடைய அறையைவிட்டு வெளியே வருவதை நிறுத்திக்கொண்டாள். ஓரிரு முறை தற்கொலை செய்துகொள்ள முயற்சி செய்தாள். கூடவே இருந்த ஆயா கண்டு பிடித்து அக்காவைக் கோபித்துக் கொண்டாள். அதற்குப் பிறகு அப்பா அக்காவை ஒன்றும் சொல்லவில்லை. ஆனால் அவளுடன் பேசுவதையே நிறுத்திவிட்டார்.

அப்பா தன்னிடம் பேசுவதில்லை என்று அக்கா உள்ளுக்குள் குமைந்து போனாள். நாளடைவில் அக்காவின் உடல்நலம் குன்றிவிட்டது. கடைசியில் பிழைக்க மாட்டாளோ என்று கூட நினைத்தோம். ஆஸ்பத்திரியில் பத்து பதினைந்து நாட்கள் இருந்துவிட்டு வந்தாள். ஆயா கண்ணும் கருத்துமாகப் பார்த்துக் கொண்டதால் மெள்ள மெள்ளத் தேறிக்கொண்டு வந்தாள். அதற்குப் பிறகு ரஜாகார் இயக்கம் வந்தது. அதில் அப்பாவும் தாமுவும் இறந்து போய்விட்டார்கள்.''

வாசு பேச்சை நிறுத்திவிட்டு கன்னத்தில் வழிந்த கண்ணீரைத் துடைத்துக் கொண்டான். மாதவன் கண்ணிமைக்காமல் வாசுவையே பார்த்தான். அவன் பார்வை அங்கே இருந்தாலும் அவன் மனம் மட்டும் அங்கே இருக்கவில்லை. செவிகள் கேட்டுக் கொண்டி ருந்தாலும் அதன் பொருளை அவை உணரவில்லை. திகைத்துப் போனவனாக அவன் அப்படியே நின்று கொண்டிருந்தான். ஆனால் மாதவனிடம் ஏற்பட்ட இந்த மாறுதல் எதையும் கவனிக்காத வாசு மேலும் சொல்லிக் கொண்டே போனான்.

''அதற்குப் பிறகு எங்கள் நிலைமை தலைகீழாகிவிட்டது. அப்பா போன பிறகு இருந்த கொஞ்சம் சொத்தையும் சர்க்கார் பிடுங்கிக் கொண்டுவிட்டது. மீதியைக் கடன்காரர்கள் பறித்துக் கொண்டு விட்டார்கள். அவ்வளவு கடன்கள் இருப்பதாக அதுவரை எங்களுக் குத் தெரியாது. அப்பா போய்விட்டார். அவர் வாங்கிய கடன்களுக்கும் எங்களுக்கும் எந்த சம்பந்தமும் இல்லை என்று அவர்களை டபாய்க்கச் சொல்லி ஆயா சொன்னாள். ஆனால் அக்கா அதைக் கேட்டுக்கொள்ளாமல் கடன்கள் எல்லாவற்றையும் தீர்த்து விட்டாள்.

அக்காவின் உடம்பில் கொஞ்ச நஞ்சம் இருந்த நகைகள் எங்கள் சாப்பாட்டிற்கும், என் மருத்துவச் செலவுகளுக்கும் செலவாகிவிட்டது. அப்புறமாக வேலைக்கு முயற்சி செய்தாள். அக்கா வேலை பார்த்து வந்த இடத்தில் இந்த விஷயம் எப்படிப் பரவியதோ தெரியாது. அவர்கள் அவளைத் தாழ்வாகப் பார்க்கத் தொடங்கினார்கள். இளக்காரமாகப் பார்த்தார்கள். அக்காவால் அவற்றைப் பொறுத்துக் கொள்ள முடியாவிட்டாலும் எப்படியோ அவமானத்தை விழுங்கிக் கொண்டு வேலை பார்த்து வந்தாள்.

கடைசியில் அக்காவுடன் வேலை பார்க்கும் ஒருவன் அவள் தன்னைக் கல்யாணம் செய்து கொள்ளணும் என்றும், இல்லாவிட்டால் இதையெல்லாம் வெளிப்படுத்தி அவளது வேலை போகும்படியாகச் செய்வேன் என்றும் மிரட்டிக் கடிதம் எழுதினான். அக்கா மறுநாள் காலையில் போய் வேலைக்கு ராஜிநாமா கடிதம் கொடுத்துவிட்டு வந்தாள்.

இன்னொரு பிரைவேட் கம்பெனியில் அக்கா சேர்ந்து இரண்டு மாதங்கள் கூட ஆகவில்லை. கம்பெனி மேனேஜர் பைல்களை எடுத்துக்கொண்டு அக்காவை அறைக்குள் வரச் சொல்லிவிட்டு தரக்குறைவாக நடந்துகொண்டாராம். அக்கா எப்படியோ தப்பித்துக் கொண்டு வீட்டிற்கு ஓடி வந்து விட்டாள். அழுதுகொண்டே ஆயா விடம் நடந்ததையெல்லாம் சொன்னாள்.

இதுபோன்ற சம்பவங்கள் நடக்கும் பொழுதெல்லாம் அக்கா ஏதோபோல் ஆகிவிடுவாள். திரும்பவும் அவள் பழையபடி ஆவதற்குக் குறைந்தது ஒரு வாரமாவது ஆகிவிடும். இந்த முறை ஆயா அக்காவிடம் இனி அவள் வேலைக்குப் போக வேண்டிய தேவையில்லை என்று சொல்லிவிட்டாள்.

எங்கள் சொந்த ஊர் ஹைதராபாத்தான். அப்பா நிஜாம் மன்னரின் அரசாங்கத்தில் வேலை பார்த்து வந்தார். எங்களுக்குச் சொந்தம் என்று யாரும் கிடையாது. அதனால் இந்த ஊருக்கு வந்து காய்கறி வியாபாரத்தைத் தொடங்கினோம், ஆயாவின் யோசனையின்படி. இந்த வீடுகூடத் தாமுவுடையதுதான்.

தாமுவின் மனைவியான ஆயா எங்களைச் சிறுவயதிலிருந்தே தாயைப் போல் பேணி வந்தாள். அதனால் நாங்கள் எல்லோரும் ஒரே குடும்பமாக இருந்து வருகிறோம். இந்த ஊரில் இருக்கும் சுவாமிநாதன் குடும்பத்திற்கும் ஆயாவுக்கும் தூரத்து சொந்தம். எங்கள் நிலைமை சரியாக இருந்தபோது தாமு அவர்களுக்கு நிறைய

உதவி செய்திருக்கிறானாம். அதை மனதில் வைத்துக் கொண்டு அவர்கள் ஆயா கேட்டதும் எங்களுக்கு உதவ முன் வந்தார்கள். இந்த ஊர் மக்கள் உள்ளூர என்ன நினைக்கிறார்களோ தெரியாது. ஆனால் எங்களை மரியாதையுடன் நடத்தி வருகிறார்கள்.''

வாசுவின் கடைசி வார்த்தைகள் மாதவனின் செவிகளில் விழவே இல்லை. அவன் திடீரென்று வெட்கத்தாலும், இயலாமையாலும் அதளபாதாளத்தில் விழுந்து விட்டவன் போல் உணர்ந்தான்.

கடவுளே! ஒரே ஒரு நிமிஷம் தான் மிருகமாக மாறி பலவீனத்திற்கு அடிமையானதன் விளைவு சந்தியாவின் வாழ்க்கையில் இவ்வளவு பெரிய பயங்கரத்தை ஏற்படுத்திவிட்டதா? இதுவரை ஏதோ பொருளாதார நிலைமையாலும், ஒருக்கால் தான் திருமணம் செய்துகொண்டு போய்விட்டால், உடல் ஊனமுற்ற வாசுவை வரப் போகும் கணவன் தம்மோடு வைத்துக் கொள்ள மறுத்துவிட்டால் என்ன செய்வது என்ற எண்ணத்துடன்தான் திருமணம் செய்து கொள்ளாமல் இந்த கிராமத்திற்கு வந்து வாழ்ந்து கொண்டிருக்கிறாள் என்று எண்ணியிருந்தான்.

இதற்குப் பின்னால் இவ்வளவு பயங்கரமான கதை இருப்பது அவனுக்குத் தெரியாது. மாதவனுக்கு உடனே ஓடிப்போய் சந்தியாவின் முன்னால் மண்டியிட்டு,

''சந்தியா! என்னை மன்னித்துவிடு. இந்தப் பாவம் முழுவதும் என்னுடையது. இந்தக் குற்றம் என்னுடையது'' என்று மன்னிப்புக் கேட்டுக்கொள்ள வேண்டும் போலிருந்தது.

''அக்கா அதிலிருந்து ரொம்ப மாறிவிட்டாள். அவ்வப்பொழுது என்னை இழுத்து அணைத்துக்கொண்டு ''உனக்காகவே நான் வாழ்கிறேன் வாசு. அது கூட நீ ஊனமாக இருப்பதால்தான்'' என்று கண்ணீர் விடுவாள். எனக்குக் கூட அழுகை வந்து விடும். நீங்களே சொல்லுங்கள், வாழ்க்கையில் எந்தத் தவறும் செய்யாமலேயே அநியாயமாகத் தண்டனையை அனுபவித்துக் கொண்டிருக்கும் ஒரு பெண்ணின் மனநிலை எப்படி இருக்கும்? ஆனால் எங்க அக்கா ரொம்பவும் நல்லவள். எல்லாம் என் *துரதிர்ஷ்டம்* என்று தன்னைத் தான் நிந்தித்துக்கொள்வாளே தவிர வாயைத் திறந்து யாரையும் ஒரு வார்த்தை சொல்ல மாட்டாள்.

இதையெல்லாம் உங்களிடம் ஏன் சொன்னேன் என்றால் நீங்கள் ரொம்ப நல்லவர். அதைப் புரிந்துகொள்ளாதது அக்காவின்

தவறுதான். ஆனால் அதற்குக் காரணம் இதுதான். அக்கா உங்களை அலட்சியப்படுத்துவதாக நினைக்காதீங்க. மன்னித்து விடுங்கள்.''

தீனமாக அவனைப் பார்த்தபடி கேட்டான் வாசு. மாதவன் சட்டென்று முகத்தைத் திருப்பிக்கொண்டான். உள்ளத்தை ஆயிரம் கத்திகளால் குத்தியது போல் இருந்தது அவனுக்கு.

''இப்போது சொல்லுங்கள். உங்களுக்கு அக்காவின் மேல் கோபம் இல்லையே?''

''கோபம் இல்லை வாசு. நீ என் கண்களைத் திறந்து விட்டாய்.''

''அக்காவின் மீது நீங்கள் கெட்ட அபிப்பிராயம் ஏற்படுத்திக் கொள்வதை என்னால் தாங்கிக்கொள்ள முடியாது.'' வாசுவின் கண்களில் நீர் சுழன்றது.

''இல்லை வாசு. இனி ஒரு போதும் அப்படி நினைக்க மாட்டேன். ஆனால் நீயும் எனக்கு ஒரு வாக்குறுதி தரணும்.''

''என்ன வாக்குறுதி? சொல்லுங்கள்.''

''நீ கூட சந்தியாவை எந்தவிதத்திலும் வருத்தப்படுத்தக் கூடாது. அவளை எதிர்த்துப் பேசவும் கூடாது. நாமிருவரும் சேர்ந்து முடிந்த வரை சந்தியாவை சந்தோஷப்படுத்த முயற்சி செய்யணும்.''

வாசுவின் கண்கள் சந்தோஷத்தால் மின்னின. ''சத்தியம்! இனி நான் ஒரு நாளும் அக்காவை எதிர்த்துப் பேசமாட்டேன்'' என்றான் கையை நீட்டிக்கொண்டே.

மாதவன் வாசுவை இழுத்து அணைத்துக் கொண்டே அவன் கேசங்களை ஒதுக்கிவிட்டு ''இன்னொரு விஷயத்தையும் நீ மறந்து விடாதே. எப்படிப்பட்ட நிலைமையிலும் என்னிடமிருந்து உதவி யைப் பெற்றுக் கொள்ளத் தயங்க வேண்டாம். கூடியவரை சந்தியாவிடம் நயமாகப் பேசி எடுத்துச் சொல்வதற்கு முயற்சி செய்.''

வாசு சரி என்று தலையை அசைத்தான்.

''நான் அடுத்த முறை ஊருக்குப் போகும்போது நல்ல டாக்டரை அழைத்து வந்து காட்டுகிறேன். ஆபரேஷன் மூலமாக உனக்கு ஏதாவது சாதகம் ஏற்படுமானால் எவ்வளவு பணம் செலவானாலும் பரவாயில்லை. நான் தருகிறேன்.''

வாசு நன்றியை அடக்க முடியாதவனாக மாதவனின் மார்பில் முகத்தைப் புதைத்துக்கொண்டான். அவன் கண்களில் நீர் தளும்பியது. மாதவனைப் போன்ற நல்ல மனிதன் இந்த உலகத்தில் யாராவது இருப்பார்களா?

"இந்த விஷயம் நம் இருவருக்கும் நடுவிலே மட்டும்தான் இருக்க வேண்டும். உனக்கு எந்தக் குறையும் வராமல் பார்த்துக் கொள்வது என் கடமை. போதுமா?" வாசுவின் முகவாயைப் பற்றித் தூக்கி நிறுத்திவிட்டுச் சொன்னான்.

அப்போது நன்றாக இருட்டிவிட்டது. வானத்தில் அதற்குள் சந்திரன் கிளம்பிவிட்டான்.

வீட்டிற்குப் போனதுமே அக்காவிடம் மன்னிப்புக் கேட்டுக் கொள்ளச் சொல்லியும், கடித விஷயத்தைச் சொல்லக் கூடாது என்றும் வாசுவிடம் வாக்குறுதி பெற்றுக்கொண்டான்.

அன்றிரவு அவனுக்கு உறக்கம் வரவில்லை. படுக்கையில் புரண்டு கொண்டே இருந்தான். வாசுவின் வாயால் கேட்ட வேதனை மயமான கதை அவனைப் பைத்தியம் பிடிக்கும்படி செய்து கொண்டிருந்தது.

அவன் மனம் சூனியத்தைப் பார்த்து "சந்தியா! என்னிடம் வந்துவிடு. சிதைந்துபோன உன் வாழ்க்கையைச் சரி செய்வதற்கு எனக்கு அனுமதி கொடு. இந்த வாய்ப்பைத் தந்து என்னை இந்த நரகத்திலிருந்து மீட்டுவிடு. உன்னிடம் வருவதற்கு எனக்கு அனுமதி கொடு" என்று குமுறிக் கொண்டிருந்தது.

எவ்வளவு நாளானாலும் சரி, எவ்வளவு யுகமானாலும் சரி, திரும்பவும் சந்தியாவின் வாழ்க்கையில் நுழைந்து, அவளுக்கு வாழ்க்கையின் மீது பற்றுதலை ஏற்படுத்த வேண்டும். இதில் வெற்றி பெற்றாலும் சரி, பெறாவிட்டாலும் சரி. தன் உடலில் உயிருள்ள வரை அதற்காகப் பாடுபட வேண்டும். இந்த முயற்சியில் தன் வாழ்நாள் முழுவதும் பாடுபடவேண்டியிருந்தாலும் சரி, அவன் அதைப் பொருட்படுத்தப் போவதில்லை. பிடிவாதமாக இதைத் தனக்கான ஒரு பெரிய சவாலாக எடுத்துக்கொண்டான் அவன்.

14

மாதவன் என்றோ ஒரு பேச்சுக்காக வரச் சொல்லிக் கூப்பிட்டதை சாக்காக வைத்துக்கொண்டு ஒரு நாள் காலையில் சுதாவும் பாஸ்கரும் வந்து சேர்ந்தார்கள். இரண்டு குழந்தைகளுக்குத் தாயாகிவிட்டிருந்த சுதா மஞ்சள் நிறத்தில் பொன்னாக மின்னிக் கொண்டிருந்தாள். ''என் கணவர் ஒரு கேசைப் பற்றி ஸ்டடி செய்யணுமாம். அங்கே வந்து போகும் கூட்டம் அதிகம் இருப்பதால் ஒரு நிமிஷம் கூட அவருக்கு ஓய்வே இருப்பதில்லை. இங்கேயானால் அமைதியாக இருக்கும் என்று நான்தான் வலுக்கட்டாயமாக இழுத்து வந்தேன்'' என்றாள் சுதா.

''பட்டிக்காட்டு வீடு என்றால் ஏதோ வௌவ்வால்கள் தொங்கிக் கொண்டிருக்கும் என்று நினைத்துக் கொண்டிருந்தேன். வீடு நன்றாகத்தான் இருக்கு.'' விசாலமான அறைகளை எல்லாம் பரிசீலித்துவிட்டுச் சொன்னான் பாஸ்கர்.

மாதவன் அவர்கள் வந்து தங்கியிருந்த இரண்டு நாட்களும் வாசுவின் வீட்டிற்குப் போகவில்லை. உறவினர்கள் வந்திருக்கிறார்கள் என்றும், பிசியாக இருப்பதாகவும் கடிதம் எழுதி வேலைக்காரனிடம் கொடுத்தனுப்பினான். அங்கே போனால் யார், என்ன விஷயம் என்று சுதா தூண்டித் துருவிக் கேட்பாள் என்று பயந்தான்.

மூன்றாவது நாள் பிற்பகலில் மாந்தோப்பு வழியாக நடந்து வந்து கொண்டிருந்தான் மாதவன். மாதவனின் வீட்டுக்கும் சந்தியா இருந்த வீட்டுக்கும் குறுக்கே முள்வேலி இருந்தது. அதில் அடர்த்தியாக படர்ந்துப் பின்னிக் கொண்டிருந்தன காட்டுக்கொடிகள்.

ஏதோ யோசித்தபடி நடந்து கொண்டிருந்த மாதவன் பேச்சுக் குரல் கேட்கவே சட்டென்று நின்றுவிட்டான்.

இரண்டு நபர்கள் தனிமையில் பேசிக்கொண்டிருக்கிறார்கள். அதைத் தெரிந்துகொண்ட பிறகு அவர்களுக்கு ஊறு விளைவிப்பது சரியில்லை என்று நினைத்தபடி மாதவன் அங்கிருந்து போவதற்காக இரண்டடிகள் எடுத்து வைத்தான். ஆனால் அங்கே அவ்வளவு தூரம் தனியாக நின்று பேசிக் கொண்டிருப்பவர்கள் யார்? என்று தெரிந்துகொள்ள வேண்டும் என்று ஏனோ தோன்றியது.

சரியாக அவன் சந்தேகத்தைத் தீர்த்து வைப்பதற்காகவே என்பதுபோல் ''என் பேச்சைக் கேள் சந்தியா! உனக்கு இந்தத் தலையெழுத்து எதற்கு? என்னோடு வந்து விடு. நான் உன்னை என் கண்ணின் இமைபோல் காப்பேன்'' என்ற குரல் கேட்டது. அது பாஸ்கரின் குரல்.

மாதவன் சட்டென்று நின்றுவிட்டான். பாஸ்கருக்கும் சந்தியாவுக்கும் எப்படி அறிமுகம் ஏற்பட்டிருக்கும்? அவன் மூச்சை இழுத்து அடக்கிக்கொண்டு தொடர்ந்து கேட்கத் தொடங்கினான்.

''என்ன சொல்கிறாய்?'' திரும்பவும் கேட்டான்.

''மன்னித்துவிடு பாஸ்கர். இதுவரை நீ நான்கு முறை இப்படிக் கேட்டுவிட்டாய். நான் அங்கே வந்து என்ன செய்யப் போகிறேன்? அங்கே எங்கே இருப்பேன்?''

''இது அர்த்தமில்லாத கேள்வி. என்னிடம் வந்து இரு. எங்க வீட்டிலேயே நீ தங்கிக்கொள்ளலாம்.''

''பாஸ்கர்!''

''என் மனைவி ஏதாவது நினைத்துக்கொள்ளப் போகிறாளே என்றுதானே பயப்படுகிறாய்? அதையெல்லாம் என்னிடம் விடு. கல்யாணம் பண்ணிக்கொண்டு இரண்டு குழந்தைகள் பிறந்துவிட்டதால் நான் சந்தோஷமாக இருப்பதாக எண்ணிவிடாதே. சுதா வந்த பிறகு எனக்கு அதிர்ஷ்டமும் சேர்ந்து வந்தது உண்மைதான். ஆனால் சுதாவை என்றுமே நான் காதலித்தது இல்லை. கல்லூரியில் படிக்கும் போது நான் உன்னை எப்படிப் போற்றி வந்தேனோ அதே போலவேதான் இப்பொழுதும் போற்றிக் கொண்டிருக்கிறேன்.''

''இதைச் சொல்ல உனக்கு வெட்கமாக இல்லையா?''

''வெட்கம் எதற்கு? உண்மையைச் சொன்னதற்காகவா? ஆனாலும் சுதாவுக்கு நான் ஒன்றும் குறை வைக்கவில்லையே.

ஒரு கணவன் தரக்கூடியதை எல்லாம் தந்துகொண்டுதானே இருக்கிறேன்.''

''எல்லாம் என்றால்?''

''வேறென்ன? பணம், அந்தஸ்து, வசதிகள், சமுதாயத்தில் பெயரும் புகழும்...''

''இதைக் காட்டிலும் ஒரு பெண்ணுக்கு வேறெதுவும் தேவையில்லை என்பது உன் எண்ணமா?''

''தேவையிருக்கு. இல்லை என்று சொல்லவில்லை. ஆனால் பெண்களில் பலதரப்பட்டவர்கள் இருக்கிறார்கள். சுதா இவற்றால் மட்டுமே திருப்தியடைகிறவள்.''

ஒரு வினாடி நிசப்தம்.

''நான் போகிறேன். யாராவது பார்த்தால் நன்றாக இருக்காது.''

''இங்கே யார் பார்க்கப் போகிறார்கள்? என் மனைவி தன் அத்தானுடன் கொஞ்சிக் குலாவிக் கொண்டிருப்பாள். அவனைப் பார்த்து விட்டால் போதும். இவளுக்குத் தலைகால் புரியாது. உண்மையைச் சொல்லணும் என்றால், உன்னிடம் எதற்காக மறைக்கணும்? என் மனைவிக்கு என் மீது அன்பு இல்லை. அவளும் அவள் அத்தானும் கல்யாணம் பண்ணிக் கொள்ளணும் என்று சின்ன வயதிலேயே நினைத்திருந்தார்களாம். இந்த ஆள் ஜெயிலுக்குப் போய் உட்கார்ந்துவிட்டதால் சுதா காற்று வீசிய திசையில் என்னிடம் வந்து சேர்ந்தாள்.''

''ஜெயிலுக்கா?''

''ஆமாம். அவன் பெரிய கேடி. அது உனக்குத் தெரியாதா?''

மாதவன் பற்களை நறநறத்தான். உள்ளங்கைகளை மடக்கிக்கொண்டு கோபத்தை அடக்கிக்கொண்டான். ராஸ்கல்! அப்படியே அவன் மீது பாய்ந்து பல்லைத் தட்டிவிட்டால்?

''நான் போகிறேன் பாஸ்கர்.''

''என் பேச்சைக் கேளு. கொஞ்சம் யோசித்துப் பார்.''

''நிறைய யோசித்தாகி விட்டது. இந்தப் பட்டிக்காட்டில் நிம்மதியாக இருக்கிறேன். கல்யாணம் பண்ணிக் கொள்ளணும் என்ற ஆசை எனக்கு இல்லை. நான்கு பேருக்கு நடுவில் வளைய வரணும் என்ற தவிப்பும் இல்லை. எந்தத் தொல்லையும் இல்லாமல் நிம்மதியாகப் போய்க் கொண்டிருக்கிறது என் வாழ்க்கை. அது போதும் எனக்கு.''

''நீ வேண்டுமென்றே இவ்வளவு வைராக்கியத்தை வரவழைத்துக் கொள்ள வேண்டிய தலையெழுத்து என்ன என்றுதான் எனக்குப் புரியவில்லை.''

''வாழ்க்கையில் இன்னொரு தடவை அடிபட்டு விட்டால் தாங்கிக் கொள்ள முடியாதோ என்ற பயம்தான்.''

''அழகாகத்தான் இருக்கு. மனிதர்களாகப் பிறந்து விட்டால் கஷ்டங்களும் சுகங்கள் பல விதங்களில் வந்துகொண்டுதான் இருக்கும்.''

''எனக்கு வந்த கஷ்டத்தைப் போல் உலகத்தில் எந்தப் பெண்ணுக் குமே, என்றுமே வரக்கூடாது.'' சந்தியாவின் குரல் நடுங்கியது.

''பைத்தியக்காரியாக இருக்கிறாயே? உலகத்தில் வாழ்ந்து கொண்டிருப்பவர்கள் எல்லோருமே சுகமாக வாழ்ந்து கொண்டி ருக்கிறார்களா என்ன? எந்தக் கஷ்டம் வந்தாலும் தைரியமாக, துணிச்சலுடன் சமாளிக்கணுமே தவிர.''

''அந்த இரண்டும் என்னிடம் இல்லை.''

''வாழ்க்கையை வெறுத்துக் கொண்டே வாழ்வதால் என்ன லாபம்?''

''அதுதான் எனக்கும் தெரியவில்லை. சில சமயம் யோசித்துப் பார்த்தால் நான் எதற்காக வாழ்ந்து கொண்டிருக்கிறேன் என்று எனக்கே புரியவில்லை. வாசு மட்டும் இல்லை என்றால்... அவனுக்கு என் தேவைமட்டும் இல்லாமல் இருந்தால்...''

''அவன் ஒருத்தன் உன் தலையில் பாரமாக உட்கார்ந்து கொண்டிருக்கிறான்.''

''தவறாகப் புரிந்து கொண்டிருக்கிறாய். இந்த உலகத்தில் எனக்கு இருக்கும் ஒரே ஒரு பந்தம் அவன்தான்.''

''உன் பேச்சு, தோரணை எல்லாமே மாறிவிட்டது. சுறுசுறுப்பாக வளைய வந்து கொண்டிருந்த அந்த மின்னல்கொடி சந்தியாதானா நீ என்று எனக்குச் சந்தேகமாக இருக்கு.''

''இப்பொழுதாவது அதைப் புரிந்துகொண்டால் சந்தோஷம். வருகிறேன் பாஸ்கர்.''

''மாலையில் வீட்டுப் பக்கம் சும்மா வாயேன்.''

''ஊஹும். மாட்டேன்.''

ஒரு வினாடி நிசப்தம். திரும்பவும் சந்தியாவின் குரல் ஒலித்தது. ''பாஸ்கர்! ஒன்று மட்டும் வேண்டிக் கொள்கிறேன். நம் அறிமுகத்தைப் பற்றி இங்கே யாரிடமும் சொல்லாதே.''

''ஏன்? உன்னை விரும்புகிறவர்கள் யாராவது பொறாமைப் பட்டுக் கொண்டு பிரிந்து போய்விடுவார்களோ என்ற பயமா?''

''சரி. உன் விருப்பம்.''

சந்தியா போய்விட்டதை காலடியில் மிதிபட்ட காய்ந்த இலைகளின் சத்தத்திலிருந்து மாதவன் புரிந்துகொண்டான்.

தன் மீது எவ்வளவு வெறுப்பு இருந்தாலும் வாசுவுக்காக சந்தியா அதைப் பொருட்படுத்த மாட்டாள் என்று மாதவன் புரிந்து கொண்டான்.

சந்தியாவிடம் குடி கொண்டிருக்கும் இந்தக் கடுமையைத் தளர்த்த வேண்டும் என்றால் வாசு ஒருவன்தான் அதற்கு ஆதாரம். அதனால் மாதவன் அந்த ஆதாரத்தைக் கெட்டியாகப் பிடித்துக் கொண்டான். அவனுக்குப் பிடிவாதம் அதிகம். அவன் எதையாவது நினைத்துவிட்டால் அதை அவன் சாதித்தே தீரவேண்டும். அதுவரை உறங்கவும் மாட்டான்.

நினைத்தது நடக்கத் தாமதமானால் ஏமாற்றமடைந்து அந்த முயற்சியைக் கைவிட்டு விடும் ஆள் இல்லை அவன்.

கடைசி வரையிலும் நம்பிக்கையுடன் முயற்சி செய்துகொண்டே இருப்பவன். அதில் அலுப்போ, சலிப்போ அவனுக்கு இருக்காது.

தெரிந்தோ தெரியாமலோ சந்தியாவுக்குத் தன்னால் மிகப் பெரிய அநியாயம் நிகழ்ந்துவிட்டது. அதைச் சரி செய்ய வேண்டிய பொறுப்பு தன்னைச் சேர்ந்தது என்று அவன் நினைத்தான். சந்தியாவின் வாழ்க்கையைச் சீரமைத்து, அவளுக்கு ஒரு ஆதாரத்தை ஏற்படுத்தி, பட்டுப்போன அவள் வாழ்க்கையைத் திரும்பவும் துளிர் விடும்படியாகச் செய்து பூக்களை மலர வைக்க வேண்டியது தன்னுடைய கடமை என்று நம்பினான். அதற்காகவே தீவிரமாக முயற்சி செய்யத் தொடங்கினான்.

அவளுக்கு சந்தோஷத்தை ஏற்படுத்த வேண்டுமென்றால் எந்த விஷயத்தைக் கடைப்பிடிக்க வேண்டும் என்பதை நுட்பமான அவன் மனம் ஊகித்தறிந்து கொண்டது. என்றாவது ஒரு நாள் வாசு மூலமாகத்தான் அவன் சந்தியாவை வெல்ல வேண்டும்.

பதினைந்து நாட்களுக்குள்ளாகவே பட்டணத்திலிருந்து தனக்குத் தெரிந்தவர்கள் மூலமாக ஸ்பெஷலிஸ்ட் ஒருவரை அழைத்து வந்து காட்டினான். அவர் வாசுவைப் பரிசோதித்துப் பார்த்துவிட்டு ஆபரேஷன் செய்தால் அவன் கால் குணமாகலாம் என்றும், ஆனால் ஆறு ஏழு வாரங்கள் ஆஸ்பத்திரியிலேயே சிகிச்சைக்காகத் தங்கி யிருக்க வேண்டும் என்றும் சொன்னார். சந்தியாவும் ஆயாவும் ஒருவர் முகத்தை ஒருவர் பார்த்துக் கொண்டார்கள்.

வாசுவின் ஆபரேஷனைப் பற்றி ஒரு முடிவுக்கு வருவதற்கு ஒரு மாத காலம் வாதவிவாதங்கள் நடைபெற்றன. ஆபரேஷனுக்குத் தேவையான செலவை எல்லாம் தற்சமயம் தானே ஏற்பதாகவும், பிற்பாடு சௌகரியப்படி தன் கடனைத் தீர்க்கும்படியும் மாதவன் சொன்னான்.

"அக்கா! உன் இஷ்டம். நீ வேண்டாம் என்றால் நான் ஒன்றும் நினைத்துக்கொள்ள மாட்டேன்" என்றான் வாசு. ஆயாகூட வாசு வின் பக்கமாக நின்று வாதம் புரிந்ததால் கடைசியில் சந்தியா வேறு வழியில்லாமல் சம்மதிக்க வேண்டியதாயிற்று. அன்றுதான் வாசு ஆபரேஷனுக்காகப் புறப்பட வேண்டிய நாள். மாதவன் தானே அவனைச் சுயமாகத் தன் காரில் அழைத்துச் செல்லவிருந்தான். பின் சீட்டில் மெத்தென்று தலையணைகளை வைத்தான். கார் வந்து வீட்டிற்கு முன்னால் வந்து நின்றது. மாதவன் இறங்கி உள்ளே வந்தபோது சந்தியா வெளிறிப் போன முகத்துடன் வாசுவின் கையை அழுத்தமாகப் பிடித்துக் கொண்டு நின்றிருந்தாள். ஆயா வாசுவுக்கு வேண்டிய சாமான்களைக் காரில் எடுத்து வைத்தாள். மாதவன் மெதுவாகக் கட்டிலுக்கு அருகில் வந்தான்.

"அக்கா! நான் போய் வரட்டுமா?"

வாசு சந்தியாவின் முகத்தைப் பார்த்துக் கேட்டான். சந்தியா மெதுவாகக் குனிந்து வாசுவின் இரு கன்னங்களிலும், நெற்றியிலும் முத்தமிட்டாள்.

"அழாதேக்கா. நீ அழுதால் என்னால் போக முடியாது." அக்காவின் கன்னங்களில் வழிந்த கண்ணீரைத் துடைத்துக் கொண்டே சொன்னான்.

"ஆபரேஷனுக்குப் பயப்பட மாட்டாயே?"

"ஊஹூம். எனக்கென்ன பயம்?"

"நீ ஒருக்கால் பயந்தால் தைரியம் சொல்வதற்கு நான் பக்கத்தில் இருக்க மாட்டேனே. அதான்..."

''நீ இல்லாவிட்டால் என்ன? மாதவன்தான் இருக்கிறாரே.'' அதைக் கேட்ட சந்தியாவின் முகம் பொறாமையால் குன்றிப்போனதை வாசு கவனிக்கவில்லை.

''பார்த்துக்கொண்டே இரு. நான் ஒரே மாதத்தில் ஓடி வராவிட்டால் பார்.'' வாசு உற்சாகமாக சொன்னான்.

''ஒரு மாதம்!'' சந்தியாவின் மனம் பாரத்தில் முனகியது. மாதவன் ''நேரமாகிவிட்டது'' என்று வாசுவை இரு கைகளாலும் தூக்கிக் கொண்டு காரை நோக்கிப் போனான்.

''வலிக்கிறதா?'' வாசுவின் நெற்றியில் படிந்த வியர்வையைத் துடைத்துக் கொண்டே கேட்டான்.

''இல்லை. வலித்தாலும் பரவாயில்லை.'' வாசு மாதவனின் கழுத்தைச் சுற்றிலும் கரங்களைப் போட்டுக்கொண்டே வலிய சிரித்தான். அவன் காட்டிய தைரியத்திற்கும், பொறுமைக்கும் எல்லோர் கண்களும் பனித்தன.

கார் கிளம்பப் போகும் முன்னால் மாதவன் சந்தியாவின் பக்கம் திரும்பினான். சந்தியாவின் பார்வை வாசுவின் முகத்தில் நிலைத்திருந்தது. மிகப் பிரியமான ஏதோ ஒரு பொருள் தன்னை விட்டுப் பிரிந்துப் போகிறாற் போலவும், கடைசி முறையாகத் தான் கண் குளிர அதைப் பார்த்துக் கொள்வது போலவும் அவள் கண்களில் வேதனை நிரம்பியிருந்தது.

''வரச் சொன்னாலும் வரவில்லை. உங்க அக்கா வந்திருந்தால் நன்றாக இருந்திருக்கும்'' என்றான் மாதவன்.

''அக்காவைப் பற்றியா சொல்றீங்க? வராமல் இருப்பதே நல்லது. ஒருக்கால் நான் வலி தாங்க முடியாமல் கத்தி அழுதால் அதைப் பார்த்துத் தாங்கிக்கொள்ளவே முடியாது அவளால்'' என்றான் வாசு.

கார் தொலைவில் மறைந்ததுமே சூனியத்தைப் பார்த்தபடி சிலையாக நின்றுவிட்டாள் சந்தியா. இந்த உலகத்தில் தனக்கு எஞ்சியிருந்த ஒரே பந்தத்தைக் கூட மாதவன் பிரித்து ரொம்ப தொலைவுக்கு அழைத்துச் சென்று விட்டதுபோலவும், தன்னை அவன் தனியளாக்கி விட்டாற் போலவும் அவளுக்குத் தோன்றியது.

15

வாசுவை ஆபரேஷன் தியேட்டருக்கு அழைத்துப் போக ஏற்பாடு செய்தார்கள். வெளியே சொல்லிக் கொள்ளா விட்டாலும், வாசுவின் முகம் பயத்தால் வெளிறி யிருந்தது.

பக்கத்திலே இருந்த மாதவன் வாசுவின் கையைப் பிடித்துக் கொண்டு அன்புடன் பார்த்தபடி ''பயமாக இல்லையே?'' என்றான்.

''ஊஹூம். பயம் எதற்கு? எல்லாம் நல்லபடியாக முடிந்தால் உங்கள் எல்லோரையும் போல் நானும் வாழ முடியும். இல்லாவிட்டால் ... இல்லாவிட்டால்... நொண்டியாக ஒவ்வொரு நிமிஷத்தையும் கணக்கிட்டுக் கொண்டே கட்டிலோடு கட்டிலாக கிடப்பதை விட உயிர் போய் விட்டால்...''

''உஷ்... அப்படிச் சொல்லக்கூடாது. தைரியமாக இருக்கணும்.'' வாசுவின் முகத்தில் விழுந்த கேசங்களை ஒதுக்கிக் கொண்டே சொன்னான்.

வாசு மாதவனின் கையை அழுத்தமாகப் பிடித்துக்கொண்டே ''ஆனால் ஆபரேஷன் தியேட்டருக்குள் போவதற்கு முன்னால் உங்களிடம் ஒன்று கேட்பேன். நீங்கள் வாக்குத் தரணும்'' என்றான்.

''என்ன விஷயம் சொல்லு? என்றாவது நீ கேட்டதை நான் மறுத்திருக்கிறேனா?''

''இல்லைதான். ஆனால்'' வாசு தயங்கினான்.

"சொல்லு வாசு."

"ஒருக்கால்... ஒருக்கால் எனக்கு ஏதாவது ஆகிவிட்டால் அக்காவைப் பார்த்துக் கொள்ளும் பொறுப்பு உங்களுடையது."

மாதவனின் விரல்கள் அந்த வார்த்தைகளைக் கேட்டதுமே முறுக்கேறிக்கொண்டன. வாசுவின் கண்கள் குளமாகவிட்டன.

"எங்க சந்தியா ரொம்ப அப்பாவி. நீங்க அவளுடைய கடுகடுப்பை மட்டும்தான் பார்த்திருக்கீங்க. அவளோட நல்ல குணத்தைப் பார்த்ததே இல்லை. கடவுள் அவளை எல்லா விதத்திலும் வஞ்சித்து விட்டார். எனக்கு ஏதாவது நேர்ந்துவிட்டால், சந்தியா தன்னந்தனியளாக கஷ்டப்படுவாள் என்பதை என்னால் நினைத்துப் பார்க்கவே முடியவில்லை. அவளுக்கு எந்தக் குறையும் இல்லாமல் நீங்க பார்த்துக் கொள்வீர்களா?"

"இப்போ அதெல்லாம் எதுக்கு வாசு?"

"சொல்லுங்கள். எனக்குக் கவலையில்லாமல் இருக்கும்."

"சரி. ஆனால்.."

"சும்மா சொன்னால் போதாது. என் கைமேல் அடித்து சத்தியம் செய்து சொல்லுங்கள்."

"அப்படியே ஆகட்டும்."

"இல்லை. சத்தியம் செய்யுங்கள்."

"உன் மேல் சத்தியம். போதுமா?"

வாசுவின் தலைமேல் கைவைத்துச் சிரிக்கப் போனவன் கண்கள் குளமாகிவிட்டதால், சட்டென்று வாசுவை மார்போடு அணைத்துக் கொண்டு, முகத்தை மறைத்துக்கொண்டான்.

"நீங்கள் எவ்வளவு நல்லவர்! சந்தியா என்றாவது ஒரு நாள் உங்களைப் புரிந்துகொள்ளாமல் போக மாட்டாள்."

நர்ஸ் வாசுவை அழைத்துப் போக வந்தாள். வாசுவும் மாதவனும் ஒருவரையொருவர் பார்த்துக் கொண்டே இருந்துவிட்டார்கள். திடீரென்று வாசு மாதவனின் கழுத்தைச் சுற்றிலும் கைகளைப் போட்டு, அவன் மார்பில் முகத்தைப் புதைத்துக்கொண்டே "ஒருக்கால் எல்லாம் நல்லபடியாக நடந்தால் எனக்குத் திரும்பவும் நினைவு வந்ததுமே நீங்கள்தான் முதலில் என் கண்ணில்படணும்" என்றான்.

"உன் ஆபரேஷன் முடியும் வரை நான் இந்த இடத்தைவிட்டு நகரமாட்டேன். எல்லாம் நல்லபடியாக முடியும். தைரியமாக இரு

வாசு.'' வாசுவின் தோள்களைச் சுற்றிலும் கையைப் போட்டு அழுத்தமாக மார்போடணைத்துக் கொண்டான் மாதவன்.

''அக்கா விஷயத்தை மறந்துவிடாதீங்க.'' இதுதான் வாசுவின் கடைசி வார்த்தை. நர்ஸ் வாசுவை அழைத்துச் சென்றுவிட்டாள். ஆபரேஷன் அறைக் கதவுகள் மூடிக்கொண்டு விட்டன. வெளியே தனியாக நின்று விட்டான் மாதவன்.

ஒருக்கால் வாசுவுக்கு ஏதாவது ஆகிவிட்டால்? என்றுமில்லாதவாறு பயத்தால் அவன் உடல் சிலிர்த்தது. சந்தியாவின் முகத்தை அவனால் பார்க்க முடியுமா?

இரண்டு நாட்களுக்குப் பிறகு ஆஸ்பத்திரிக்கு ஆயாவும் சந்தியாவும் வந்தார்கள். முகத்தில் பலவீனம் வெளிப்படையாக தென்பட்ட போதிலும், வாசுவின் கண்களில் மட்டும் உற்சாகம் மின்னிக் கொண்டிருந்தது.

''அக்கா!''

''வாசு...'' சந்தியாவின் கண்கள் அதற்குள் குளமாகி அதிலிருந்து கண்ணீர் பொலபொலவென்று வாசுவின் நெற்றியில் விழுந்தது.

''சீ! எதுக்கு? அதான் எல்லாம் நல்லபடியாக முடிந்து விட்டதே? அக்கா நான் க்ஷேமமாகப் பிழைத்துக் கொண்டது உனக்கு சந்தோஷமாக இருக்கிறதா சொல்லு?''

வாசு கேட்ட தோரணையைப் பார்த்து சந்தியா அதிர்ந்து விட்டாள்.

''உண்மையாகவே, நீ மனப்பூர்வமாக சந்தோஷப்பட்டால், நீ சுயமாக மாதவன் சாருக்கு நன்றி சொல்லு. அவருடைய நன்றிக் கடனை நாம் எத்தனை பிறவி எடுத்தாலும் தீர்த்துக் கொள்ள முடியுமா, நீயே சொல்லு.''

அக்காவின் மனதில் மாதவனைப் பற்றி நல்ல அபிப்பிராயத்தை ஏற்படுத்தி ''ஆமாம்'' என்று ஒப்புக்கொள்ளும்படி செய்ய வேண்டும் என்று நினைத்த வாசு இதையே நல்ல சந்தர்ப்பமாகப் பயன்படுத்திக் கொண்டான்.

ஒரு வினாடி தடுமாறிவிட்ட சந்தியா, வாயில் வார்த்தைகள் வெளிவராமல் தம்பியையே பார்த்தபடி நின்று விட்டாள்.

வாசுவின் வார்த்தைகளைக் கேட்டு சந்தியா தன் பக்கம் வீசப் போகும் ஒரு குளிர்ந்த பார்வைக்காகப் பரபரப்புடன் காத்திருந்த மாதவனுக்கு ஏமாற்றம்தான் கிடைத்தது.

அங்கிருந்து நகர்ந்து வாசலுக்குப் போனான். அவன் ஏன் வருத்தப்பட வேண்டும்? வாசு மூலமாக சந்தியாவுக்கு நேர்ந்த அநியாயத்திற்குப் பரிகாரம் செய்ய வேண்டும் என்று நினைத்தான். செய்துவிட்டான். அவ்வளவுதான்.

சந்தியா நன்றி சொல்லாவிட்டாலும் போகட்டும். அவன் தன்னால் அவர்கள் குடும்பத்திற்காகத் தன்னால் முடிந்ததைச் செய்வான்.

"ஹலோ மாதவன்!"

மாதவன் திடுக்கிட்டுத் திரும்பிப் பார்த்தான். ஜோதி ஓடி வந்தாள்.

"மாதவன், நீங்க எங்கே இங்கே..." ஆச்சரியத்தை எல்லாம் கண்களாலும், புருவத்தாலும் காட்டியபடி உரிமையுடன் அவன் கையைப் பிடித்துக் கொண்டாள்.

"முதலில் நீ எதுக்கு இங்கே வந்தாய், அதைச் சொல்லு" என்றான் மாதவன்.

"என் பிரண்ட் ஒருத்திக்கு ஆபரேஷன் ஆச்சு. நீங்க எதுக்கு இங்கே வந்தீங்க?"

"எனக்குத் தெரிந்தவர்களுடைய பையனுக்கு ஆபரேஷன் நடந்தது."

சந்தியா திரும்பி அவர்களைப் பார்த்தாள்.

"யார் அந்தத் தெரிந்தவர்கள்?"

"உனக்குத் தெரியாது."

"எனக்குத் தெரியாத அந்த உங்கள் நண்பர்கள் யாரோ?" ஜோதி உள்ளே எட்டிப் பார்த்தாள். இந்தப் பக்கமாகவே பார்த்துக் கொண்டிருந்த சந்தியாவின் பார்வையும் ஜோதியின் பார்வையும் கலந்தன.

"யாரு?" என்று கேட்டுக்கொண்டே மாதவனைத் தள்ளிக் கொண்டே உள்ளே நுழைந்தாள் ஜோதி.

சந்தியா சட்டென்று முகத்தைத் திருப்பிக் கொண்டாள்.

"அட! நீயா? வேறு யாரோன்னு நினைத்தேன்." வியப்பைக் காட்டியபடி கேட்டாள் ஜோதி.

"நீங்கள் இருவரும் ஏற்கனவே தெரிந்தவர்கள்தானா? அப்படி என்றால் அறிமுகப்படுத்த வேண்டிய வேலை எனக்கு மிச்சம்.'' மாதவனும் சிரித்துக்கொண்டே உள்ளே வந்தான்.

"அவ்வளவு ஸ்பெஷலாக அறிமுகம் செய்துகொள்ள வேண்டிய பிரமுகர்கள் இங்கே யாருமில்லை. மாதவன்! இவர்களைப் போய் எங்கே பிடித்தீங்க நீங்க?'' ஜோதி மாதவனைப் பார்த்துக் கேலியாகக் கேட்டாள். மாதவன் திகைப்படைந்தவனாக அவளைப் பார்த்தான்.

"அதெல்லாம் உனக்குத் தேவையில்லை. முதலில் நீ இந்த அறையை விட்டுப் போ.'' வாசு கோபத்துடன் உரத்தக் குரலில் கத்தினான்.

"வாசு!'' ஆயா கலவரமடைந்தவளாக அவர்கள் அருகில் சென்றாள். ஜோதி அலட்சியமாக வாசுவை நோக்கி ஒரு விஷப் பார்வையை வீசிவிட்டு சந்தியாவிடம் "ஊம்... அப்படி என்றால் அக்காவும் தம்பியும் நல்ல ஆளைப் பார்த்துதான் பிடித்திருக்கீங்க போலிருக்கு'' என்றாள்.

"ஜோதி!'' மாதவன் அவளைத் தடுப்பதுபோல் அழைத்தான்.

"உங்களுக்கு இவர்களைப் பற்றி எதுவும் தெரியாது. எனக்கு எந்த பயமும் இல்லை. இவர்களைப் பற்றி எனக்கு எல்லாமே தெரியும். எங்கே? துணிச்சல் இருந்தால் நிமிர்ந்து பார்த்து என்னோடு பேசச் சொல்லுங்கள், பார்ப்போம். உங்களிடம் வெளிப்படையாகவே சொல்கிறேன். நீங்க சிநேகம் வைக்கக் கூடிய தகுதி படைத்தவர்கள் இல்லை இவர்கள்.''

அதற்குள் மாதவன் ஜோதியின் தோளைப் பற்றித் தரதரவென்று வெளியே இழுத்துக் கொண்டு போய்விட்டான்.

"ராட்சசி! இங்கே எப்படி வந்தாள்? மாதவன் சாருக்கு அவளை எப்படித் தெரியும்?'' என்றான் வாசு பற்களைக் கடித்துக் கொண்டே.

சந்தியா அதற்குள் முகத்தைக் கரங்களால் பொத்திக்கொண்டு விசும்பத் தொடங்கினாள். ஆயா அக்கா, தம்பி இருவரையும் தேற்றத் தொடங்கினாள்.

16

"ஜோதி! உனக்குக் கொஞ்சமாவது மூளை இருக்கா? படிப்பும், பண்பும் இருக்கிறவர்கள் பேசும் பேச்சா இது? இதுதான் மரியாதையா?" வெளியே வந்த பிறகு மாதவன் கோபமாகக் கேட்டான்.

"அவர்களுக்கு மரியாதை வேறு கேடா? அந்தப் பெண் எவ்வளவு பாசாங்குக்காரின்னு உங்களுக்குத் தெரியாது." அலட்சியமாகப் பதிலளித்தாள் ஜோதி.

மாதவன் அவள் பேச்சைக் கேட்க விரும்பாதவனாக சிகரெட்டை எடுத்துப் பற்ற வைத்துக் கொண்டான்.

"அவர்கள் உங்களை எப்படிப் பிடித்தார்கள்?"

"ஏன்? அவர்கள் என்ன அவ்வளவு தூரம் சிநேகம் பண்ணிக்கொள்ளக் கூடாதவர்களா?"

"ஆமாம். அவர்கள் மனிதர்களே இல்லை. விஷப்பாம்புகள். ரொம்பப் பயங்கரமானவர்கள். அந்தப் பெண் கல்யாணம் கார்த்தி எதுவும் ஆகாமலேயே குழந்தையைப் பெற்றெடுத்தாள். அது உங்களுக்குத் தெரியுமா?"

மாதவனின் முகத்தில் திடீரென்று ரத்தம் குப்பென்று பாய்ந்தது. கடவுளே! சந்தியாவை இவர்கள் எல்லோருமாக சேர்ந்து வேட்டை நாயாகத் துரத்தியிருக்கிறார்கள். அதில் சந்தேகம் இல்லை. ஆனாலும் ஜோதிக்கும் சந்தியாவுக்கும் எப்படி அறிமுகம்? அதை அவளிடமே கேட்டான். "உங்கள் இரண்டு பேருக்கும் எப்படி அறிமுகம்?" என்று.

''ஒரே கல்லூரியில் படித்தோம். கல்லூரியில் படித்த நாட்களில் இவள் செய்த ஆர்ப்பாட்டம் கொஞ்ச நஞ்சமில்லை. பெரிய ஜமீந்தாரின் மகளைப் போல் அந்த மிடுக்கும், குதிரை வண்டியும், ஓஹோ ஹோ... கேட்காதீங்க. பாவம் அத்தனை திமிரும் அந்த ஒரே அடியால் தணிஞ்சுப் போய் விட்டது.''

மாதவன் பதில் பேசவில்லை. முகத்தைத் திருப்பிக் கொண்டான்.

ஜோதி சந்தேகத்துடன் பார்த்தாள். ''இதெல்லாம் பொய் என்று தானே நினைக்கிறிங்க? இந்த ஆண்பிள்ளைகளே அப்படித்தான். கொஞ்சம் சிவப்பாக, அழகாக இருந்துவிட்டால் போதும். கண்மண் தெரியாது. நான் பொய் சொல்கிறேன்னு நீங்க நினைத்தாலே எனக்கு ஆத்திரம் வருகிறது.

அனாவசியமாக பிறரை வம்புக்கு இழுக்கும் குணம் எனக்குக் கிடையாது. வேண்டுமானால் வாங்க, அழைத்துப் போய்க் காட்டு கிறேன்.''

''எதை?'' மாதவன் துணிந்து கேட்டுவிட்டான்.

''இவள் பெற்றுப் போட்டிருக்கும் புத்திர ரத்தினத்தை.''

''பொய்!'' ரத்தம் வற்றிவிட்டது மாதவன் முகத்தில்.

''அட ராமா! நீங்க அவர்கள் வலையில் நன்றாக விழுந்து விட்டீங்க போலிருக்கு. பொய் சொல்ல வேண்டிய அவசியம் எனக் கென்ன வந்தது? வேண்டும் என்றால், உண்மையைத் தெரிந்து கொள்ளணும் என்ற எண்ணம் உங்களுக்கு உறுதியாக இருந்தால் என்னுடன் வாங்க. இப்போதே காட்டுகிறேன்.'' பொறாமை ததும்பிக் கொண்டிருந்தது ஜோதியின் முகத்தில்.

''காட்ட முடியாமல் போனால்?'' வலிக்கும் அளவுக்கு அழுத்த மாக ஜோதியின் கையைப் பற்றிக்கொண்டே கேட்டான்.

''என் பெயர் ஜோதி இல்லை. நீங்கள் என் முகத்தில் இனி விழிக்கவே வேண்டாம்.''

மாதவன் இமைக்காமல் அவளையே பார்த்தபடி நின்று கொண் டிருந்தான்.

''ஏன்? வருவதற்கு உங்களுக்கு ஏதாவது ஆட்சேபணையா?'' சவால்விட்டாள்.

''இல்லை.''

''அப்படி என்றால் இப்போதே கிளம்புங்கள்.'' வேகமாக முன்னால் நடந்தாள். மாதவன் பின் தொடர்ந்தான்.

அவன் இதயம் வேகமாகப் படபடத்தது. உடம்பிலிருந்த ரத்தமெல்லாம் கொதித்து முகத்திற்கு வந்து விட்டது போலிருந்தது. உண்மையா? உண்மையாகவே சந்தியாவின் மகன் உயிரோடுதான் இருக்கிறானா? ஆனால்... வாசு ஏன் இதைச் சொல்லவில்லை? தன்னிடம் அதைச் சொல்ல அவனுக்கு விருப்பமில்லையா? அதனால் சொல்லாமலேயே விட்டு விட்டானா? காரில் ஏறி அமர்ந்து கொண்டு ஸ்டீயரிங்கின் மேல் வைத்த அவன் கைகள் லேசாக நடுங்கின. கார் புறப்பட்டது.

போகும் வழியில் ஜோதி சட்டென்று ஏதோ நினைவுக்கு வந்தாற்போல் ''மாதவன்.. நீங்க ஒரு சின்னப் பொய் சொல்லணும்'' என்றாள்.

''என்ன பொய்?''

''அந்தச் சிறுவனுக்குத் தந்தை நீங்கதான்னு சொல்லணும். இல்லாவிட்டால் அவர்கள் காண்பிக்க மாட்டார்கள். இதெல்லாம் உங்களுக்குத் தெரியவே தெரியாது என்றும், அந்தச் சமயத்தில் நீங்கள் வெளிநாட்டில் இருந்ததால் இப்படி நடந்து விட்டது என்றும் பொய் சொல்லணும். இப்படி நடந்து விட்டதற்கு ரொம்பவும் வருத்தப்படுவதுபோல் நடிக்கணும். பையனை அழைத்து வந்து காண்பித்தால் ஆஸ்பத்திரிக்கு பத்தாயிரம் நன்கொடை தருவதாக ஆசை காட்டணும். பையனைப் பார்க்கத் துடிதுடிப்பது போல் நடிக்கணும்.''

மாதவனின் முகம் இறுகிவிட்டது. ''சரி, எனக்கு ஆட்சேபணை இல்லை.''

கம்மிவிட்ட குரலில் அவன் சொன்னதைக் கேட்டுத் திரும்பிப் பார்த்தாள் ஜோதி. ''தாங்க்ஸ். எனக்குத் தெரியும். உங்களுக்குக் கொஞ்சம் சிரமமாகத்தான் இருக்கும். ஆனால் அரைமணி நேரம் தானே? பக்கத்திலேயே நானும் இருப்பேன். எல்லாவற்றிற்கும் நானே பதில் சொல்கிறேன்'' என்றாள்.

சந்தியாவை மாதவனுக்குத் தெரியும் என்ற உண்மையை அவளால் தாங்கிக் கொள்ள முடியவில்லை. எவ்வளவு சீக்கிரத்தில் முடியுமோ அவ்வளவு சீக்கிரத்தில் சந்தியாவின் நிஜ சொரூபத்தை அவன் அறியும்படி செய்து விடவேண்டும் என்று துடித்துக் கொண்டிருந்தாள் ஜோதி.

"அக்கா! மாதவன் சார் இன்னும் வரவில்லையா?" வாசு சோர்ந்து போனவனாகக் கேட்டான். இன்றைக்கு மாதவனும், சந்தியாவும் அன்பாகப் பேசிக்கொள்வார்கள் என்றும், தனக்குப் பக்கத்தில் உட்கார்ந்து கொண்டிருக்கும் அவர்களைத் திருப்தியோடு பார்க்கலாம் என்றும் நினைத்துக் கொண்டிருந்தான். ஜோதி திடீரென்று வந்து எல்லாவற்றையும் நாசமாக்கிவிட்டுப் போய் விட்டாள்.

"ஒருக்கால் சிநேகிதி விடாமல் பிடித்துக் கொண்டிருப்பாளாய் இருக்கும்" என்றாள் சந்தியா கடுமையான குரலில்.

"நம்மைவிட அவள் அவருக்கு நெருங்கியவளாக இருப்பாள் என்று நீ நினைக்கிறாயா?" வாசு பொறாமையோடு கேட்டான்.

"ஏன் இருக்கக் கூடாது? ஆனாலும் நீ ஒரு பைத்தியம். நாம் சிநேகிதர்கள் எப்படிடா ஆவோம்? அவரிடமிருந்து தர்மம் பெற்றுக் கொள்ளும் யாசகர்கள்தானே நாம். பிச்சைக்காரர்களுக்கும் சிநேகிதர்களுக்கும் வித்தியாசம் தெரியாதா உனக்கு?"

சந்தியாவின் இதயத்தில் எரிமலை வெடித்துக் கொண்டிருந்தது. ஆனால் மேலுக்கு அமைதியாகத் தம்பியின் கேசத்தை வருடிக் கொண்டிருந்தாள்.

"கடவுளே! தான் இங்கே எதற்காக வந்தாள்? ஆனாலும் அவனுக்கும் ஜோதிக்கும் எந்தவிதத்தில் அறிமுகம்? அவனிடம் அவள் என்னவெல்லாம் சொல்லுவாளோ? வேறென்ன சொல்லுவாள்? இருக்கும் விஷயத்தைச் சொல்லுவாள். சொல்லட்டுமே, தனக்கென்ன பயமா? தன் வாழ்க்கை நாசமாவதற்கு காரணம் யார் என்று அந்த முட்டாளுக்கு எப்படித் தெரியும்?

அறைக்குள் நுழைந்ததுமே கட்டிலில் வாசு நல்லபடியாகப் படுத்திருந்ததைப் பார்த்ததுமே முதல் முறையாக அவன்பால் நன்றி யால் நெகிழ்ந்தது அவள் மனம். அதற்குள் ஜோதி வந்து விட்டாள். இப்பொழுதோ மாதவனின் பெயரைச் சொன்னாலே மனம் ரோஷத்தால் கொந்தளித்துக் கொண்டிருந்தது.

விதியின் வலிமையால் தன் வாழ்க்கை இப்படியாகி விட்டதே என்று வருந்திக் கொண்டிருக்கும்போது நடுவில் இவர்களின் தொல்லை வேறு. ஜோதிக்கும் மாதவனுக்கும் ரொம்ப நெருக்கம் போலும். ஜோதி வந்து அவன் கையைப் பற்றிக் கொண்டதிலிருந்தே அது தெரிகிறதே. ஆனாலும் அவனுக்குத்தான் எத்தனை பெண்களின் சாவகாசம் வேண்டியிருக்கிறது? திருமணமான சுதாவுடன் காதல்

நாடகமாடுகிற கயவனுக்குத் திருமணமாகாத ஜோதியுடன் தொடர்பு இருப்பதில் ஆச்சரியம் என்ன? இவன் மறுபடியும் தன் வாழ்க்கையில் நுழைந்திருக்கிறானே? எதற்காக?

''அக்கா... அவர் இன்றிரவு இங்கு வர மாட்டாரா?'' ஹீனஸ்வரத்தில் கேட்டான் வாசு.

''எனக்கு எப்படித் தெரியும்?''

''ஒருக்கால் அவர் வந்தால் என்னை எழுப்ப மறந்துவிடாதே.'' வாசுவின் கண்கள் தூக்க மயக்கத்தால் செருகிக்கொண்டன. அவனுக்கு அருகில் இருக்கும் அக்கா தேவையில்லை. அங்கே இல்லாத மாதவன்தான் அவனுக்கு வேண்டும். சந்தியாவின் இதயம் பொறாமையால் வெந்துகொண்டிருந்தது. தன்னைவிட மாதவனை அதிகமாக விரும்புகிறானா வாசு?

அவனிடம் என்ன இருக்கிறது என்று எல்லோரும் இப்படி ஈர்க்கப்படுகிறார்கள்? வாசு மட்டுமே இல்லை. ஊரிலிருக்கும் தச்சன், குடியானவன், கூலியாட்கள் அத்தனை பேரும் அவனிடம் வந்து தங்களுடைய பிரச்னைகளைச் சொல்லிவிட்டு ''சாமீ... என்ன செய்யலாம் சொல்லுங்கள்?'' என்று யோசனை கேட்கிறார்கள். இப்படிப்பட்ட பிரகிருதிகளுக்குக் கடவுள் ஏன்தான் இந்த மாதிரி ஈர்ப்பு சக்தியைக் கொடுக்கிறாரோ தெரியவில்லை.

மாதவனும் ஜோதியும் காரை விட்டிறங்கி நர்ஸிங் ஹோமுக்குள் நுழைந்தார்கள். சுமார் இருபது முப்பது வருஷங்களுக்கு முன்னால் இந்தியாவுக்கு வந்து நிரந்தரமாகத் தங்கிவிட்ட ஆங்கிலேயர் ஒருவர் இந்தியாவில் இறந்து போன தன் மனைவியின் நினைவாகக் கட்டியிருந்த கட்டிடம் அது.

அங்கே நர்சுகள் இலவசமாகப் பணி புரிந்து வந்தார்கள். பிரசவித்தப் பிறகு எந்தக் காரணத்தினாலாவது வேண்டாம் என்று விட்டுவிட்டுப் போன குழந்தைகளை எடுத்து வளர்த்து கிருஸ்துவ மத போதகர்களாக அங்கு பயிற்சி கொடுத்து வந்தார்கள்.

சாதாரணமாக இந்த நர்ஸிங்ஹோமிற்கு ஏழைகள், நாதியற்றவர்களைத் தவிர உயர் குடும்பத்தைச் சேர்ந்தவர்களோ, வசதி படைத்தவர்களோ வர மாட்டார்கள்.

ஜோதி சிவப்பாய், குள்ளமாக இருந்த நர்ஸ் ஒருத்தியைச் சந்தித்து பிரசாத் பெயரைச் சொல்லி தன்னை அறிமுகப்படுத்திக் கொண்டாள்.

முதலில் சிறுவனைப் பற்றி எதுவும் சொல்லாமல் நர்ஸ் இரு வரையும் சந்தேகத்துடன் பார்த்தபடி ஆயிரம் கேள்விகள் கேட்டாள். ஜோதி எல்லாவற்றுக்கும் சாமர்த்தியமாகத் தயங்காமல் பதில் சொன்னாள்.

"மன்னிக்கணும். அந்தச் சமயத்தில் நான் இங்கே இல்லாமல் போய் விட்டேன்." குரல் தழுதழுக்கச் சொன்னான் மாதவன்.

"அதனால் என்ன? தவறு செய்வது மனித இயல்பு. தவறு என்று தெரிந்த பிறகு அதைத் திருத்திக் கொள்வதுதான் உத்தமர்களின் லட்சணம். உங்கள் ஜாடை சிறுவனிடம் நன்றாகத் தெரிகிறது. எனக்கு வேறு சாட்சியம் எதுவும் தேவையில்லை."

எல்லாக் கேள்விகளுக்கும் ஜோதி பொருத்தமாக பதில் சொன்னதைக் கேட்டுத் திருப்தியடைந்த சிஸ்டர், மலர்ந்த முகத்துடன் இருவரையும் உட்கார வைத்துவிட்டு சிறுவனை அழைத்துக் கொண்டு வருவதற்காக உள்ளே போனாள்.

"கிழித்தாள். உண்மையிலேயே நீங்கதான் தந்தை என்று நம்பி விட்டாள் போலிருக்கு." கிண்டல் செய்வதுபோல் ஜோதி சொன்னது மாதவனின் செவிகளில் விழுந்ததாகத் தெரியவில்லை.

அவன் மார்பு வேகமாகத் துடித்தது. மகிழ்ச்சி, வியப்பு இரண்டும் கலந்த அபூர்வமான உணர்ச்சியில் அவன் மனம் சுழற்காற்றில் சிக்கினாற்போல் கிர்ரென்று சுழன்று கொண்டே இருந்தது. இது உண்மையா என்று அது திரும்பத் திரும்பக் கேட்டுக் கொண்டே இருந்தது.

பத்து நிமிடங்களில் சிஸ்டர் திரும்பி வந்தாள். அவளோடு கூடவே அவள் சுண்டுவிரலைப் பிடித்துக் கொண்டே நாலைந்து வயது சிறுவன் ஒருவன் நடந்து வந்து கொண்டிருந்தான். நல்ல போஷாக்குடன் வளர்ந்து வருவதற்கு எடுத்துக்காட்டாக சிவப்பாக அழகிய பொம்மையைப் போலிருந்த அவனைப் பார்த்ததும் மாதவனுக்கு மூளையே கலங்கிவிட்டது

"குட் ஈவினிங் சொல்லு" என்றாள் சிஸ்டர்.

அவள் சொன்ன தும் கைகளை நீட்டிக்கொண்டே "குட் ஈவினிங்" என்றான் சிறுவன் வெட்கத்தோடு.

தன்னை நோக்கி நீண்டிருந்த அந்தப் பிஞ்சுக் கரங்களைத் தொடுவதற்கு மாதவனின் கை லேசாக நடுங்கியது. ஆனால் சட்டென்று தன்னையறியாமலேயே இரு கைகளையும் நீட்டி அவனைத் தன்

Saai

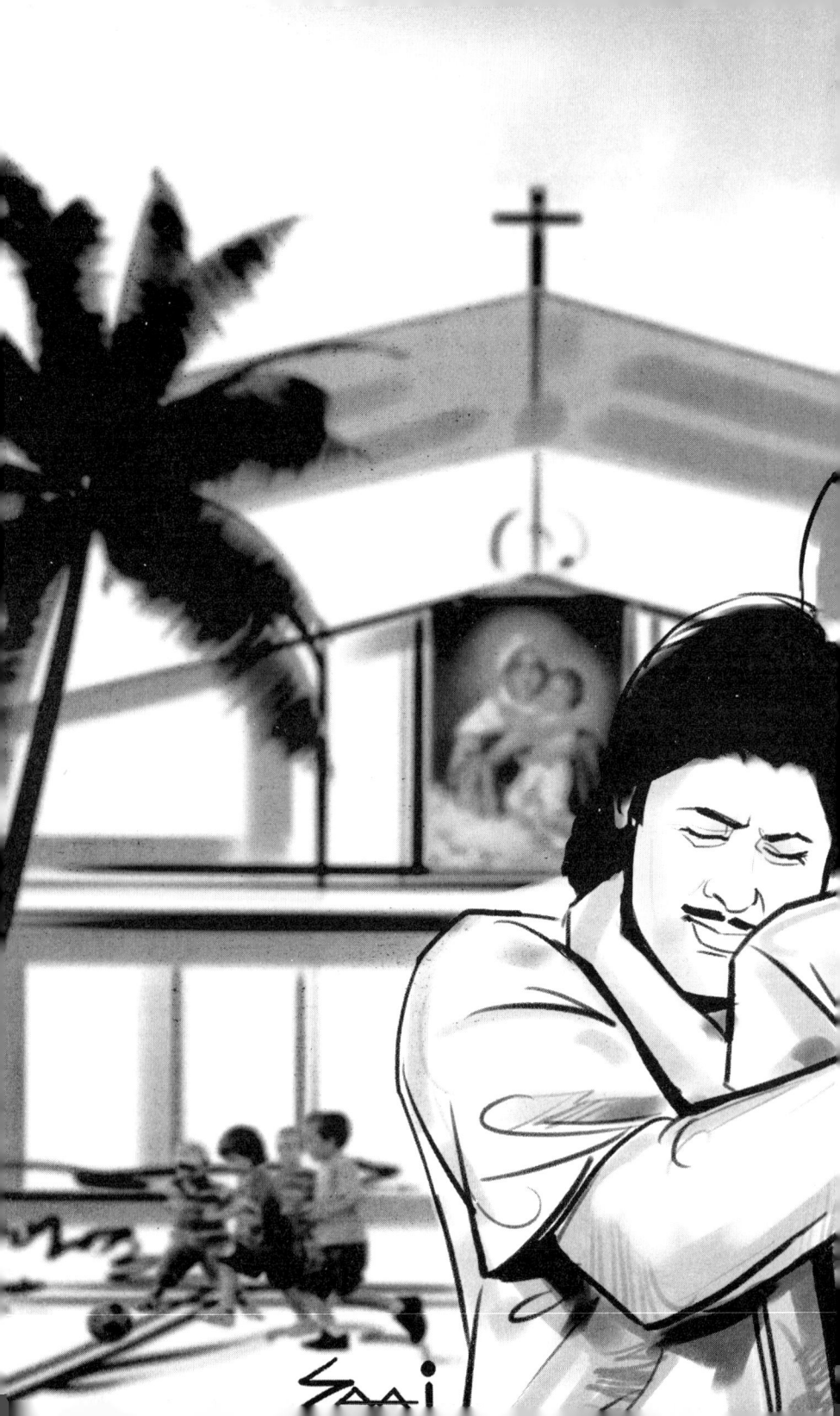

அருகில் இழுத்து அணைத்துக் கொண்டான். அவன் ஸ்பரிசம் பட்டதும் அவன் உடல் முழுவதும் மின்சாரம் பாய்ந்தாற் போல் இருந்தது.

''சந்தியாவுக்குக் கண் தெரியவில்லை போலும். எவ்வளவு அழகான சிறுவன்'' என்றாள் ஜோதி.

''இல்லை இல்லை. அந்தப் பெண்ணுக்குத் தெரியாது. பிரசவித்ததுமே அவள் உடல்நிலை ரொம்ப மோசமாகிவிட்டது. பிழைக்க மாட்டாள் என்றே நினைத்தோம். பிரசவித்த நாலைந்து நாட்களிலேயே நர்சிங் ஹோமிலிருந்து அழைத்துச் சென்று விட் டார்கள். சந்தியாவுக்கு குழந்தை உயிரோடு இருக்கும் விஷயமே தெரியாதவாறு நாங்களே எடுத்துச் சிலநாட்கள் வளர்ப்பதுபோல் ரகசியமாக ஏற்பாடு செய்திருந்தார் அவள் தந்தை.

அதற்குப் பிறகு ரஜாகார் இயக்கத்தில் அவரைச் சுட்டுவிட்டதாகச் செய்தி தெரிந்தது. அப்புறமாக நான் எவ்வளவு முயன்றும் அந்தப் பெண் எங்கே இருக்கிறாள் என்று தெரிந்து கொள்ளவே முடிய வில்லை. இப்போ எங்கே இருக்கிறாள்? உங்களுக்குத் தெரியுமா?''

ஜோதியும் மாதவனும் ஒருவர் முகத்தை மற்றவர் பார்த்துக் கொண்டார்கள்.

''தெரியாது. அந்த ரகளை நடந்த பிறகு கொஞ்ச நாள் வரை இந்த ஊரில்தான் இருந்தாள். அப்புறமாக எங்கே போனாளோ எங்களுக் குத் தெரியாது'' என்றாள் ஜோதி ரொம்ப இயல்பான குரலில்...

''அப்படியா? அந்தச் சமயத்தில் எனக்கு உடம்பு சரியாக இல்லாததால் வெளிநாட்டுக்குப் போய்விட்டு சிலநாட்கள் கழித்துத் திரும்பி வந்தேன். வந்த பிறகு விசாரித்தபோது எந்த விவரமும் தெரியவில்லை.''

மாதவனின் செவிகள் இந்த வார்த்தைகளைக் கேட்டுக் கொண் டிருந்தாலும் அவன் கவனம் அங்கு இல்லை. அவன் கண்கள் அந்தச் சிறுவனையே அணுவணுவாகப் பரிசீலித்துக் கொண்டிருந்தன.

சிஸ்டர் சொன்னதில் மிகை இல்லை. அவனுடைய சிறுவயது போட்டோக்களில் அவன் இதே போலவேதான் இருந்தான். ஆனால் அந்தப் புருவங்களும், உதடுகளும் சந்தியாவை நினைவுபடுத்தின. சிறுவனின் கழுத்தில் தொங்கிக் கொண்டிருந்த சிலுவையைப் பார்த்ததுமே அவன் மனம் இனம் புரியாத வேதனையில் துடித்தது.

அவனுக்கு இந்த உண்மை மட்டும் தெரியாமல் இருந்திருந்தால் இந்தச் சிறுவன் சிஸ்டரின் பாதுகாப்பில் வளர்ந்து பெரியவனாகி ஏதாவது கிருஸ்துவ மிஷினரியில் ஃபாதராக மாறியிருப்பான். கடவுளே!

அதற்கு மேல் யோசிக்க முடியவில்லை அவனால்.

''மாதவன்! போகலாமா?'' இன்னும் உட்கார்ந்திருந்தால் சிஸ்டர் வேறென்ன கேள்விகள் கேட்பாளோ, எங்கே பிடிபட்டுவிட நேருமோ என்று பயந்த ஜோதி எழுந்து கொண்டாள். வந்த காரியம் முடிந்துவிட்டது. இனி இங்கே என்ன வேலை? ஜோதி அவசரப் பட்டதால் மாதவனும் எழுந்துகொள்ள வேண்டியிருந்தது.

இருவரும் விடைபெற்றுக் கொண்டிருந்தபோது சிஸ்டரின் கழுத்தைச் சுற்றிக் கரங்களைப் போட்டபடி அவள் காதில் ஏதோ ரகசியமாக அந்தச் சிறுவன் கேட்டான்.

''என்ன?'' என்றான் மாதவன் ஆர்வத்துடன்.

''நீங்க யாருன்னு கேட்கிறான். சின்ன வயசுதான் என்றாலும் எல்லாவற்றையும் தெரிந்து கொள்ளணும் என்ற ஆர்வம் அதிகம்'' என்றாள் சிஸ்டர் சிறுவனின் கன்னத்தில் முத்தமிட்டபடி.

''தந்தை என்று சொல்லுங்கள்'' என்றான் மாதவன். ஜோதி சிரித்து விட்டு அவனை வெளியே இழுத்துக் கொண்டு வந்துவிட்டாள்.

சிஸ்டரின் அறையைத் தாண்டி வந்ததுமே அதுவரை அடக்கி வைத்திருந்த சிரிப்பை அதற்கு மேல் அடக்க முடியாமல் வாய் விட்டுப் பெரிதாக சிரித்தபடி ''பலே ஆள்தான் நீங்க'' என்றாள்.

''ஏன்?'' என்றான் மாதவன் புருவங்களை நெறித்து.

''எவ்வளவு நன்றாக நடிச்சீங்க? உண்மையில் நீங்கதான் தந்தைன்னு சிஸ்டர் நம்பிவிட்டாள். மாதவன்... நீங்க இவ்வளவு நன்றாக நடிக்கக் கூடியவர் என்று கண்ணால் பார்த்த பிறகும் கூட நம்பமுடியவில்லை என்னால்'' என்றாள் வந்து காரில் அமர்ந்து கொண்டே.

மாதவன் சிரிக்கவில்லை. கம்பீரமாக ஸ்டீயரிங்கிற்கு முன்னால் உட்கார்ந்து கொண்டான். கார் போய்க் கொண்டிருந்தது.

''இப்போ சொல்லுங்கள். சந்தியாவை உங்களுக்கு எப்படித் தெரியும்? எப்பொழுதிலிருந்து?'' கேட்டாள் ஜோதி.

''ப்ளீஸ். வேறு எப்பொழுதாவது பதில் சொல்கிறேன். இப்போ மட்டும் என்னை எதுவும் கேட்காதே'' என்றான்.

அவன் பார்வை சாலையின் மீது சலனமில்லாமல் நிலைத்திருந்தது. ஜோதி ஏதோ புரிந்து விட்டாற்போல் சிரித்தாள். அவன் கை மீது தன் கையைப் பதித்துவிட்டு ''ஆல்ரைட்! விடுங்கள். இப்பொழு தாவது இந்த ஜோதி பொய் சொல்கிறவள் இல்லைன்னு நம்புவீர்கள் இல்லையா?'' என்றாள் பெருமையுடன்.

''உன் நன்றியை இந்த ஜென்மத்தில் என்னால் தீர்த்துக்கொள்ள முடியாது. எனக்கு ரொம்ப நன்மையைச் செய்திருக்கிறாய். இந்த ஜென்மம் முழுவதும் உனக்கு நன்றிக் கடன்பட்டிருப்பேன்'' என்றான் மாதவன்.

''அதற்கென்ன வந்தது? எனக்குத் தெரிந்ததைச் சொன்னேன். இனிமேல் என் பேச்சை சந்தேகப்படாமல் இருந்தால் போதும். அதுவே சந்தோஷம்'' என்றாள்.

சிறுவனைப் பார்த்ததுமே மாதவன் என்னவோ போல் ஆகிவிட்டதை ஜோதி கவனிக்காமல் இல்லை. அப்படி என்றால் சமீப காலமாக மாதவனிடம் ஏற்பட்ட மாறுதலுக்குக் காரணம் சந்தியாதான் போலும். அவ்விருவருக்கும் எப்படி அறிமுகம் ஏற்பட்டதோ? எப்படியிருந்தால் என்ன? இந்த அடியால் அவன் இனி சந்தியாவின் நிழலைக்கூட தீண்டுவதற்கு அருவருப்படைவான். அதில் சந்தேகம் இல்லை.

''ஜோதி! இந்தச் சிறுவன் விஷயம் உன் ஒருத்திக்கு மட்டும்தான் தெரியுமா? அல்லது உங்கள் எல்லோருக்குமே...''

''ஊஹூம். எங்கள் குடும்பத்தாருக்கு மட்டும்தான் இந்த விஷயம் தெரியும். எங்களுக்குக் கூடத் தெரிந்திருக்காது. ஆனால் சந்தியா இருந்த நர்சிங் ஹோமில், ஊரிலிருந்து வந்திருந்த எங்கள் உறவுக் கார பெண்மணியை உடல்நிலை சரியில்லாததால் சேர்ப்பதற்காகப் போயிருந்தோம். அங்கே சந்தியாவைப் பார்த்தோம்.

சந்தியாவின் ஆயா எங்களைப் பார்த்துமே மறைவாகப் பதுங்கிக் கொண்டாள். பிரசாத் அண்ணா அப்புறமாக வந்து எங்க அம்மாவிடம் சந்தியாவின் விஷயத்தைச் சொன்னான். அது மட்டுமில்லை. இந்த விஷயத்தை வெளியே எங்கேயும் சொல்ல வேண்டாம் என்றும், ஒன்றுமே தெரியாததுபோல் இருந்து கொள்ளும்படியும் என்னிடமும் சொன்னான். ஆனாலும் அவரவர் களின் பிரச்னை அவரவர்களுக்கு. எங்கள் பெற்றோர் நல்ல முறையில் வளர்த்திருக்கிறார்கள் எங்களை.'' கார் ஜோதியின் வீட்டுக்கு முன்னால் வந்து நின்றது.

"உள்ளே வந்து அம்மாவைப் பார்த்துவிட்டுப் போகலாமே" என்றாள் ஜோதி.

"இல்லை. வேலை இருக்கிறது. அப்புறமாக வருகிறேன்."

"அப்புறமாக என்றால்? நாளைக்கு வர்றீங்களா?"

"பார்க்கலாம்."

"இல்லை. கண்டிப்பாக வரணும்."

"சரி." மாதவன் அதற்குள் காரைத் திருப்பிவிட்டான். ஜோதி பெருமையுடன் கையை ஆட்டினாள். போகட்டும். பாவம், தேறிக்கொள்ள அவனுக்குக் கொஞ்சம் அவகாசம் வேண்டும். இந்தச் சமயத்தில் அவனை எந்த விதத்திலேயும் தொந்தரவு செய்து எரிச்சலை உண்டாக்கக் கூடாது என்று எண்ணிக் கொண்டாள்.

மாதவன் அங்கிருந்து நேராக நர்சிங் ஹோமுக்குப் போனான். அவனுக்கு இப்பொழுது உலகத்திலிருந்த ஆசையெல்லாம் அந்தச் சிறுவனாக உருவெடுத்து அவனை நோக்கித் தன்னை இழுத்துச் சென்றுக் கொண்டிருப்பதுபோல் தோன்றியது.

17

இரவு ரொம்ப நேரம் கழித்து மாதவன் ஆஸ்பத்திரிக்கு உற்சாகத்துடன் திரும்பி வந்தான். சில நாட்கள் தொடர்ந்து வந்து நன்கு பழக்கப்படுத்திக் கொண்ட பிறகு சிஸ்டர் சிறுவனைத் தருவதாக ஒப்புக்கொள்ளும் வரை அவன் விடவில்லை. நர்சிங்ஹோமிற்கு பத்தாயிரம் ரூபாய் நன்கொடை தருவதாக வாக்களித்தான். அபூர்வமான பொருள் எதையோ பெற்றுவிட்ட திருப்தியும் சந்தோஷமும் அவனுக்கு ஏற்பட்டன.

இந்த முறை அவன் சந்தியாவை நிமிர்ந்து பார்க்க அதைரியப் படவில்லை. அந்தச் சிறுவனைப் பார்த்த பிறகு சந்தியா தன் ரத்தத்தின் ரத்தமாகவும், தன் உடலில் ஒரு பகுதியாகவும் அவனுக்குத் தோன்றியது.

இப்பொழுது இருவருக்கும் இடையே ஒரு தொடர்பு இருக்கிறது. சிஸ்டரின் கழுத்தைச் சுற்றிலும் கைகளைப் போட்டுக் கொண்டு மார்பில் முகத்தைப் பொத்திக் கொள்வது போல் அந்தச் சிறுவன் என்றைக்காவது சந்தியாவின் கழுத்தைச் சுற்றிலும் அதுபோல் கைகளைப் போட்டுக் கொள்வானா? இருவரும் அவ்வாறு இருக்கும் காட்சியைத் தன்னால் காண முடியுமா? என்றாவது ஒரு நாள், எதிர்காலத்தில் அந்தநாள் வந்தாக வேண்டும். அந்த நாளுக்காக அவன் தீவிரமாக முயற்சி செய்யப் போகிறான். அவசியமானால் வாழ்க்கையையே பணயமாக வைப்பான்.

"எப்படி இருக்கு?" வாசுவின் பக்கத்தில் வந்து உட்கார்ந்துகொண்டு நெற்றியில் கையை வைத்துப் பார்த்தான்.

"உங்களுக்காகத்தான் இவ்வளவு நேரமாகக் காத்துக் கொண்டிருந்தான்" என்றாள் ஆயா.

''அப்படியா?''

''வந்ததுமே எழுப்பும்படி திரும்பத் திரும்பச் சொல்லிவிட்டுத் தூங்கிவிட்டான்.''

''பன்னிரெண்டு மணிக்கு எப்படியும் மருந்து கொடுக்கணும் இல்லையா? அப்போ நான் அருகில் இருந்து பார்த்துக் கொள் கிறேன்.'' மாதவனுக்கு வாசுவைப் பார்த்தபோது இதற்கு முன்னால் என்றுமில்லாத அளவிற்குச் சகோதர உணர்வு பெருக்கெடுத்தது. வாசு மட்டும் இல்லாமல் இருந்திருந்தால் அவனுக்கு இந்த விஷயம் என்றைக்குமே தெரிய நேர்ந்திருக்காது.

இந்தப் பாலத்தின் மூலமாகத்தான் அக்கரையில் தனியாக நின்று கொண்டிருக்கும் சந்தியாவை அவன் நெருங்க வேண்டும். வாசு மட்டும் இல்லாவிட்டால் அந்த ஆசை கானல்நீராகி இருக்கும்.

''நாளைக் காலையில் நாங்கள் போய் விடுகிறோம்'' என்றாள் ஆயா. சந்தியாவின் வார்த்தைகளைத்தான் அவள் அதுபோல் ஒப்பிக் கிறாள் என்றுணர்ந்துகொண்ட மாதவன் சட்டென்று சந்தியாவின் பக்கம் திரும்பிப் பார்த்துவிட்டு ''ஏன்?'' என்றான்.

''போய் விடுகிறோம்.'' முற்றுப்புள்ளி வைத்தாற்போல் சொல்லிவிட்டு பேசாமலிருந்து கொண்டாள் ஆயா.

சந்தியா ஜன்னலுக்கு அருகில் உயிரில்லாத பதுமையைப் போல் நின்றபடி வெளியே பார்த்துக் கொண்டிருந்தாள். மாதவனுக்கு இன்றைக்கு சந்தியாவைத் தொட வேண்டும் போலிருந்தது. அருகில் இழுத்து அணைத்துக் கொண்டு ஏதேதோ பேச வேண்டும்போல் இருந்தது, குறைந்தது அருகில் சென்று நிற்க வேண்டும் என்ற ஆவலையாவது நிறைவேற்றிக் கொள்வோம் என்று நினைத்தான்.

எழுந்து சந்தியாவின் அருகில் சென்று ''ஏன் சந்தியா? எதுக்கு?'' என்று கேட்டான்.

சந்தியா சரேலென்று திரும்பிப் பார்த்தாள். ஒரு வினாடி அந்தக் கண்களில் உலகத்திலிருந்த அத்தனை வெறுப்பும், துவேஷமும் தென்பட்டாற் போலிருந்தது. அது மட்டுமில்லை. சீ... இவனும் ஒரு மனுஷனா என்ற தாழ்வான உணர்வு நிரம்பிய பார்வை அது.

அதுவரை கற்பனை உலகில் மனக்கோட்டையைக் கட்டிக் கொண்டு மேகங்களில் ஊர்ந்தபடி சென்று கொண்டிருந்த மாதவனின் மனம், சுரீரென்ற அந்தப் பார்வையால் தொப்பென்று கீழே வந்து விழுந்தது. யதார்த்தத்தை உணர்ந்துகொண்ட அவன் அதற்கு மேல் அங்கே நிற்க முடியாமல் சரேலென்று திரும்பி வந்து விட்டான்.

''அன்புள்ள அக்காவுக்கு,

நான் இங்கு நலமாகத்தான் இருக்கிறேன். அடுத்த வாரம் டிஸ்சார்ஜ் செய்துவிடுவதாக டாக்டர் தெரிவித்தார். ஆறு வாரங்கள் எவ்வளவு சீக்கிரத்தில் ஓடிவிட்டன! அக்கா, எனக்கு விவரம் தெரிந்த பிறகு இவ்வளவு நாள் உன்னை விட்டுப் பிரிந்து இருந்ததே இல்லை. எப்பொழுது உன்னிடம் ஓடிவந்து சேருவேனோ என்று இருக்கிறது. ஒரே வாரம்தானே.

காலுக்காக டாக்டர் சொல்லிக் கொடுத்த பயிற்சிகள் வேண்டாம் என்றால் மாதவன் சார் கேட்டுக் கொள்ள மாட்டேன் என்கிறார். அக்கா... திரும்பவும் என் இரண்டு கால்களாலும் நான் நடந்தபோது எவ்வளவு நன்றாக இருந்தது தெரியுமா? பழைய வாழ்க்கை யெல்லாம் கனவாகத் தோன்றுகிறது. படுத்துத் தூங்கவே பயமாக இருக்கிறது.

திரும்பவும் எழுந்து கொள்ளும் போது நொண்டியாகவே படுக்கையில் இருந்து விடுவேனோ என்று தோன்றுகிறது. அந்த நினைப்பு வந்துவிட்டால் போதும் மைல் கணக்காக ஓட வேண்டும் என்று மனம் பரபரக்கிறது. இதை மாதவன் சாரிடம் சொன்னால் அவர் சிரித்துவிட்டு என் கன்னத்தைத் தடவிக் கொடுத்து ''உனக்கு யோசனைகள் அதிகம், வேறொன்றுமில்லை'' என்கிறார்.

அக்கா...

அவர் எவ்வளவு நல்லவர்! இது எந்த ஜென்மத்துக் கடனோ? நாம் கேட்காமலேயே கடவுள் அனுப்பிய தூதரைப் போல் வந்து என் வாழ்க்கையைச் சீர்படுத்திக் கொடுத்துவிட்டார். நாம் என்ன செய்தால் அவர் செய்த உதவிக்குக் கைமாறாகுமென்று நீயே சொல்லு. நீயோ அவரைப் பார்த்து ஒரு நல்ல வார்த்தையைக் கூடச் சொன்னது இல்லை. இந்த விஷயம் நினைவிற்கு வரும் போதெல்லாம் நான் வெட்கத்தால் செத்துப் போய்க் கொண்டிருக்கிறேன். அவர் நல்லவர் என்பதால் இதைப் பொருட்படுத்த வில்லை.

அக்கா... யாரோ உன் வீட்டிலுள்ள பொருளைத் திருடி விட்டார்கள் என்பதற்காக உலகத்திலுள்ள

எல்லோரையுமே திருடர்களாக எண்ணினால் நன்றாக இருக்குமா? எனக்குத் தெரியும். எனக்குப் பிற்பாடு இந்த உலகத்தில் உனக்கு அவர் ஒருத்தர்தான் நெருக்கமானவர். அதை நீ எப்பொழுது உணரப் போகிறாயோ தெரியவில்லை. நீ எவ்வளவு அலட்சியமாக இருந்தாலும் அவர் அதைக் கொஞ்சமாவது பொருட்படுத்துகிறாரா? அவ்வளவு பரந்த மனம் யாருக்குத்தான் இருக்கும் சொல்லு? இந்த ஒரு விஷயமே போறாதா அவர் நல்ல குணத்தைப் பற்றித் தெரிந்து கொள்வதற்கு?

நான் ஆதரவில்லாமல் இருப்பதைப் பார்த்து இரக்கப்பட்டு, சிதைந்துபோய்விட்ட நம் குடும்பத்தின் மேல் அனுதாபம் கொண்டுதான் அவர் இதையெல்லாம் செய்கிறாரே தவிர அவராக இதையெல்லாம் செய்ய வேண்டிய அவசியம்தான் என்ன?

எனக்கு ஏனோ நீங்கள் இருவரும் நட்புடன் இருந்தால் நன்றாகயிருக்கும் என்று தோன்றுகிறது. எனக்குத் தெரியும். நான் இவ்வாறு சொன்னால் உனக்குக் கோபம் வந்துவிடும் என்று. ஆனாலும் என்னால் சொல்லாமல் இருக்க முடியாது.

முக்கியமாகச் சொல்ல வேண்டியதை மறந்துவிட்டேன். நேற்று ஆஸ்பத்திரிக்கு மோகன் வந்தான். அவன் மாமாவுக்கு விபத்து ஏற்பட்டு கை உடைந்துவிட்டதால் இங்கே சேர்த்திருக்கிறார்களாம். நான் வராண்டாவில் நடைபயின்று கொண்டிருந்தபோது தென்பட்டான். நான் திரும்பவும் நடப்பதைப் பார்த்து ஆச்சரியப்பட்டுவிட்டான்.

அவன் இப்பொழுது பத்தாம் வகுப்பு படிக்கிறானாம். கிரிக்கெட் நன்றாக ஆடுகிறானாம். அவனும் அவன் மூஞ்சியும்! அவனுக்குக் கிரிக்கெட் பேட் பிடித்துக் கொள்ளக் கற்றுக் கொடுத்ததே நான்தான். எனக்கு மட்டும் இந்த ஊனம் ஏற்படாமல் இருந்திருந்தால் நான்கூட அவனுக்குச் சமமாக இருந்திருக்க வேண்டியவன்தானே. "இப்பவும் ஒன்றும் மிஞ்சிப் போய் விடவில்லை. கவலைப்படாதே" என்கிறார் மாதவன்.

இந்த மாதிரி சமயத்தில் நான் சோர்ந்து போய்விடாமல் எனக்குத் தைரியம் சொல்கிற அவரைக் கையெடுத்துக் கும்பிட வேண்டும்.

அக்கா... கால்தான் சரியாகிவிட்டதே. இனி நான் தொடர்ந்து படிக்கலாம் இல்லையா? நீ என்னை ஸ்கூலில் சேர்ப்பாயா? நான் திரும்பவும் புத்தகத்தை எடுத்துக் கொண்டு எல்லோரையும் போல் ஸ்கூலுக்குப் போகும் காட்சி என் கண்முன் நிழலாடுகிறது.

சந்தியாவைப் போன்ற அக்காவையும், மாதவனைப் போன்ற சிநேகிதரையும் பெறுவதற்கு நான் போன ஜென்மத்தில் என்ன புண்ணியம் செய்தேனோ?

ஆயாவிடம் கேட்டதாகச் சொல். நாலைந்து நாட்களில் ஓட்டமாக ஓடி வந்து விடுவேன் என்று சொல்.

இப்படிக்கு,
வாசு

நீண்ட அந்தக் கடிதம் முழுவதும் மாதவனின் புராணம்தான் இருந்தது. என்ன வேடிக்கை! அவனை நினைத்து துவேஷத்தாலும், அவமானத்தாலும் அக்காவின் மனம் துடித்துக் கொண்டிருக்கும் போது நன்றியாலும், நட்பாலும் தம்பியின் மனம் நெகிழ்ந்து கொண்டிருக்கிறது.

கடிதத்தை எத்தனை தடவை படித்துப் பார்த்த போதிலும் அதில் "அக்கா... நீ எப்படி இருக்கிறாய்? என்ன செய்கிறாய்?" என்ற ஒரு வார்த்தைகூடக் காணவில்லை.

மாலையில் தோட்டத்தில் யோசனையுடன் நின்று கொண்டிருந்த சந்தியா பிற்பகலில் தம்பியிடமிருந்து வந்த கடிதத்தைத் திரும்பத் திரும்பப் படித்து மனப்பாடம் பண்ணிக் கொண்டிருந்தாள்.

வாசுவின் கால்கள் குணமாகி விட்டது என்ற சந்தோஷத்தை மேற்கொண்டு தான் படிக்கணும் என்று அவன் எழுதியிருந்தது விழுங்கிவிட்டது. அவளுக்கும் படிக்க வைக்க வேண்டும் என்று தான் இருக்கிறது.

ஆனால் எப்படி? வேறு ஊருக்குப் போய் படிப்பது என்றால் முடிகிற காரியமா? அதற்கு எவ்வளவு பணம் வேண்டும்? இந்தக் காய்கறி வியாபாரத்தில் வருவதைச் சிக்கனமாகச் செலவு செய்யும்போதே வாய்க்கும் வயிற்றுக்கும் சரியாக இருக்கிறது. இன்னும் மேல் செலவுக்கு எங்கே மிஞ்சும்?

சந்தியாவின் பார்வை தோட்டத்தின் மேல் நிலைத்தது. செடிகளும், கொடிகளும் வளர்ந்து அறுவடைக்குத் தயாராக இருந்தன. பூக்களும், காய்களும் தளதளவென்று இருந்தன.

இந்தத் தோட்டம் சந்தியாவுக்குக் கைக்குழந்தைக்குச் சமம். கஷ்டப்பட்டு வாழ்வதில்தான் எத்தனை திருப்தியிருக்கிறது? தொடக்கத்தில் இந்த உழைப்பிற்கு அவளது உடம்பு ஒத்துழைக்க வில்லை. நாளடைவில் அதுவே பழக்கமாகிவிட்டது. இப்பொழுது அதில் வேலை செய்வதற்குக் கஷ்டமாக இருக்கவில்லை. சந்தோஷ மாக இருந்தது.

இந்த இடத்தை மேலும் கொஞ்சம் பண்படுத்தித் தோட்டத்தை அந்தப் பக்கமாக விஸ்தரித்துவிட்டால் நன்றாக இருக்கும். ஆனால் அதற்கு ஏகப்பட்ட செலவு ஆகும். அத்துடன் அதற்கு இன்னொரு ஆளின் உதவியும் தேவைப்படும். இப்பொழுதே அவளும் ஆயாவு மாகச் சேர்ந்து சக்திக்கு மிஞ்சி பாடுபட்டு வருகிறார்கள். அதுதவிர அதிகப் பணத்தைவேறு மூலதனமாகப் போடவேண்டும். எல்லாமே பிரச்னைகள்தான். அதற்காக வாசுவுக்குப் படிப்பு விஷயத்தில் ஏமாற்றம் தருவதில் அவளுக்கு விருப்பம் இல்லை.

வாசு படித்துவிட்டு முன்னுக்கு வந்த பிறகாவது தனக்கு இந்தக் கஷ்டம் தீரலாம். வயோதிகமாவது நிம்மதியாகக் கழியும். எவ்வளவு நாட்கள்தான் அவளால் இதேபோல் உழைத்துக் கொண்டிருக்க முடியும்? அதனால் வாசு இந்த பாரத்தைக் கொஞ்சம் குறைக்கக் கூடிய அளவிற்கு அவனைப் படிக்க வைக்க வேண்டும். திரும்பவும் பட்டணத்திற்குப் போய் வேலை பார்த்தால் என்ன? ஊஹூம்... முடியாது. திரும்பவும் பழைய மனிதர்கள்... பழைய முகங்கள்.

சந்தியாவின் கண்முன்னால் ஜோதியின் முகம் நிழலாடியது. படிக்கும் நாட்களில் ஜோதிக்கு அவள் மீது காரணமே இல்லாமல் துவேஷம் இருந்து வந்தது. அன்று ஆஸ்பத்திரியில் தன்னைச் சந்தித்த பிறகு வெளியே போய் மாதவனிடம் என்ன சொல்லியிருப்பாள்? அதைத் தவிர சொல்லுவதற்கு எந்த விஷயமும் இல்லையே? ஆனால் இந்தத் துர்பாக்கியத்திற்கெல்லாம் காரணம் யார்? எல்லோரையும் போல் இல்லாமல் இப்படித் தன்னந்தனியாகத் தான் வசிக்க நேர்ந்ததற்கு மூல காரணம் யார்?

யார் என்று அந்தக் கயவனுக்கு எப்படித் தெரியும்? இதைப் பற்றியெல்லாம் யார் சொல்லுவார்கள் அவனுக்கு?

எல்லாவற்றையும்விட அவள் ரொம்ப அருமையானதாகப் போற்றி வந்தது தந்தையின் அன்பைத்தான். அந்தத் தந்தைகூடக்

கடைசிக் காலத்தில் அவளை அலட்சியம் செய்ததோடு குடும்ப மானத்தைக் கெடுக்க வந்த ஓடுகாலியாக நினைத்தும் பார்த்து அவளை வெறுத்து வந்தார். அவர் பார்வையையும், அவர் கண்களில் வெளிப்பட்ட வெறுப்பையும் நினைத்துப் பார்த்தாலே இன்றைக்கும் அவளது மனம் பரிதவிக்கும். தந்தையின் அன்பை இழந்து அவள் அனுபவித்த நரகத்தைப் பற்றி யாருக்குத் தெரியும்?

வாசுவுக்கு அவன் கால்களை குணமாக்கியதால் மாதவன் தெய்வ மாகத் தோன்றலாம். ஆனால் தன் வாழ்க்கையைக் கருணையின்றி நசுக்கி நாசமாக்கிவிட்ட அவனை அவளால் வெறுக்காமல் எப்படி இருக்க முடியும்? ஆனாலும் இது என்ன துரதிர்ஷ்டம்? அவனே வந்து இத்தனையும் வாசுவுக்குப் பண்ணுவது எவ்வளவு வேடிக்கை? அதுவே வேறு யாராவதாக இருந்தால் அவனுக்கு நன்றியால் தன் சரீரத்தையே செருப்பாகத் தைத்துப் போட்டிருப்பாள். இப்போது நிலைமையே வேறு.

வாசுவுக்கு அவளுடைய இந்த வருத்தமெல்லாம் எப்படித் தெரியும்? வெட்கத்தை விட்டு அவளால் இதையெல்லாம் அவனிடம் சொல்லத்தான் முடியுமா? நிசப்தமாக இதை ஜீரணித்துக் கொண்டு மௌனமாக இருப்பதைத் தவிர வேறு வழியில்லை.

அவளுக்கு வேண்டியது வாசுவின் நலன். அவனைக் குணமாக்கித் திரும்பவும் வாழ்வு கொடுப்பவர்கள் பரம விரோதியாக இருந்தாலும் அவர்களிடம் அவள் மண்டியிட்டுப் பிச்சை வாங்கிக் கொள்வாள்.

மாதவன் மீது அவளுக்கு இருந்த வெறுப்பும், அவன் தரும் பொருட்களைப் பார்த்து அவள் அருவருப்படைவதும் ஆயாவுக்குப் புரியாத விஷயங்கள். கண்களாலேயே ''என்ன காரணம் சொல்லும்மா'' என்று வேண்டுவாள். ஆனால் வாய் விட்டுக் கேட்க மாட்டாள். என்னதான் பெற்ற தாயின் நிலையிலிருந்து அவளை வளர்த்தாலும் சில விஷயங்களில் யஜமானி வேலைக்காரி என்ற வரம்பு அவளைத் தடுத்து நிறுத்திவிடும்.

அதற்குள் மேகங்கள் திரண்டு கொண்டிருந்த வானத்திலிருந்து படபடவென்று தூறல்கள் விழத் தொடங்கியதுமே சந்தியா நிமிர்ந்து பார்த்தாள். வானத்தில் மேற்குத் திசையிலிருந்து மழை மேகங்கள் கும்பலாகத் திரண்டு இந்தப் பக்கமாக வேகமாக வந்து கொண்டிருந்தன. நல்ல மழை வரப் போவதை உணர்ந்துகொண்ட சந்தியா விடுவிடென்று வீட்டிற்குப் புறப்பட்டாள்.

18

"பெரிய மழை வரும் போலிருக்கு. நீ நனைந்து போய் விடுவாயோ என்று பயந்தேன்" என்றாள் ஆயா, எதிரே வந்தபடி. அதற்குள் காற்று வலுத்தது. பார்த்துக் கொண்டிருந்தபோதே கும்ப வருஷமாக மழை பெய்யத் தொடங்கிவிட்டது. இருட்டிவிட்டது. வேகமாக வீசிய காற்றுக்குக் கதவுகளும் ஜன்னல்களும் அடித்துக் கொண்டன. வானத்தில் மின்னலும் இடியும் உருமிக் கொண்டிருந்தன.

"தோட்டம் முழுவதும் பூவும், காயுமாக இருக்கிறது. இந்தக் காற்றையும் மழையையும் பார்த்தால்.." என்றாள் சந்தியா கவலையுடன்.

ஆயா பதில் பேசவில்லை. இந்த மழையில் தோட்டத்திற்கு ஏதாவது ஆகிவிட்டால் அது சந்தியாவின் மனதை எவ்வளவு பாதித்துவிடும் என்று அவளுக்குத் தெரியும். மழை என்றும் வெயில் என்றும் பாராமல் எவ்வளவு பாடுபட்டு அதற்கான பலனை அவள் ஆவலோடு எதிர்பார்த்துக் கொண்டிருக்கிறாள் என்பதை அவள் அறியாதவளா என்ன?

இரவு முழுவதும் மழை பெய்து கொண்டே இருந்தது. காலையிலும் குறையவில்லை. மாறாக காற்றின் சீற்றமும் அதிகரித்து விட்டது. பகல் முழுவதும் ஒரு நிமிஷம்கூட விடாமல் சோவென்று பெய்து கொண்டே இருந்தது.

மாலை ஆனதும் "ஒருமுறை தோட்டத்திற்குப் போய்ப் பார்த்து விட்டு வருகிறேன்" என்றாள் சந்தியா.

''இந்த மழையிலா? உனக்கு மூளை பிசகிவிட்டதா என்ன?'' ஆயா கடிந்துகொண்டாள்.

இந்த ஊருக்கு வந்த பிறகு இந்த இரண்டு மூன்று ஆண்டுகளில் இதுபோன்ற ஒரு பெரிய மழையை அவர்கள் பார்த்ததே இல்லை. பழைய வீடு என்பதால் ஓட்டு வழியாக வீட்டுக்குள் மழைநீர் ஒழுகிக் கொண்டிருந்தது.

இருட்டிவிட்டது. ஆயா ஏற்றி வைத்த லாந்தர் விளக்கு காற்றுக்குப் படபடத்துக் கொண்டிருந்தது. இன்று இரவும் மழை குறையாததுபோல் இருந்தது. வாசுவின் கட்டிலில் முடங்கிக் கொண்டு உட்கார்ந்திருந்தாள் சந்தியா.

ஆயா வீட்டிலிருந்த தவலைகளையும், பெரிய பெரிய பாத்திரங்களையும் எடுத்து வந்து ஒழுகிக் கொண்டிருந்த இடங்களில் வைத்தாள். வீடு முழுவதும் வெள்ளக்காடாகி விட்டது. சுவரிலிருந்தும் மழைநீர் ஊறிக் கசியத் தொடங்கியது.

சந்தியா சிலையாக உட்கார்ந்தபடி பார்த்துக் கொண்டிருந்தாள். வாசல் கதவைத் திறந்தாற்போல் சத்தம் கேட்டது.

''யார்?'' என்றாள் ஆயா சத்தமாக.

''யாரும் இல்லை. உனக்கு எல்லாமே சந்தேகம்தான். காற்றின் சத்தம். வேறு எதுவும் இல்லை'' என்ற அலுத்துக்கொண்டாள் சந்தியா.

''யாரோ கூப்பிட்டாற்போல் இருந்தது.''

''வேண்டுமானால் போய்ப் பார்த்துவிட்டு வாயேன்.'' இந்த இருட்டில் யார் வரப் போகிறார்கள் என்றெண்ணிக் கொண்டாள் சந்தியா.

ஆயா போய்க் கதவைத் திறந்ததுமே மாதவன் ரெயின் கோட்டிலிருந்து நீர் சொட்டச் சொட்ட உள்ளே வந்தான். அவனைப் பார்த்ததுமே சந்தியா சரேலென்று எழுந்து நின்றாள்.

திடீரென்று கதவைத் திறந்ததால் விர்ரென்று உள்ளே வந்த காற்றுக்கு லாந்தர் படபடத்தது. ஆயா சட்டென்று போய் கைகளைக் குறுக்கே வைத்து அது அணையாமல் தடுத்தாள்.

மாதவன் உள்ளே வந்ததும் கதவைச் சாத்தினான்.

''நீங்க ஊரிலிருந்து எப்போ வந்தீங்க?'' கேட்டாள் ஆயா.

"காலையிலேயே வந்துவிட்டேன். வெளியே வர முடியாதபடி ஒரே மழை." சாதாரணமாக அவன் ஊரிலிருந்து வந்ததுமே சந்தியா வின் வீட்டிற்கு வந்து வாசுவின் க்ஷேம சமாசாரங்களைத் தெரிவிப் பான்.

மாதவன் வீடு முழுவதும் பரத்தியிருந்த பாத்திரங்களை வியப்புடன் பார்த்தான். நீண்ட ரெயின் கோட்டில் அவன் இன்னும் உயரமும் பருமனுமாகத் தென்பட்டான். மழை நீரில் நனைந்த கேசங்கள் நெற்றியில் ஒட்டிக் கொண்டிருந்தன. அதுவும் அழகாகத் தான் இருந்தது.

"ஒரே மழை. இன்றிரவுகூட விடாது போல் இருக்கு" என்றாள் ஆயா.

"வீடெல்லாம் ஒழுகிறது போலிருக்கே?" ரெயின்கோட்டை அவிழ்த்துக்கொண்டே கேட்டான்.

இவ்வளவு மழையில் இந்த இருட்டில் வராவிட்டால் என்ன குடி மூழ்கிப்போய் விடுமோ? சந்தியா நெற்றியைச் சுளித்துக் கொண் டாள்.

"உள்ளே எல்லாம்கூட ஒழுகுகிறதா?" மாதவன் உள்ளே நுழைந்து சுவாதீனமாகச் சுற்றிப் பார்த்துவிட்டு, "அடடா... சுவர்கள் எல்லாம்கூட தண்ணீரில் ஊறிக் கசிகிறதே" என்றான்.

ஆயா பதில் பேசவில்லை.

"இன்றிரவுக்கு மழை விடாது" என்றான்.

திரும்பவும் யாருமே பதில் பேசவில்லை. சந்தியா குனிந்த தலை நிமிரவில்லை.

"நதி இப்பொழுதே கரையையொட்டி ஓடிக் கொண்டிருக்கிறது. எந்த சமயத்திலும் பொங்கக் கூடும். கரையில் இருக்கும் குடிசை வாசிகள் எல்லோரும் காலி செய்துவிட்டு ஊருக்குள் வந்துவிட்டார்கள். இன்றிரவு முழுவதும் மழை பெய்தால் நாளைக்கு நதி பொங்காமல் இருக்காது. முதலில் இந்த மழையிலேயே இந்த வீடு இடிந்துவிடும் போலிருக்கே?" அவன் சொல்லிக் கொண்டிருந்த போதே மேலேயிருந்து சொடசொடவென்று நீர்தாரை தலையில் விழுந்தது. அதிலிருந்து தப்பித்துக் கொள்வதற்காக மாதவன் சந்தியா இருந்த பக்கமாக ஒதுங்கினான்.

"இந்த இரவு நேரத்தில் எங்கே போக முடியும் எங்களால்?" என்றாள் ஆயா தயக்கத்தோடு.

"எங்க வீட்டுக்கு வாங்க. விடிந்ததும் திரும்பி வந்துவிடலாம்" என்றான் மாதவன்.

"பரவாயில்லை. மழை குறைந்துவிடும்." முதல் முறையாக வாயைத் திறந்தாள் சந்தியா.

லாந்தர் வெளிச்சத்தில் ஒரு வினாடி சந்தியாவையே பார்த்த மாதவனுக்கு அவள் தலைகுனிந்தபடி நின்று கொண்டிருந்த விதத்தைப் பார்த்ததும், அருகில் சென்று அவள் முகத்தைத் தூக்கி நிறுத்தித் தன்னை நிமிர்ந்து பார்க்கச் சொல்லி உத்தரவிட வேண்டும் என்று தோன்றியது. அவ்வாறு பார்க்கும் பொழுது "நான் என்ன செய்தால் உன் வெறுப்பு போகும் என்று சொல்லு.

ஏழு கடல்களையும் நீந்தி வரட்டுமா? பனிமலையிலிருந்து கீழே குதிக்கட்டுமா? எரிமலைக்கிடையே முறுவலுடன் நடக்கட்டுமா? என்ன செய்ய லாம்? என்ன செய்தால் உன் முகத்திலுள்ள கடுமை நீங்கி மலர்ச்சி ஏற்படும் என்று சொல் சந்தியா?" என்று கேட்க வேண்டும் போல் தோன்றியது. ஆனால் மேலுக்கு மட்டும் சாதாரணக் குரலில் "நள்ளிரவு நேரத்தில் ஏதாவது நேர்ந்துவிட்டால்?" என்றான்.

"ஒன்றும் ஆகாது." உறுதியாக வந்தது பதில்.

"எந்த விஷயத்திலுமுள்ள நல்லதையும் கெட்டதையும் இரண்டு விதமாக யோசித்துப் பார்த்து ஜாக்கிரதையாக இருந்துகொண்டால் நஷ்டமில்லையே? இன்றிரவு ஒன்றும் ஆகாதுன்னு நீங்க சும்மாயிருந்தாலும், ஏதாவது ஆகிவிடுமோன்னு பயமாக இருக்கு எனக்கு. கடவுள் சில சமயம் நாம் நினைத்ததற்கு எதிர்ப்பதமாக காரியங்களை நடத்திவிடுவதுண்டு."

இறுதி வார்த்தையிலிருந்த சிலேடை சந்தியாவுக்கு மட்டுமே புரிந்தது. ஒரு வினாடி அந்த இடத்தை நிசப்தம் சூழ்ந்தது.

லாந்தர் திரியைச் சரி செய்துகொண்டிருந்த ஆயா சந்தியாவை நோக்கித் திரும்பினாள். மழை நீரால் சுவர்கள் ஊறிக் கொண்டிருந்ததைப் பார்த்தபோது அவளுக்குப் பயத்தால் உயிரே போய்விடும் போலிருந்தது, குறைந்தபட்சம் போர்த்திக் கொள்வதற்குக்கூட அங்கு நல்ல போர்வை இல்லை.

"என்ன சொல்கிறாய் ஆயா?" தான் எதாவது செய்ய நினைத்தால் மாதவன் ஆயாவைத்தான் கேட்பான்.

"எனக்கு எந்த ஆட்சேபணையும் இல்லை." தயக்கமாக வந்தது ஆயாவின் பதில்.

"அப்படி என்றால் உடனே கிளம்புங்கள். சின்னவர்களின் அபிப்பிராயத்திற்கு மதிப்புத் தரவேண்டியதுதான். ஆனால் சில சமயம் பெரியவர்களான நாமும் தன்னிச்சையாகச் சில முடிவுகளை எடுக்க வேண்டியது அவசியம்."

சந்தியாவின் முகம் சிவந்ததை யாருமே கவனிக்கவில்லை. "உயிரே போனாலும் சரி. நான் இங்கேயேதான் இருப்பேன். உங்கள் வீட்டிற்கு வர மாட்டேன். இங்கிருந்து போய் விடுங்கள்" என்று பெரிதாகக் கத்த வேண்டும் போல் இருந்தது அவளுக்கு. ஆனால் விவேகம் கோபத்தை அடக்கிவிட்டது. ஆயாவைப் பார்த்தாள்.

ஆனால் ஆயாவோ குளிரால் வெடவெடவென்று நடுங்கிக் கொண்டே "போவோம்" என்று கெஞ்சுவது போல் தீனமாகப் பார்த்தாள். சந்தியா இறங்கி வந்தாள். இந்தக் காற்றுக்கும் மழைக்கும் ஆயாவுக்கு ஏதாவது ஆகிவிட்டால் இன்னும் கஷ்டம்.

எப்படியோ ஒருவாறு கிளம்பினார்கள்.

"நீங்கள் இருவரும் இந்த ரெயின் கோட்டைப் போர்த்திக் கொள்ளுங்கள். தலை நனையாமல் இருக்கும்." மாதவன் ரெயின் கோட்டைத் தந்தான்.

ஆயா வாங்கிக் கொண்டாள்.

"தேவையில்லை. நான் இப்படியே வருகிறேன்." தலையைத் திருப்பிக் கொண்டாள் சந்தியா.

அவ்வாறு சொல்லும் பொழுது அந்தக் கண்களில் தென்பட்ட வெறுப்பை மாதவன் கவனிக்கத் தவறவில்லை. ஆயாவிற்கு அவனே கோட்டைப் போர்த்தினான்.

வீட்டைப் பூட்டிவிட்டு வராண்டாவில் இறங்கியபோது சந்தியாவின் கால் சேற்றில் சருக்கியது.

"ஜாக்கிரதை!" பின்னால் வந்து கொண்டிருந்த மாதவன் சட்டென்று அவள் தோளைப் பிடித்து அவள் விழுந்து விடாமல் தடுத்தான். அந்த முயற்சியில் சந்தியாவின் தலை வந்து அவன் மார்பில் பட்டது. சமாளித்துச் சரியாக நின்றவள் மாதவனின் கையை விடுவித்துக் கொள்வதற்குள்ளாக அவனே விட்டுவிட்டான். அவன் ஸ்பரிசம் அவளுக்கு அருவருப்பைத் தந்தது உண்மைதான்.

ஆனால் மின்னலாய் அவளைப் பற்றித் தடுத்து நிறுத்தியிருக்காவிட்டால் அவள் சேற்றில் குப்புற விழுந்திருப்பாள். அதனால்தான் சந்தியா வால் அளவுக்கதிகமாக அருவருத்துக்கொள்ள முடியவில்லை.

19

எப்பொழுதும் தொலைவிலிருந்துதான் அவர்கள் பார்த்திருக்கிறார்களே தவிர கிட்டத்தில்போய் அந்த வீடு எப்படி இருக்கும் என்று சந்தியாவோ ஆயாவோ பார்த்ததே இல்லை. வராண்டாவைத் தாண்டி ஹாலுக்குள் அடியெடுத்து வைத்ததுமே அங்கே கும்பலாக நிறையப் பேர் தென்பட்டார்கள். அவர்களில் பெரும்பாலோர் வேலைக்காரர்கள், குடியானவர்கள்.. அவர்களை எல்லாம் பார்த்த பிறகு சந்தியா நிம்மதியாக மூச்சுவிட்டுக் கொண்டாள்.

தமக்குப் புகலிடம் தருவதற்கு மாதவன் தனிப்பட்ட அக்கறை ஒன்றும் எடுத்துக் கொள்ளவில்லை. அங்கிருந்த நிறையப் பேர் அநாதைகள். அந்த அநாதைகளோடுகூட அநாதையான அவளும் ஒருத்தி, அவ்வளவுதான்.

"வாங்க" என்று உள்ளறைக்கு அழைத்துச் சென்று "கோபால்" என்று குரல் கொடுத்தான்.

"வந்துவிட்டேன்." உள்ளேயிருந்து குரல் கேட்டது. இரண்டு நிமிஷங்களுக்குப் பிறகு கோபால் வந்தான். அவன் தனியாக வரவில்லை. சிவப்பாக, கொழுகொழுவென்று இருந்த நாலைந்து வயது மதிக்கத் தக்க சிறுவன் ஒருவனைத் தூக்கிக் கொண்டு வந்தான்.

"அட! நீ இன்னுமா தூங்கவில்லை?" அவனைப் பார்த்துக் கைகளை நீட்டினான் மாதவன்.

"ஊஹூம். நீ எங்கே போய்விட்டாய்?" தந்தையின் கைக்குத் தாவிய சிறுவன் சந்தியாவையும் மற்றவர்களையும் பார்த்துக் கொண்டே கேட்டான்.

"கோபால்... இவர்களுக்கு உள்ளே இடது பக்கத்தில் உள்ள அறையைக் காட்டு" என்றான் மாதவன்.

"பையன் யார்?" அழகாக இருந்த சிறுவனைப் பார்த்து ஆயாவால் கேட்காமல் இருக்க முடியவில்லை.

"என் மகன்." எவ்வளவு சகஜமாக இருக்க வேண்டுமென்று விரும்பியபோதிலும் அவன் குரல் வித்தியாசமாக ஒலித்தது.

சந்தியா திடுக்கிட்டாள். ஆயா வியப்புடன் பார்த்தாள்.

"ஏன்? கல்யாணம் கார்த்திகை எதுவும் ஆகாமலேயே குழந்தை எப்படி வந்தான் என்றா? அவன் என் மகன் என்று தெரிந்தது. உடனே வரவழைத்துக் கொண்டேன். இவனுடைய தாய் எங்கே இருக்கிறாள் என்று தெரியாது." அவன் வார்த்தைகளில் இருந்த சிலேடை எல்லோருக்கும் புரியவே ஆச்சரியமடைந்தவர்களாகப் பார்த்தார்கள்.

"மது... ஆயாவிடம் போக மாட்டாயா?" மகனை ஆயாவிடம் நீட்டிக் கொண்டே சொன்னான். அவன் போனாற்போலவே போய்விட்டுத் திரும்பவும் தந்தையைப் பார்த்துக் கைகளை நீட்டினான்.

"அப்படியே உங்க ஜாடையேதான்." வலிய வரவழைத்துக் கொண்ட சிரிப்புடன் ஆயா சொன்னாள். தன் மகன் என்று மாதவன் சொன்னதற்கு ஏற்றாற்போலவே சிறுவனிடம் அவன் ஜாடை நன்றாகத் தெரிந்தது.

"என் ஜாடை நிறைய இருக்கு, உண்மைதான். ஆனால் கூர்ந்து கவனித்தால் அந்த உதடு, மூக்கு இரண்டிலும் தாயின் சாயல் தெரியும்."

அவன் முகம் இருட்டில் இருந்ததால் அதில் என்ன உணர்ச்சி தென்பட்டது என்று யாருக்கும் தெரியவில்லை.

அந்த உரையாடலை அதற்குமேல் கேட்க விரும்பாதவளாக சந்தியா கோபாலுடன் உள்ளே போய்விட்டாள்.

"குழந்தையை யார் பார்த்துக் கொள்கிறர்கள்?" ஆயா கேட்டாள்.

"இன்னும் யாரும் கிடைக்கவில்லை. ஆயாவுக்காகத் தேடிக் கொண்டு இருக்கிறேன். நான் இருந்தாலும் இல்லாவிட்டாலும்

கண்ணும் கருத்துமாக பார்த்துக் கொள்கிற ஆளாக வேண்டும்'' என்றான் மாதவன்.

"ஆமாமாம்.'' ஆயாவும் அங்கிருந்து உள்ளே போய் விட்டாள்.

அவர்கள் போன பிறகு மாதவன் மதுவை மார்போடு அழுத்திக் கொண்டே அங்கே இருந்த சோபாவில் சரிந்தான். என்ன வேடிக்கை? சந்தியாவிடம் மதுவைக் காட்டி என் மகன் என்று எப்படிச் சொல்வது என்ற பிரச்னை இத்தனை சுலபமாகத் தீர்ந்து போய்விடும் என்று அவன் கனவிலும் நினைத்திருக்கவில்லை. இன்றைக்குத்தான் அவனை சிஸ்டரிடமிருந்து அழைத்து வந்தான். இன்றைக்கே சந்தியாவும் எதிர்பாராமல் இங்கே வந்து விட்டாள்.

"என் மகன்'' என்று சொன்னபொழுது சந்தியாவின் முகத்தில் தென்பட்ட இனம் புரியாத உணர்வை அவன் கவனிக்காமல் போகவில்லை. என்றாவது மதுவை அழைத்துக் கொண்டு போய் சந்தியாவிடம் தந்து "இவன் உன் மகன்தான் சந்தியா'' என்று சொல்லக் கூடிய தருணம் வருமா?

சிறுவனைப் பழக்கப்படுத்திக் கொள்வதற்கு அவன் எவ்வளவு பாடுபட்டிருப்பான் என்று யாருக்குமே தெரியாது. தினமும் நர்சிங் ஹோமுக்குப் போவான். போனபொழுதெல்லாம் அவனைக் காரில் உட்காரவைத்துக் கொண்டு ஊரெல்லாம் சுற்றி வருவான். சாக்லேட், பொம்மைகள், ஆடைகள் என்று எல்லாம் வாங்கித் தருவான். மது அவனுக்கு நெருக்கமாவதற்கு ரொம்ப நாள் தேவைப்படவில்லை. அதனால்தான் சிஸ்டர் "அவருடன் போகிறாயா?'' என்று கேட்ட பொழுது சரி என்று தலையாட்டிவிட்டான்.

பதினைந்து நாட்களுக்கு ஒரு தடவையோ, மாதம் ஒரு முறையோ மதுவை அழைத்து வந்து காண்பித்து குழந்தை ஏங்கவில்லை என்பதை மெய்ப்பிக்கும்படி எச்சரித்து அனுப்பினாள் சிஸ்டர்.

குழந்தையை சந்தியாவிடம் போகும்படி செய்வது எப்படி என்றுதான் அப்போது யோசித்துக் கொண்டிருந்தான் மாதவன். அவன் மனம் அதற்காக ஆயிரம் வழிகளைத் தேடிக் கொண்டிருந்தது.

அறைக்குள் வந்து படுக்கப் போவதற்கு முன்னால் "உண்மையிலேயே அது அவருடைய மகனாகத்தான் இருக்கும் என்கிறாயா?'' என்று கேட்டாள் ஆயா, இன்னும் அதையே யோசித்துக் கொண்டே. அவளால் நம்பத்தான் முடியவில்லை.

"ஏன்? ஏன் இருக்கக் கூடாது?" கடுமையாகக் கேட்டாள் சந்தியா.

"பின்னே தாய்?"

"எந்தக் குளத்திலோ குட்டையிலோ குதித்திருப்பாள். இல்லாவிட்டால் வேறு கல்யாணம் பண்ணிக்கொண்டு நிம்மதியாக வாழ்ந்து கொண்டிருப்பாள்."

"எது எப்படி இருந்தாலும் குழந்தை மட்டும் தங்க விக்கிரகமாக இருக்கிறான். அந்தக் கேசங்களும், நெற்றியும் அசல் அப்பாவைத்தான் கொண்டிருக்கிறது" என்றாள் ஆயா.

சந்தியா பதில் பேசவில்லை. அவள் மனமெல்லாம் பயங்கரமான பலவித யோசனைகளால் அலைக்கழிக்கப்பட்டுக் கொண்டு இருந்தது. ஒருக்கால் தன்னுடைய அந்தக் குழந்தை இன்று உயிரோடு இருந்திருந்தால்.. அவள் உடல் பயத்தால் சிலிர்த்து அடுத்தகணம் அருவருப்பால் முறுக்கேறிக் கொண்டது. சீ... சீ... இதுவரை இந்த மாதிரி யோசனைகள் அவளுக்கு வந்ததே இல்லையே?

ஆனாலும் அவனுக்குக் கொஞ்சம்கூட வெட்கமில்லை போலும். எவ்வளவு பெருமையாகச் சொல்லிக் கொள்கிறான்? சந்தியாவுக்குத் தந்தையும் மகனும் சேர்ந்திருக்கும் காட்சி கண்முன்னால் நிழலாடியது. உடம்பு முழுவதும் தேளும் பூரானும் ஊர்ந்தாற்போல் அவளுக்கு அருவருப்பு ஏற்பட்டது.

அவன் வாழ்க்கையில் தான் எத்தனை பெண்கள்? நாளுக்கு நாள் இந்தப் பெண்களின் எண்ணிக்கை கூடிக்கொண்டே போகிறதே. சுதா, ஜோதி, இந்தச் சிறுவனின் தாய், தான்.....என்ன மனிதன் இவன்? சந்தியாவுக்கு அவன் மேல் இருந்த துவேஷம் மேலும் வளரத் தொடங்கியது.

ஆனால் என்ன தலையெழுத்து இது? இந்த வீட்டில் அவள் ஏன் அடியெடுத்து வைத்தாள்? "கடவுளே... நான் என்ன தவறு செய்தேன்? என்னை ஏன் இதுபோல் தண்டிக்கிறாய்?" இருட்டில் மழையின் ஓசையைக் கேட்டுக் கொண்டே படுத்திருந்த அவள் கண் களிலிருந்து சூடான கண்ணீர் வழிந்து தலையணையை நனைக்கத் தொடங்கியது.

மறுநாள் மழையின் தீவிரம் கொஞ்சம் தணிந்தது. ஆனால் காற்றின் சீற்றம் மட்டும் குறையவில்லை. மாதவன் வீட்டில்

தங்கியிருந்தவர்கள் அன்றும் அங்கே இருப்பதற்காக மாதவன் ஏற்பாடுகளைச் செய்துகொண்டிருந்தான்.

வீட்டில் அவ்வளவு வேலைகள் இருக்கும்போது பார்த்துக் கொண்டே சும்மாயிருக்கப் பிடிக்காத ஆயா, தானும் சமையலறைப் பக்கம் போய்விட்டாள். அதற்கு முன்னால் சந்தியா தான் ஒரு முறை போய்த் தோட்டத்தைப் பார்த்துவிட்டு வருவதாகச் சொன்னாள். அந்த மழையில் வெளியே போகக்கூடாது என்று கண்டிப்பாகச் சொல்லிவிட்டாள் ஆயா.

அறையில் தனியாக உட்கார்ந்திருந்த சந்தியா ஆயா சமையல் வேலையில் தீவிரமாக மூழ்கிப் போய் விட்டதைக் கவனித்து மெதுவாக வெளியே நழுவினாள். புடவைத் தலைப்பைத் தலைமேல் முக்காடாகப் போட்டுக் கொண்டு தோட்டத்தை நோக்கி வேகமாக நடக்கத் தொடங்கினாள். யோசனையில் மூழ்கியபடியே வேகமாக நடந்து கொண்டிருந்த சந்தியா கொஞ்சம் தூரத்திலேயே எதிரே தென்பட்ட காட்சியைப் பார்த்துவிட்டு, தூக்கிவாரிப்போட அப்படியே நின்றுவிட்டாள். கண்கள் அகலவிரிய அதைப் பார்க்கத் தொடங்கினாள்.

அந்த இடமெல்லாம் ஜலப்பிரளயமாக இருந்தது. தண்ணீருக்கு மேல் தெப்பம் போல் மிதந்து கொண்டிருந்த பூக்களையும், காய்களையும் பார்த்துத்தான் அந்த இடத்தில் தோட்டம் இருந்ததாக நினைத்துக் கொள்ள வேண்டும். பந்தலுக்கு மேல் படர்ந்திருந்த கொடி கள்கூடத் தாறுமாறாக விழுந்து விட்டிருந்தன.

சிலையாக நின்றுவிட்ட அவள் மனம் எவ்வளவு முயன்றாலும் அந்தப் பயங்கரமான உண்மையை ஒப்புக்கொள்ள மறுத்தது. காற்றிற்குத் தலை மேல் போர்த்திக் கொண்டிருந்த முக்காடு நழுவி விழுந்தது. அதைச் சரியாகப் போட்டுக் கொள்ளும் நினைப்புக்கூட அவளுக்கு இருக்கவில்லை.

அந்த மழையில் அங்கே எவ்வளவு நேரமாக நின்று கொண்டிருந்தாளோ அவளுக்கே தெரியாது. எத்தனை நாளைய உழைப்பு? எவ்வளவு எதிர்பார்ப்புகள்? அத்தனையையும் வெள்ளம் விழுங்கி விட்டது.

சோர்ந்து போய்விட்ட உள்ளத்துடன் கால்கள் தள்ளாட நேராகத் தன் வீட்டிற்கு வந்து பூட்டைத் திறந்துகொண்டு உள்ளே நுழைந்தாள். வீடு முழுவதும் தண்ணீர். தளர்ந்துபோய் வாசுவின் கட்டில்மீது சரிந்தாள். வாசலிலிருந்து ஊதக்காற்று மழையோடு சேர்ந்து

விர்ரென்று வீசிக் கொண்டிருந்தது. மழையால் தலையும், ஆடைகளும் தொப்பலாக நனைந்துவிட்டன. எவ்வளவு அடக்கிக் கொள்ள முயன்ற போதிலும் முடியாமல் உடம்பெல்லாம் குளிருக்கு வெடவெடவென்று நடுங்கிக் கொண்டிருந்தது.

சந்தியாவுக்குத் திடீரென்று வெறிப் பிடித்தாற்போல் சிரிக்க வேண்டும் போலிருந்தது. தோட்டமெல்லாம் நிர்மூலமாகவிட்டது. இனி எதைச் சாப்பிடுவது? திரும்பவும் பணம் செலவழித்துப் பாடு பட வேண்டும், தோட்டத்தை இந்த நிலைக்குக் கொண்டு வருவதற்கு. விதி தன்னை ஏன் எந்தப் பக்கமாகப் போனாலும் இது போல் குரூரமாகத் தண்டிக்கிறது? அவள் அழத் தொடங்கினாள்.

திடீரென்று பெருத்த சத்தம் கேட்டது. பயங்கரமான அந்த சத்தம் என்னவென்று தெரியாத சந்தியா வீலென்று கத்திக் கொண்டே கட்டிலோடு கட்டிலாக முடங்கினாள்.

திடீரென்று மழைத் தாரைகள் வந்து வேகமாக சந்தியாவின் உடல் மீது பட்டு மென்மேலும் அவளை நனைத்துக் கொண்டே இருந்தன. மெல்ல நிமிர்ந்து பார்த்தாள். ஒரு பக்கமாக வீட்டின் மேற்கூரை இடிந்து விழுந்துவிட்டது. எழுந்து அங்கிருந்து வெளியே ஓடிவிட வேண்டும் என்று முயற்சித்தாள்.

ஆனால் ஊசிகளாக வந்து மோதிக் கொண்டேயிருந்த மழைத்தாரைகள் கண்களைத் திறக்க முடியாமல் செய்தன. கால்கள் நடுங்கின. எழுந்துகொள்ளப் போனவள் திரும்பவும் பொத்தென்று கீழே விழுந்தாள். மயக்கம் அவளைச் சூழ்ந்துகொள்ளத் தொடங்கியது. அது முற்றிலும் வசப்படுத்திக்கொள்ளும் முன்பே தான் இங்கிருந்து வெளியே போய் விட வேண்டும்.

இடிந்து விழுந்த வீட்டில் அவள் தனியாக இருக்கிறாள். இன்னும் கொஞ்ச நேரத்தில் மற்ற பகுதிகளும் இடிந்து போகக்கூடும். அதில் சந்தேகமே இல்லை. உடனே இங்கிருந்து போகாவிட்டால் இதற்கடியில் நசுங்கிச் சாக வேண்டியதுதான். சந்தியா என்னவானாள் என்று யாருக்குமே தெரியாது. என்றாவது ஒரு நாள் சிதிலமான இந்த வீட்டைத் துப்புறவு செய்யும்போது எலும்புக்கூடு வெளிப்பட்டால் அப்பொழுதுதான் தெரிந்து கொள்வார்கள்.

இந்த நினைப்பு வந்ததுமே அவள் நடுங்கிவிட்டாள். மேலும் கலவரத்துடன் எழுந்து இரண்டடிகள் எடுத்து வைக்கப் போனவள் திரும்பவும் தள்ளாடிக்கொண்டு கட்டில் மீது விழுந்தாள். பழங்

காலத்துக் கட்டில். சந்தியாவின் தலை கட்டில் விளிம்பில் மோதிக் கொண்டது. ஐயோ என்று கத்துவதற்கு வாய் திறந்து கொண்டது. ஆனால் சத்தம் வெளியே வரவில்லை. சந்தியாவுக்கு நினைவு தப்பி விட்டது.

எவ்வளவு நேரம் அவ்வாறு இருந்தாளோ சந்தியாவுக்குத் தெரியாது. மெல்ல மெல்ல நான்கு மூலைகளிலிருந்தும் நீர் வந்து சூழ்ந்துகொள்ளத் தொடங்கியது. அந்த நீரில் இலைகள், பூக்கள், காய்களுடன் அவள் உடலும் மிதந்து கொண்டிருந்தது.

நீரெல்லாம் ஒரு பக்கமாகவே அடித்துக் கொண்டு போகத் தொடங்கியது. ஆனால் பயம் ஏற்படவில்லை. அவளுக்கு இன்னும் நிம்மதியாக இருந்தது என்று சொல்லலாம்.

நீர் எல்லாம் பாலைவனத்திற்குள் நுழைந்து அங்கிருந்த மணலில் பாய்ந்து வற்றிப் போய்விட்டது. பஞ்சைக் காட்டிலும் மிருதுவாக, மெத்தென்று இருந்த அந்த மணலில் சந்தியாவின் உடல் குப்புற விழுந்து கிடந்தது.

எவ்வளவு முயன்றாலும் அவளால் எழுந்திருக்கவே முடியவில்லை. ஆளரவமில்லாத அந்தப் பாலைவனத்தில் திடீரென்று விநோதமான ஒரு கத்தல் கேட்டது.

அது என்ன, எங்கிருந்து வருகிறது என்று தெரிந்து கொள்ள விரும்பி, தன் சக்தியையெல்லாம் திரட்டிக் கொண்டு போராடிய படி தலையைத் தூக்க முயன்றாள்.

விநோதமான அந்த சத்தம் மெல்லக் கிட்டே வந்து "சந்தியா!" என்ற அழைப்பாக மாறியது.

யாரோ வந்திருக்கிறார்கள் அவளுக்காக. அவர்கள் யாராக இருக்கும்? வாசுவா? வாசுவின் குரலில் இவ்வளவு கம்பீரம் ஏது? மாதவனா? மாதவனுக்குத் தன்னைத் தேட வேண்டிய அவசிய மென்ன? பின்னே யாராக இருக்கும்?

சுற்றிலும் சந்தியா என்ற குரல் ஆயிரம் முழக்கங்களாகக் கேட்டுக் கொண்டிருந்தது. புரிபடாத ஆர்வத்தால் சந்தியாவின் கண்களிலிருந்து கண்ணீர் வழியத் தொடங்கியது. திரும்பவும் மயக்கம் வந்து அவளைச் சூழ்ந்துகொண்டது.

அம்மாடா... அவள் செத்துப் போய்க் கொண்டிருக்கிறாள். ஆனாலும் பரவாயில்லை என்று அவளுக்குத் தோன்றியது.

ஆனால் வாசு? வாசுவிடம் சொல்லிக் கொள்ளவே இல்லையே? இவ்வாறு அவள் செத்துப் போய்க் கொண்டிருப்பது அவனுக்கு எப்படித் தெரியும்? யார் அவனிடம் சொல்லுவார்கள்?

மறுபடியும் நினைவு திரும்பியபோது கண்களுக்கு முன்னால் பளிச்சென்று வெளிச்சம் தெரிந்தது. அது சூரிய வெளிச்சம் போல் சுளீரென்று இல்லை. நிலவைப் போல் குளிர்ச்சியாக இருந்தது.

ஆனால் அது நிலா வெளிச்சம் இல்லை. அந்தக் குளிர்ந்த வெளிச் சத்தில் காட்டுப் பூக்கள் கலகலவென்று காற்றுக்கு அசைந்துகொண்டி ருந்தன. பறவைகள் வானத்தில் கும்பலாகப் பறந்து சென்று கொண்டி ருந்தன.

சந்தியாவுக்கு தான் எங்கே இருக்கிறோம், என்ன செய்து கொண்டிருக்கிறோம் என்று ஊகித்துப் பார்ப்பதற்குக்கூட முடியாத அளவிற்குச் சோர்வாக இருந்தது. கண்களைத் திறந்தபோது ''அக்கா!'' என்று வாசு அவளுக்கருகில் குனிந்து கூப்பிட்டுக் கொண்டிருந்தான்.

''வாசு...'' சூனியத்தைப் பார்த்துத் தடவிக்கொண்டே கைகளை நீட்டினாள்.

''அக்கா! விழிப்பு வந்துவிட்டதா?''

''வாசு... நிஜமாகவே நீதானா? அல்லது?''

''நிஜமாகவே நான்தான் அக்கா.'' வாசுவின் குரல் துக்கத்தால் நடுங்கியது. சந்தியாவுக்கு நன்றாக நினைவு திரும்பிவிட்டது. வாசு அவளுக்குப் பக்கத்தில் உட்கார்ந்து கொண்டிருந்தான்.

''வாசு... நீ இங்கே எப்பொழுது வந்தாய்?''

''அதையெல்லாம் அப்புறமாகச் சொல்கிறேன். முதலில் நீ மருந்தைச் சாப்பிடு.''

வாசு எழுந்து பக்கத்திலேயே மேஜைமேலிருந்த மருந்தையும், தண்ணீரையும் கொண்டு வந்து கொடுத்தான்.

''வாசு... நீ... நீ...'' சந்தியா சட்டென்று எழுந்துகொள்ளப் போனாள்.

''எழுந்துகொள்ளாதே.'' தலைமாட்டிலிருந்து கம்பீரமான குரல் கேட்டது.

அந்தப் பக்கமாகப் பார்த்தாள். அங்கே மாதவன் கட்டிலைப் பிடித்துக் கொண்டு நின்றிருந்தான். ஒரு வினாடி சந்தியாவின் கண்ணோடு கண் கலந்த அவன் பார்வையில் உலகத்திலுள்ள அன்பெல்லாம் திரண்டு அங்கே சந்தியாவுக்காகக் காத்திருந்தது.

சட்டென்று பார்வையைத் திருப்பிக்கொண்ட சந்தியா புருவங்களை நெறித்தாள். திரும்பவும் பின்னால் சாய்ந்து தலையணைமேல் தலையைச் சாய்த்துக் கொண்டாள். வாசு மருந்தை எடுத்து வந்து அவளிடம் கொடுத்தான். ''மருந்து சாப்பிடுகிறாயா?'' என்றான்.

''வாசு!'' சந்தியாவின் கண்கள் ஆச்சரியத்தாலும் சந்தோஷத் தாலும் மின்னின. வாசு திரும்பவும் நடக்கிறான். அதை முதல் முறையாக அவள் காண்கிறாள். அக்காவின் கண்களில் தென்பட்ட உணர்வுகளைப் புரிந்து கொண்ட வாசு ''பார்த்தாயா? நான் நடக்கிறேன். முதல் முதலாக நான் இங்கே வந்ததுமே நினை வில்லாத நிலையில் உன்னைப் பார்த்ததும் எவ்வளவு கலங்கிப் போய்விட்டேன் தெரியுமா? பார் எப்படி நடக்கிறேன் என்று'' என்றபடி வாசு மளமளவென்று நடந்து அறையெல்லாம் சுற்றி வந்தான்.

''போதும் போதும். அதிகமாக அலட்டிக்கொள்ளக் கூடாது என்று டாக்டர் சொல்லியிருக்கிறார் இல்லையா?'' மாதவன் எச்சரித்தான்.

''ஆல்ரைட். ஜீ ஹுஜூர்!'' வாசு சமர்த்துப் பையனாக வந்து அக்காவுக்கு அருகில் வந்து உட்கார்ந்தான்.

மாதவன் மூலமாக தன் வாழ்க்கை நாசமடைந்தாலும் இப்பொழுது வாசுவை ஒரு ஆளாக்கி அவனுக்கு வாழ்வு கொடுத்த தற்காக அவன்பால் சந்தியாவின் மனம் நன்றியால் இளகியது.

கொஞ்ச நேரம் கழித்து மாதவன் அறையை விட்டுப் போய் விட்டான். அவன் போனதுமே வாசு முகத்தை சீரியஸாக வைத்துக் கொண்டு ''அக்கா! வீட்டில் இருக்கிற அந்தச் சின்னப் பையன் யார்? மாதவன் தன் மகன் என்று சொன்னார். உண்மைதானா?'' என்று கேட்டான்.

சந்தியாவின் இளகிப் போயிருந்த மனம் உடனே கடினமாக மாறிவிட்டது. இமைக்காமல் தம்பியையே பார்க்கத் தொடங்கி னாள்.

"ஒருக்கால் வேடிக்கைக்குச் சொல்கிறாரோன்னு நினைத்து வளர்ப்பு மகனா என்றுகூடக் கேட்டேன். இல்லை சொந்த மகன் தான். என் ரத்தம் என்றார்.

அக்கா! இது எப்படி சாத்தியம்? அவருக்குத்தான் இன்னும் கல்யாணமே ஆகவில்லையே? அப்படியிருக்கையில் அவருக்குக் குழந்தை எப்படி இருக்க முடியும்? சொந்த மகன் என்றால் எப்படி நம்புவது?"

"ஏன் நம்பக்கூடாது?" சந்தியாவின் குரல் கம்பீரமாக ஒலித்தது.

"ஆனால் அக்கா... மாதவனைப் போன்றவர்கள்..."

"அப்படிப்பட்டவர்கள் என்ன வேண்டுமானாலும் செய்வார்கள். நீ இதைப் பற்றி ரொம்பவும் யோசிக்காதே."

"அப்படித்தான் இருக்கும் என்கிறாயா? நிஜமாகவே மகன்தான் என்கிறாயா?" வாசுவின் குரலில் பொறாமை வெளிப்பட்டது.

சந்தியா முகத்தைத் திருப்பிக் கொண்டாள். அந்தச் சிறுவனைப் பார்த்தால் இவனுக்கு எதுக்கு இவ்வளவு வேதனை?

"ஆனால் அக்கா... மாதவனைப் போன்றவர்கள்..."

"வாசு! என்னைக் கொஞ்சம் நிம்மதியாகப் படுக்க விட மாட்டாயா? எனக்குத் தூக்கம் வருகிறது." அலுத்துக் கொண்டாள்.

"சரி, தூங்கு. நான் இங்கேயே உட்கார்ந்திருக்கிறேன்" என்றான் வாசு. பிறகு ஆயா மூலமாக நடந்ததையெல்லாம் தெரிந்துகொண்டாள் சந்தியா. நீண்ட நேரமாகியும் அவள் வீட்டிற்குத் திரும்பாததால் மாதவன் அவளைத் தேடப்போனான். கடைசியில் தேடித் தேடிப் பார்த்துவிட்டு எங்கேயுமே தென்படாமல் போகவே, வீட்டிற்குத் திரும்பி வந்து கொண்டிருந்த போது வழியில் சந்தியாவின் வீடு பாதி இடிந்து விழுந்திருப்பது தென்பட்டது. அதன் கதவுகள் திறந்திருந்தன.

பரபரப்புடன் உள்ளே ஓடிப் போய் பார்த்தால் அங்கே இடிந்த வீட்டில் ஒரு மூலையில் வாசுவின் கட்டிலுக்கு அருகில் நினைவில்லாமல் விழுந்துக் கிடந்த சந்தியா தென்பட்டாள். உடனே அவளைத் தன் இரு கைகளாலும் தூக்கிக்கொண்டு வீட்டிற்கு வந்தானாம்.

மழையில் நன்றாக நனைந்துவிட்டதால் சந்தியாவுக்கு நிமோனியா வந்துவிட்டது. பட்டணத்திற்கு அழைத்துச் செல்லாமல் போனால் ஆபத்து என்று நிலைமை ஏற்பட்டு விட்டது. அன்றெல்லாம் பார்த்துவிட்டுக் குறையாவிட்டால் மறுநாள் அழைத்துச் செல்ல ஏற்பாடாயிற்று. ஆனால் அதற்குத் தேவை யில்லாமல் ஜுரம் குறைந்துவிட்டது. அக்காவுக்கு உடல்நலம் சரியாக இல்லை என்று தெரிந்ததுமே வாசு வீட்டிற்கு வந்துவிட்டான்.

ஜுரம் தீவிரமாக இருந்த அந்த நாலைந்து நாட்களிலும் மாதவன் அவளுக்குப் பக்கத்திலேயே இருந்து மருந்தெல்லாம் கொடுத்து இரவும் பகலுமாக அவளைப் பார்த்துக் கொண்டானாம்.

அவ்வளவு ஜுரத்திலும் கூட சந்தியா அவனை வெறுப்பது போல் நடந்து கொண்டிருக்கிறாள். இதையெல்லாம் பார்த்து ஆயாவும் வாசுவும் பயந்தார்களாம்.

''ஒன்றுமில்லை. இது ஜுரத்தினால் ஏற்படும் பிதற்றல். பயப்பட வேண்டாம்'' என்று அவன்தான் தைரியம் சொன்னானாம்.

ஒரு நிமிஷம்கூட அவன் அவளிருந்த கட்டிலைவிட்டு நகரவே யில்லையாம். மருந்து சாப்பிட மாட்டேன் என்று அடம் பிடித்தால் வலுக்கட்டாயமாகக் குடிக்க வைக்க அவன் ஒருவனால்தான் முடிந்ததாம். இதையெல்லாம் ஆயாவின் மூலமாகக் கேட்ட சந்தியாவுக்கு வெட்கத்தால் உயிரே போய்விடும் போலிருந்தது.

20

சந்தியாவின் உடம்பு தேறுவதற்கு அதிக நாள் பிடிக்கவில்லை. இடிந்து போன வீட்டை முழுவதுமாக இடித்து விட்டு திரும்பவும் கட்ட வேண்டும் என்றும், இல்லாவிட்டால் இன்னொரு முறை மழை வந்தால் எஞ்சியிருக்கும் பாகமும் இடிந்து விடும் என்றும் மேஸ்திரி சொன்னான்.

மாதவன் சாலைக்கு அருகில் இருந்த தனக்குச் சொந்தமான இடத்தில் வீடு ஒன்றைக் கட்டுவதற்கு பிளானை வரையச் செய்தான். வீடு கட்டுவதற்கு தன்னிடம் பணம் இல்லாததால் சந்தியா வேறு வழியில்லாமல் ஆயா மூலமாக மாதவனிடம் தங்களுடைய வீட்டை விலைக்கு வாங்கிக்கொள்வதைப் பற்றி நினைவுபடுத்தினாள். மாதவன் ஒப்புக் கொண்டான்.

ஆனால் அவன் போட்டிருந்த அந்த பிளானுக்கும், வீட்டைக் கட்டுவதற்கு ஆகும் செலவுக்கு அந்த வீட்டை விற்ற தொகை எந்த மூலைக்கும் காணாது என்று சந்தியாவுக்குத் தெரியாது. மாதவனும் அதைச் சொல்ல விரும்பவில்லை.

என்னதான் ஆனாலும் வீடு கட்டி முடிக்க நாலைந்து மாதங்கள் ஆகலாம். அதுவரையிலும் வேறு வழியில்லாததால் மாதவனின் வீட்டிலேயே இருக்க வேண்டிய நிர்ப்பந்தம். இந்த விதமாக சூழ்நிலை சந்தியாவை வலுக்கட்டாயமாக மாதவனின் பக்கமாகத் தள்ளிக்கொண்டிருந்தது.

ஆயாவுக்கு நாளடைவில் மதுவை ரொம்பவும் பிடித்துவிட்டது. அவனுடைய குழந்தைத்தனமான சேஷ்டைகளும், மழலையும், குறும்பும் எல்லோரையும் கவர்ந்த போதிலும் சந்தியாவை மட்டும் கவரவில்லை.

மதுவுக்குத் தலை வாருவது, குளிப்பாட்டி உடை அணிவிப்பது, ஆகாரம் தருவது எல்லாவற்றையும் ஆயாவே கவனித்துக் கொண்டாள். அதுமட்டுமில்லை, கோபாலின் மனைவியைச் சமையல் வேலையிலிருந்து நிறுத்திவிட்டு, அந்த வேலையையும் தானே பார்க்கத் தொடங்கினாள். சந்தியா குறுக்கிட்டபொழுது "நீ சும்மா இரு. மூவர் உட்கார்ந்து சாப்பிடுகிறோம். இவ்வளவாவது செய்யாவிட்டால் எப்படி?" என்று கடிந்துகொண்டாள்.

ஆயா வீட்டு வேலைகளால் திணறிக் கொண்டிருக்கும்போது சந்தியா தானும் போய் வேலையில் ஒத்தாசை செய்வாள். ஆயாவை மதுவின் வேலைகளைக் கவனிக்கும்படிச் சொல்லுவாள். சந்தியாவுக்கு அவனைத் தொடுவதற்கு என்னவோ போலிருக்கும்.

இதொன்றும் அறியாத மதுவுக்கு ஏனோ சந்தியாவைக் கண்டால் ரொம்பவும் பிடித்துப் போய்விட்டது. ஏதாவது சாக்கில் அவளிடம் போகத் துடிப்பான்.

அன்றைக்கு சந்தியா தன் அறையில் ஜன்னலுக்கு அருகில் நின்றபடி வெளியே பார்த்துக்கொண்டிருந்தாள். தொலைவில் மாமரத்தடியில் நின்றபடி வாசு பட்டம் விட்டுக்கொண்டிருந்தான்.

பக்கத்தில் நின்றபடி நூல்கண்டைப் பிடித்துக் கொண்டிருந்த மது காற்றாடியைக் காட்டி ஏதோ கேட்டான்.

வாசு காதில் போட்டுக் கொள்ளவில்லை.

மது உடனே நூல்கண்டை கீழே வீசியெறிந்தான். வாசு சட்டென்று மதுவின் முதுகில் இரண்டு அறை கொடுத்தான். சந்தியா வாயடைத்துப் போய் அதைப் பார்த்துக் கொண்டிருந்தாள்.

மது உடனே அழத் தொடங்கிவிட்டான். மாதவன் வீட்டில்தான் இருந்தான். மகனின் அழுகையைக் கேட்டால் சும்மாயிருப்பானா? அதற்குள் ஆயா அங்கே ஓட்டமாக ஓடிவந்தாள்.

அழுது கொண்டிருந்த மதுவைத் தூக்கிக் கொண்டு காரணம் கேட்டாள். அவன் ஒரு கையால் கண்ணைக் கசக்கிக் கொண்டே இன்னொரு கையால் வாசுவைச் சுட்டிக் காட்டினான்.

ஆயா வாசுவைக் கேட்டாள். அவன் அலட்சியமாகத் தலையைச் சிலிர்த்துக் கொண்டு ஏதோ சொன்னான். உடனே ஆயா வாசுவின் தோளைப் பிடித்துக் கொண்டே தரதரவென்று உள்ளே இழுத்து வந்தாள். சந்தியாவும் கலவரமடைந்தவளாக வெளியே வந்தாள்.

''என்ன? ஏன் அழுகிறான்?'' அதற்குள் அங்கே வந்த மாதவன் கேட்டான். அப்பொழுதுதான் குளித்துவிட்டு வருகிறான் போலும். கேசங்கள் நெற்றியில் வந்து தவழ்ந்து கொண்டிருந்தன. உடம்பில் சட்டைக்குப் பதில் தோளில் டவல் இருந்தது.

''நூல்கண்டைச் சரியாகப் பிடித்துக் கொள்ளவில்லை என்று மதுவைப் பிடித்து அறைந்து விட்டானாம். சின்னக் குழந்தைக்கு என்ன தெரியும்?'' என்றாள் ஆயா.

''ஏன் வாசு? அடித்தாயா?'' கேட்டான் மாதவன், மதுவை ஆயாவிடமிருந்து வாங்கிக் கொண்டே.

''ஆமாம் அடித்தேன்.'' பயமில்லாமல் பதிலளித்தான் வாசு. அவன் பிடிவாதத்திற்கு ஆயாவும் சந்தியாவும் விக்கித்துப் போய்விட்டார்கள்.

''ஏன் அடித்தாய்? நீங்கள் இருவரும் சிநேகமாக இருக்கணும் என்று சொல்லியிருக்கேன் இல்லையா?''

''எனக்கும் அவனுக்கும் என்ன சிநேகம்? நான் பெரியவன். அவன் சின்னவன்.''

''அதற்காக அடிப்பாயா?''

''அடிக்கிறது மட்டுமேயில்லை. சந்தர்ப்பம் கிடைத்தால் கொன்று விடுவேன். அவனை எனக்குப் பிடிக்கவே இல்லை. வெறுப்பு.''

மாதவன் வாசுவின் அருகில் வந்தான். ஆயா கூட பயந்துவிட்டாள்.

''ஏன் வெறுப்புன்னு கொஞ்சம் விவரமாக சொல்றீங்களா வாசுதேவன் சார்?'' கம்பீரமாகக் கேட்டான் மாதவன்.

வாசு சரேலென்று நிமிர்ந்தான். உடனே அவன் கண்கள் குளமாகி விட்டன. பற்களைக் கடித்துக் கொண்டே ''வெறுப்பு இல்லாமல் எப்படி இருக்கும்? இந்தச் சனியன் வந்ததிலிருந்து நீங்கள் எவ்வளவு மாறிப் போயிட்டீங்க? நான் வந்தது முதல் பார்க்கிறேன். என்னோடு நீங்க ஒரு தடவைகூட சரியாகப் பேசவே இல்லை. ஒரு நிமிஷம்கூட என் அருகில் வந்து உட்காரவே இல்லை.'' தொண்டை அடைத்ததால்

அத்துடன் பேச்சை நிறுத்திக்கொண்டு கண்களைத் துடைத்துக் கொண்டான்.

சந்தியா திகைத்தவளாய் நடந்தவற்றையெல்லாம் பார்த்துக் கொண்டிருந்தாள். மாதவன் வாசுவை ஒரு வினாடி கண்ணிமைக்காமல் பார்த்துவிட்டுச் சட்டென்று இழுத்து அவனைத் தன் மார்போடு அணைத்துக் கொண்டான்.

"நீங்க... நீங்க என்னைச் சரியாகக் கவனித்தால் நான் அவனை ஒன்றுமே செய்ய மாட்டேன். அவன் மேல் எனக்கு எந்த வெறுப்பும் இல்லை." தேம்பிக் கொண்டே வெளிவந்தது வாசுவின் குரல்.

"புரிந்துவிட்டது வாசு. புரிந்துவிட்டது. தவறு என்னுடையதுதான். இனி ஒரு நாளும் இப்படிச் செய்ய மாட்டேன்." வாசுவின் தலையைக் கோதிக்கொண்டே அன்பாகச் சொன்னான் மாதவன்.

"நான்... நானும் அவனை இனி ஒரு நாளும் அடிக்க மாட்டேன்." வாக்குறுதி அளித்தான் வாசு மாதவனின் கைகளைக் கட்டிக் கொண்டே.

ஆயா மெதுவாக உள்ளே போய்விட்டாள். சந்தியாவும் தன் அறைக்குத் திரும்பி வந்தாள். இந்தச் சம்பவத்தால் சந்தியாவுக்கு புதியதாக ஒரு உண்மை தெரிய வந்தது.

வாசுவுக்கு மாதவனின் அன்பு அவ்வளவு அவசியமானதா? சொந்த அக்கா அவனை உயிருக்கும் மேலாக நினைப்பது அவனுக்குப் போறாதா? அப்படிப் பார்த்தால் அவன் தன்னைவிட மாதவனை அதிகமாக விரும்புகிறானா?

இதுவரை வாசு அக்கா தன் பக்கத்தில் உட்கார வேண்டும், பேச வேண்டும் என்றெல்லாம் எதிர்பார்த்தது இல்லையே? ஒருக்கால் என்றாவது தான் வலுக்கட்டாயமாக இழுத்துத் தன் பக்கம் உட்கார வைத்துக் கொண்டால்கூட அவன் மனம், உயிர் இரண்டும் மாதவன் மீதேதான் இருக்குமாய் இருக்கும்.

கடவுளே... அவள் என்ன பாவம் செய்தாள் என்று கடைசியில் வாசுகூட அவளை விட்டுத் தொலைவிற்குப் போக வேண்டும்? இவ்வாறு எண்ணியதும் சந்தியாவின் மனம் கலங்கிவிட்டது.

"என்னை அவர் ஸ்கூலில் சேர்க்கிறேன் என்கிறார்" என்றான் வாசு உற்சாகமாக அக்காவின் பக்கத்தில் வந்து உட்கார்ந்து கொண்டு.

"வேண்டாம்."

"ஏன்?" விநோதமாக அவளைப் பார்த்தான்.

"நம்மிடம் அவ்வளவு பணம் இல்லை."

"அவர்தான் தருகிறேன் என்கிறாரோ?"

சந்தியா சரேலென்று எழுந்துகொண்டாள். "அதை வாங்கிக் கொள்வதற்கு என்று ஒரு எல்லையே இல்லையா?"

வாசுவின் முகம் வாடிவிட்டது. அறையை விட்டுப் போய் விட்டான்.

கால் குணமானதுமே அவன் எவ்வளவு கனவு கண்டிருப்பான்? திரும்பவும் பள்ளியில் சேர்ந்துவிடலாம் என்றும், கடந்த காலத்தை எல்லாம் கெட்ட கனவாக நினைத்து மறந்து போய் விடலாம் என்றும், இன்னும் என்னென்னவெல்லாம் ஆசைப்பட்டிருப் பான்?

இவ்வளவு கஷ்டங்களுக்கு நடுவில் கடவுள் தந்த வரம் போல் மாதவனின் நிழல் கிடைத்திருக்கிறது. மாதவனிடமிருந்து ஏன் உதவி வாங்கிக்கொள்ளக் கூடாது? மூவரின் சாப்பாட்டுச் செலவையும் அவரே பார்த்துக்கொள்ளவில்லையா? உண்மையில் எதையுமே வாங்கிக் கொண்டிருக்கக் கூடாது. வாங்கிக்கொள்ளத் தொடங்கிவிட்ட பிறகு கொஞ்சமாக வாங்கிக் கொண்டால் என்ன? நிறைய வாங்கிக் கொண்டால் என்ன?

சந்தியாவை இப்படி எதிர்த்துக் கேள்வி கேட்டால் கோபித்துக் கொண்டு விடுவாள்.

மெதுவாக நயமாகச் சொல்லி அவளிடம் சம்மதம் வாங்க வேண்டும். அறைக்கு வெளியே கொஞ்ச நேரம் அப்படியும் இப்படியும் அலைந்து திரிந்த வாசு திரும்பவும் அக்காவிடம் வந்தான்.

"சரி போகட்டும். கடனாக வாங்கிக் கொள்வோம்."

"வாங்கிக் கொண்டுவிட்டால் மட்டும் போதுமா? திருப்பித் தர வேண்டாமா?"

"நான் படித்து வேலை செய்து கடனைத் தீர்த்து விடுகிறேன்."

"தீர்த்துக் கிழித்தாய். இப்போ வாங்கிக் கொண்டதையெல்லாம் முதலில் திருப்பிக் கொடு."

வாசுவுக்குக் கோபம் வந்துவிட்டது. "அப்படி என்றால் வாழ்நாள் முழுவதும் அவர் தோளில் ஏறி உட்கார்ந்துகொண்டு அவர் செலவிலேயே சாப்பிட்டுக் கொண்டிருக்கலாம். அதுதான் உனக்குப் பிடித்திருக்கிறது."

"வாயை மூடு. வாழ்நாளெல்லாம் ஏன் இருப்போம்? அந்த நிலத்தைத் திரும்பவும் பதப்படுத்திவிட்டு தோட்டம் போடுவோம். வீடு கட்டி முடிந்ததுமே அந்த வீட்டுக்குப் போய் விடலாம். காய்கறி வியாபாரத்தில் பணம் வரத் தொடங்கியதுமே கொஞ்சம் கொஞ்சமாகக் கடனைத் தீர்த்து விடுவோம்."

"சரி. அப்படியே வைத்துக்கொள்வோம். அதுகூட எவ்வளவு நாளைக்கு? நீ உயிரோடு இருக்கும் வரையிலும் இப்படியே உழைத்துப் பிழைத்துக் கொண்டிருக்கப் போகிறாயா?"

"எப்போதும் ஏன் பண்ணப் போகிறேன்? நீ பெரியவனாகிற வரைக்கும் செய்வேன். பெரியவனானதும் நீ செய்ய மாட்டாயா?"

வாசு திகைத்துப் போனவனாக அவளைப் பார்த்தான். "நானா? என்னால் அது முடியுமா? பளுவான வேலைகளை எப்போதுமே நான் செய்யக் கூடாதுன்னு டாக்டர்கள் சொன்னதை நீ மறந்து விட்டாயா?"

சந்தியா பதில் பேசவில்லை.

வாசு கெஞ்சத் தொடங்கினான். "அக்கா ... என் பேச்சைக் கேளேன்."

"இந்த விஷயத்தில் கேட்கப் போவதில்லை வாசு. இதுவரையிலும் வேறு வழியில்லாமல் நிறையப் பொறுத்துக் கொண்டேன். இனியும் என்னால் பொறுத்துக் கொள்ள முடியாது. எனக்கு அந்த சக்தி இல்லை."

"அப்படி என்றால் நான் படிக்கிறது உனக்குப் பிடிக்கவில்லையா?" ஏமாற்றத்தோடு கேட்டான். சந்தியா மௌனம் சாதித்தாள். வாசுவின் முகம் கோபத்தால் சிவந்தது.

"ஆமாம். நான் கஷ்டப்பட்டு சிரத்தையாகப் படிக்கிறேன் என்றாலும் கேட்டுக் கொள்ள மாட்டாய். எப்படியாவது கொஞ்ச நாள் பொறுத்துக் கொண்டு காலத்தைக் கழிப்போம் என்றாலும் சம்மதிக்க மாட்டாய். கஷ்டமான வேலைகளை என்னால் செய்ய முடியாது. நீ செய்தாலும் பார்த்துக் கொண்டு சும்மாயிருக்க

என்னால் முடியாது. என்றாவது ஒருநாள் உனக்கு உதவி செய்யப் போய் முதுகெலும்பை உடைத்துக் கொண்டு திரும்பவும் கட்டிலோடு படுத்து விடப்போகிறேன். அப்போ உன் மனம் குளிர்ந்துவிடும்.''

''வாசு!'' சந்தியா பெரிதாகக் கத்திவிட்டாள்.

''அதான் என் தலையெழுத்து. அப்படித்தான் எழுதி வைத்திருக் கிறது. அப்படி நடக்காவிட்டால் நீயே பார்.'' வாசு கோபமாக அங்கிருந்து போய்விட்டான்.

''வாசு!'' சந்தியாவின் குரல் நடுங்கியது. வாசு திரும்பவும் கட்டிலோடு படுப்பதா? அவனுக்கு மறுஜென்மம் தருவதற்காக அல்லவா அவள் தன்மானத்தைக்கூடக் கொன்று புதைத்து விட்டு அமைதியாயிருக்கிறாள். வாசு திரும்பவும் ஒரு மனிதனாக நடமாட வேண்டும் என்றுதானே அவள் தன் வெறுப்பை எல்லாம் அடக்கி வைத்துக் கொண்டாள். இல்லாவிட்டால் மாதவனின் நிழலைக்கூட அவள் கண்ணெடுத்துப் பார்த்திருப்பாளா?

அன்றிரவு வாசு சாப்பிடவில்லை. முகத்தைத் திருப்பிக்கொண்டு கட்டிலில் படுத்துவிட்டான். ஆயா வந்து கூப்பிட்ட போது ''போ அந்தப் பக்கம்'' என்று கத்தினான்.

சந்தியா தானே வந்து ரொம்ப நேரம் கெஞ்சிப் பார்த்தாள். ஆனாலும் கேட்கவில்லை. கடைசியில் படிக்க சம்மதம் தருவதாக ஒப்புக்கொண்டாள்.

''உண்மையாகவா?'' சட்டென்று எழுந்து அக்காவின் கைகளைப் பிடித்துக் கொண்டான்.

''உண்மையாகத்தான்.''

''சாப்பிட்ட பிறகு திரும்பவும் மனம் மாறி விட மாட்டாயே?''

''மாட்டேன். நீ எழுந்து வந்து சாப்பிடு.'' கடுமையாக ஒலித்தது சந்தியாவின் குரல். வாசுவுக்குச் சிறகு முளைத்துவிட்டது. பறக்கத் துடிக்கிறான். வானத்தில் பறந்து போகத் துடிக்கும் பறவையைப் பிடித்துத் தடுக்க நினைப்பது போன்ற முட்டாள்தனம் வேறு இல்லை.

வாசுவை பட்டணத்திற்கு அழைத்துச் சென்று வேண்டிய ஏற்பாடுகளைச் செய்து முடித்துவிட்டுத் திரும்பி வந்தான் மாதவன்.

மேஸ்திரியின் மனைவி இறந்துவிட்டதால் வீடு கட்டும் வேலை நின்று விட்டது. மாதவன் வீட்டில் சாப்பாட்டுக் கடனை வைத்துக் கொள்ளவில்லை ஆயா. சமையல் வேலைகளை எல்லாம் கவனித்துக் கொண்டாள். மதுவைப் பார்த்துக் கொள்ளும் பொறுப்பை சந்தியா ஏற்றுக் கொள்ள வேண்டியதாயிற்று. முன்னைப் போல் அவனைத் தொடும்போது கூச்சம் ஏற்படவில்லை. தாய்மைக்கு நிரந்தரமாகத் தான் தூரமாகிவிட்டோம் என்ற நினைப்பு கூட அதற்குக் காரணமாக இருக்கக்கூடும். மற்ற பெண்களைப் போல் இன்றி தன் வாழ்க்கை ஏன் இப்படிக் கோணலாக வேண்டும்?

வாசு போய்விட்ட பிறகு தனிமையால் தவித்த சந்தியாவின் மனம் அவளுக்கே தெரியாமல் மெள்ள மெள்ள மதுவின் பக்கம் திரும்பத் தொடங்கியது. மாதவன் விரும்பியதும், பொறுமையாகக் காத்துக் கொண்டிருந்ததும் இதற்காகத்தான். எவ்வளவோ தடவை சந்தியாவிடம் உண்மையைச் சொல்லி விட முயன்றான். ஆனால் அவன் தயார் செய்திருந்த உரையாடல்கள் எல்லாம் சந்தியாவின் நெறித்த புருவங்களைப் பார்த்ததுமே தொலைவிற்குப் பறந்து போய்விடும்.

சந்தியா சாவகாசமாக உட்கார்ந்துகொண்டு தான் மாதவனின் வீட்டில் இருப்பதாக நினைவுபடுத்திக் கொண்டால் தவிர சாதாரணமாக அந்த நினைப்பே அவளுக்கு வராது. மாதவன் சாதாரணமாக வீட்டில் இருக்க மாட்டான். இருந்தாலும் தன் அறையை விட்டு வெளியே வரமாட்டான். மாதத்தில் இருபது நாட்கள் பட்டணத்தில் இருந்து கொண்டு அவன் செய்யும் காரியம் என்னவென்று சந்தியாவுக்குத் தெரியவில்லை. ஆனாலும் அவன் வீட்டில் இல்லாதது ஒரு வகையில் நிம்மதியாக இருந்தது.

அவள் நேரமெல்லாம் ஓய்வு நேரத்தில் ராட்டினத்தில் நூல் நூற்பதிலேயே கழிந்தது. அந்த நூலை விற்று வரும் பணத்தை ஆயா மூலமாக மாதவனிடம் அனுப்பி வைத்து விடுவாள். ஆனால் சல்லிக்காசு கூட அவன் அதிலிருந்து எடுத்துக் கொள்ளவில்லை என்றும், ஆயாவிடமே வைத்திருக்கும்படி சொல்லிவிட்டான் என்றும் சந்தியாவுக்குத் தெரியாது.

நாளாக ஆக ஆயாவுக்கு மாதவனிடம் தாய்மை கலந்த அன்பு ஏற்படத் தொடங்கியது. புத்திசாலியான அவனை சந்தியா கணவனாக அடைந்தால் எவ்வளவு நன்றாக இருக்கும் என்று

கற்பனை செய்து பார்க்கத் தொடங்கினாள். ஆனால் வெளியே சொன்னால் சந்தியா எங்கே சீறி விழுவாளோ என்று அஞ்சி அந்த எண்ணத்தை மனதிலேயே வைத்துக் கொண்டாள்.

ஆனால் சில நாட்கள் அவனோடு சேர்ந்து வசித்தால் அவன் குணத்தால் அவள் கவரப்பட்டு விடுவாள் என்ற நம்பிக்கையும் அவளுக்கு ஏற்பட்டது. அதனால்தான் இந்த வீட்டிற்கு வந்து தங்க நேரிட்டதற்காகச் சந்தோஷப்பட்டாள்.

எல்லோரையும் போலவே மதுவும் சந்தியாவை பெயர் சொல்லி அழைக்கத் தொடங்கினான். அதைப் பார்த்த மாதவன் ஒரு முறை தனியாக இருந்தபோது ''அப்படிக் கூப்பிடக்கூடாது, தவறு'' என்று சொன்னான்.

''பின்னே எப்படிக் கூப்பிடுவது?'' தந்தையின் மடியில் உட்கார்ந்துகொண்டு கைகடியாரத்தோடு விளையாடிக் கொண்டிருந்த மது நிமிர்ந்து பார்த்துக் கேட்டான்.

மாதவன் ஒரு வினாடி தடுமாறிவிட்டு, ''அம்மா என்று கூப்பிடு'' என்றான்.

''அம்மா என்றால்?''

மாதவனால் பதில் சொல்ல முடியவில்லை.

''சொல்லு, அம்மா என்றால்?'' ஒவ்வொன்றையும் விவரமாகத் தெரிந்து கொள்ள வேண்டும் என்ற துடிப்பு அவனுக்கு. தெரிந்துகொள்ளும் வரையில் விட மாட்டான்.

''அம்மா என்றால் நல்லவள். அழகாக இருப்பாள். உன்னை நன்றாகப் பார்த்துக் கொள்வாள்.''

''சந்தியாவைப் போலவா?

மாதவன் ஆம் என்பது போல் தலையாட்டினான். தந்தையின் முகத்தையே கூர்ந்து பார்த்தவன் அவன் கன்னத்தில் இருந்த வடுவைத் தொட்டுப் பார்த்து ''என்ன இது?'' என்றான்.

மாதவன் மகனையே கூர்ந்து பார்த்துக் கொண்டிருந்தான்.

''சொல்லு. கீழே விழுந்தாயா?''

''இல்லை.''

''பின்னே? யாராவது அடிச்சாங்களா?''

ஆம் என்பதுபோல் தலையாட்டினான்.

''யாரு?''

''சந்தியா.''

மதுவின் கண்கள் வியப்பால் விரிந்தன. ''ஏன்? காற்றாடியைக் கிழித்துவிட்டாயா?''

கிழிக்கவில்லை என்று தலையாட்டினான் மாதவன்.

''பின்னே? எண்ணெய் தேய்த்துக் குளிக்கலையா?''

அதுவும் இல்லை என்று மறுத்தான்.

''எல்லா சாக்லேட்டையும் தின்னுட்டியா?''

''ஊஹும்.''

''பின்னே எதுக்கு அடித்தாள்?'' உலகத்தில் அடி வாங்குவதற்கு இன்னும்கூடக் காரணங்கள் இருக்கும் என்பதை அந்தப் பிஞ்சு மனம் நம்ப மறுத்தது.

''நீயே கேளு.''

''யாரை? சந்தியாவையா?''

''சந்தியான்னு சொல்லக் கூடாது என்று சொன்னேன் இல்லையா?''

''சொன்னால் என்ன ஆகும்?''

''கண் அவிஞ்சு போய்விடும்.''

ஒரு வினாடி தந்தையின் முகத்தைப் பார்த்த மது சட்டென்று மடியிலிருந்து இறங்கிச் சமையலறையை நோக்கி ஓடினான்.

''அம்மா... அம்மா...'' புதிதாகக் கற்றுக் கொண்ட வார்த்தையை உடனடியாகப் பயன்படுத்திக் கொண்டே ஆர்வத்தோடு பெரிதாகக் கத்திக்கொண்டே வந்தான் மது.

தோய்த்து உலர்த்திய ஆடைகளை மடித்து வைத்துக் கொண்டிருந்த சந்தியா சட்டென்று திரும்பிப் பார்த்தாள்.

''எங்க அப்பாவை கன்னத்தில் ஏன் அடித்தாய்?'' சீரியஸாகக் கேட்டான்.

சந்தியா அவளை விநோதமாகப் பார்த்தாள்.

''சொல்லும்மா.''

''அம்மாவா?''

''ஆமாம். உன் பெயர் சந்தியா இல்லை. அம்மா!'' கைகளைக் கட்டிக்கொண்டு உன்னைப் பற்றி எனக்கு எல்லாம் தெரியும் என்பதுபோல் மிடுக்காகச் சொன்னான்.

சந்தியாவுக்கு அவனை இழுத்துக் கன்னத்தில் ஒன்று கொடுக்க வேண்டும் போல் ஆத்திரமாக வந்தது. ஆனாலும் கட்டுப்படுத்திக்கொண்டு ''யார் சொன்னாங்க?'' என்று கேட்டாள்.

''அப்பா!''

அவன் வார்த்தைகள் இன்னும் முடியக்கூட இல்லை. சந்தியா கைவேலையைப் போட்டுவிட்டு வந்து அவன் கையைப் பற்றித் தரதரவென்று இழுத்துக் கொண்டு மாதவனின் அறைக்கு வந்தாள்.

''உங்க மகனுக்குச் சரியாகப் பேசக் கற்றுக்கொடுங்கள்'' என்றாள் கோபமாக.

மாதவன் படித்துக் கொண்டிருந்த பேப்பரை மூடிவைத்துவிட்டு ''என்ன செய்தான்?'' என்று கேட்டான் எதுவும் தெரியாதவன் போல் வியப்புடன்.

''ஆயாவை அம்மா என்று கூப்பிடுவது அசிங்கம் இல்லையா?''

''அவன் குழந்தை. ஆயாவுக்கும், அம்மாவுக்கும் வித்தியாசம் அவனுக்கு எப்படித் தெரியும்?'' மாதவன் மதுவின் கன்னத்தில் அழுத்தி முத்தம் பதித்தான். சந்தியா இழுத்து வந்ததால் மிரண்டுபோன மது, தந்தையின் கழுத்தைச் சுற்றிலும் கைகளைப் பிணைத்துக் கொண்டான். அவ்விருவரையும் அவ்வாறு பார்த்தபோது சந்தியாவின் இதயம் பொறாமையால் எரிந்தது. அவன் மீது மாதவனுக்கு இவ்வளவு பிரியம் ஏன்? அவன் தாயை அந்த அளவுக்கு நேசித்திருப்பானோ? அந்த அன்பின் மறு உருவமாதலால்தான் மதுவின் மேல் அவனுக்கு அத்தனை பிரியமோ? கலங்கிப் போன மனதுடன் சந்தியா அறையைவிட்டுப் போய்விட்டாள்.

''மது! உனக்கு அம்மாங்கிறது பிடிச்சிருக்கா? சந்தியா என்றால் பிடித்திருக்கா?'' மகனைக் கேட்டான் மாதவன். மது திரும்பிப்

பார்த்துவிட்டு, சந்தியா அறையை விட்டுப் போய்விட்டாள் என்று திட்டவட்டமாகத் தெரிந்த கொண்டதும் தந்தையின் காதில் ரகசியமாக "அம்மாதான் பிடிச்சிருக்கு" என்றான்.

"அப்படியே கூப்பிடு."

"ஆனால் சந்தியா அடிப்பாளே?"

"அடிக்கமாட்டாள். அடித்தால் என்னிடம் சொல்லு."

"என்ன பண்ணுவாய்?"

"சந்தியாவின் காதைப் பிடித்துத் திருகுவேன்."

மதுவின் கண்களில் ஆர்வத்தோடு கூடிய சந்தோஷம் எட்டிப் பார்த்தது.

அன்றிரவு சாப்பிட்டுக் கொண்டிருக்கையில் "அம்மா! தண்ணீர்" என்றான்.

"எவ்வளவு தடவை சொல்வது? நான் உன் அம்மா இல்லை, ஆயா" தண்ணீர் டம்ளரைக் கொண்டு வந்து வைத்து விட்டுக் கோபமாகச் சொன்னாள் சந்தியா.

"ஆயா என்றால் எனக்குப் பிடிக்கவில்லை." பிடிவாதமாக வந்தது மதுவின் பதில்.

"ஏன் பிடிக்கவில்லை?"

"நன்றாக இல்லை. ஆயா என்றால் குண்டாக உங்க ஆயா மாதிரி இருக்கணும்."

"அம்மா என்றால்?"

"உன்னைப் போல் சிவப்பாக அழகாக இருக்கணும்."

அவன் முகத்தைப் பார்த்ததுமே சந்தியாவின் கோபம் பறந்துவிட்டது. சிரிப்பை அடக்கிக் கொண்டே அவன் கன்னத்தை நிமிண்டிவிட்டு "அப்படி என்றால் சந்தியா என்றே கூப்பிடு" என்றாள்.

"ஊஹூம்."

"ஏன்?"

"கண் அவிஞ்சு போய்விடும்." மது இரு கண்களையும் பொத்திக் கொண்டான். கொள்ளை அழகாக இருந்த அவன் முகத்தைப்

பார்க்கும் போது அவளுக்குத் திரும்பவும் அதே வருத்தம் மனதின் ஏதோ ஒரு மூலையில் ஏற்பட்டது.

இந்தச் சிறுவன் மீது அவளுக்கு எந்த அதிகாரமும் இல்லை. இந்த ஜென்மத்தில் மதுவைப் போன்ற குழந்தையை அவளால் பெறவும் முடியாது. அந்த வருத்தம்தான் அவனிடம் ஏற்பட்ட பொறாமைக்கு உண்மையான காரணம்.

மாதவன் மீது எவ்வளவு வெறுப்பு இருந்த போதிலும் சந்தியாவை மது ஈர்த்துவிட்டான். கூப்பிடாமலேயே வந்து மேலே விழுந்து ரகளை செய்து தன்னையே சுற்றிச் சுற்றி வந்து கொண்டிருந்த அவனைப் பார்த்து அவளுக்கு ஆச்சரியமாக இருந்தது. வாசு படிப்புக்காகத் தொலைவிற்குப் போன பிறகு தனிமையில் உழன்று கொண்டிருந்த அவளுக்கு மது தனி உலகத்தை ஏற்படுத்திக் கொடுத்தான். அவன் சுறுசுறுப்பும் மழலையும் அவளை அறியாமலேயே அவளைக் கவரத்தொடங்கி விட்டன.

இப்பொழுதெல்லாம் அரைமணி நேரம் அவனைக் காணா விட்டால் போதும், மதுவை அவள் கண்கள் தேடத் தொடங்கின. கொஞ்ச நேரம் அவன் வந்து ஏதாவது கேள்விகளைக் கேட்டு, மேலே விழுந்து ரகளை பண்ணி, குறும்பு சேஷ்டைகள் செய்யா விட்டால் எதையோ இழந்து விட்டாற்போல் எண்ணத் தொடங்கி னாள். சிலசமயம் இதையெல்லாம் நினைத்துப் பார்க்கும் போது சந்தியாவுக்கு ஏதோ போல் ஆகிவிடும். மதுவை மதுவாக அல்லாமல், மாதவனின் மகனாகப் பார்த்து வெறுக்க வேண்டும் என்று எவ்வளவோ முயற்சி செய்து பார்த்தாள். ஆனால் பயனில் லாமல் போய்விட்டது.

21

அன்புள்ள மாதவனுக்கு,

சுதா எழுதும் மடல். நானும் குழந்தைகளும் இங்கே நலமாக இருக்கிறோம். உன்னுடைய நலனைப் பற்றி ஒன்றுமே தெரியவில்லை. நீ அந்தக் கிராமத்தை விட்டுவிட்டு இந்தப் பக்கமே வருவதில்லையா? அல்லது ஒருவேளை வந்தாலும் என் கண்ணில் படாமல் போய் விடுகிறாயோ என்று தெரியவில்லை.

சமீபத்தில் உன்னைப் பற்றிக் கேள்விப்பட்ட சில சமாசாரங்களைக் கொண்டு பார்த்தால், இரண்டாவதுதான் உண்மை என்று தோன்றுகிறது. உன் வீட்டில் நீ யாரையோ கொண்டு வந்து வைத்துக் கொண்டு இருக்கிறாயாமே? இதை அவரே கண்ணாரக் கண்டு விட்டு வந்ததாகச் சொன்னபோதும் என்னால் நம்பவே முடியவில்லை. அதோடு உன் நன்மையைக் கருதி உன்னை எச்சரிக்கப் போனபொழுது நீ அவரை அடிக்காத குறையாக நன்றாகத் திட்டினாயாம்.

அவர் வீட்டிற்கு வந்து "நீ இனிமேல் உன் அத்தானுடன் கடிதப் போக்குவரத்து வைத்துக் கொள்வதோ, பார்க்கப் போவதோ கூடாது, நிறுத்திவிடு" என்று என் மாமியாருக்கு முன்னால் சொன்னபோது எனக்கு அவமானத்தாலும் துக்கத்தாலும் இதயமே வெடித்துவிடும் போலிருந்தது. வேண்டியவர்களைக் கூட அவமானப்படுத்தி அனுப்பி வைத்து விடும்

அளவுக்கு அவ்வளவு நெருக்கமாகிவிட்டாளா உனக்கு அந்தப் பெண்? அவள் யார்?

எனக்கு அந்த ஊரில் கொஞ்சம் படித்த பெண்ணாக யாருமே தென்படவில்லையே? இறுதியில் நீ ஒரு கிராமத்து மேனா மினுக்கியின் வலையில் விழுந்து விட்டாய் போலிருக்கிறது.

நல்ல குடும்பத்துப் பெண்ணை மணந்து கொண்டு எங்கள் எல்லோரையும் போல் குழந்தை குட்டியுடன் குடும்பம் நடத்தாமல் இப்படி நீ தடம் மாறிப் போக வேண்டுமா? இந்த நிமிஷமே அவளை உன் வீட்டி லிருந்து துரத்தாவிட்டால் நானே வந்து அந்தக் காரியத்தைச் செய்கிறேன். உன் மாமன் மகளாக, சிறு வயதுத் தோழியாக, இந்த உலகில் உனக்கு இருக்கும் ஒரே நெருக்கமான உறவினராக என் கடமை என்ன வென்று எனக்குத் தெரியும்.

உன்வாழ்க்கைஇப்படிக்கோணல்வழியில்போவதைப் பார்த்துக் கொண்டு என்னால் சும்மாயிருக்க முடியாது. நீ இப்படி ஆகிவிட்டதற்குக் காரணம் நான்தானோ என்றுகூடத் தோன்றுகிறது.

இந்த நிமிஷமே அவளை உன் வீட்டிலிருந்து துரத்தா விட்டால் இந்த சுதா செத்து விட்டதற்குச் சமம். என் குழந்தைகள் மீது ஆணையிட்டுச் சொல்கிறேன். நீ அந்த ஊரிலிருந்து ஜாகையை மாற்றிக் கொண்டு உடனே இங்கே வந்து சேரு.

எங்கள் எல்லோருடனும் கலந்து கலகலப்பாக இருந்தால் திரும்பவும் உன் வாழ்க்கை ஒரு நிலைக்கு வந்து விடும். என்னைப் புரிந்துகொண்டு என் மனதிலி ருக்கும் பாரத்தைக் குறைக்கும்படி வேண்டிக் கொள் கிறேன். நீ சொல்லப் போகும் நல்ல செய்திக்காக ஆவலுடன் எதிர்பார்த்துக் கொண்டிருப்பேன். என்னை ஏமாற்றத்திற்கு உள்ளாக்க மாட்டாய் என்ற நம்பிக்கை யுடன்....

உன் சிறுவயது தோழியும்
மாமன் மகளுமான
சுதா

கடிதத்தைப் படித்து முடித்ததும் மாதவனின் முகம் சிவந்துவிட்டது. கோபத்தை அடக்கிக் கொண்டது போல் தாடை எலும்புகள் புடைத்துக் கொண்டன.

சுதாவுக்குத் திடீரென்று இவ்வளவு நாட்களுக்குப் பிறகு அவன்மீது தனக்குள்ள அன்பும், அதிகாரமும்பற்றி நினைவிற்கு வந்தது எவ்வளவு விநோதம்?

கடிதத்தை எரிச்சலுடன் மேஜை மேல் வீசியெறிந்துவிட்டு எழுந்து ஜன்னலுக்கருகில் போய் நின்று கொண்டான்.

பத்து நாட்களுக்கு முன்னால் ஜோதி திருமணப் பேச்சை எடுத்தபோது, கண்டிப்பாக மறுத்துவிட்டுத் தனக்கு இப்பொழுது திருமணம் செய்து கொள்ளும் உத்தேசமே இல்லை என்று சொல்லிவிட்டு, ஜோதி அதற்காக வருத்தப்படாமல் இருப்பதற்காக, இதமான வார்த்தைகளைப் பேசிவிட்டு அன்று மாலையே திரும்பி வந்து கொண்டிருந்தான்.

ஊருக்குச் சரியாக ஆறு மைல் தூரம் இருந்தபொழுது கார் டயர் பஞ்சராகிவிட்டது. டிரைவர் இறங்கி வேறு டயரைப் பொருத்தத் தொடங்கினான். குளிர்ந்த மாலைப் பொழுது. ஆளரவமில்லாத சாலை. மாதவன் கைகடியாரத்தைப் பார்த்துக் கொண்டான். அரை மணி நேரம் நடந்தால் வீட்டிற்குப் போய்ச் சேர்ந்து விடலாம். அமைதியாக இருந்த அந்தச் சூழ்நிலையில் அவனுக்கு நடக்க வேண்டும் போலிருந்தது.

தன் மறுப்பை ஜோதி எப்படி எடுத்துக் கொள்வாளோ? இந்தச் சம்பவத்தால் பிரசாதின் நட்பில் ஏதாவது மாறுதல் ஏற்படுமோ? என்றெல்லாம் யோசித்தவாறு நடந்து கொண்டிருந்த அவன் அந்த தூரத்தை எப்படித்தான் நடந்து வந்தானோ அவனுக்கே நினைவு இல்லை. ஊருக்குள் நுழைந்தான்.

"என்ன சாமீ இது? நடந்து வர்றீங்களே?" என்று யாரோ கேட்கவே திடுக்கிட்டான். தெருக்களைக் கடந்து வீட்டிற்குள் நுழையப்போனவன் வியப்படைந்துவிட்டான். பாஸ்கரின் கார் வீட்டிற்கு முன்னால் நின்றிருந்தது. அன்று பிற்பகலில்தான் பாஸ்கரைக் கடைத் தெருவில் சந்தித்தான் அவன். "இரண்டு நாட்கள் இருப்பீங்களா?" என்று அவன் கேட்டதற்கு "இல்லை, இன்னும் ஒருநாள்தான் இருப்பேன்" என்று அவன் பதில் சொன்னான். தன்னோடு ஏதாவது வேலை இருந்தால் பாஸ்கர் அப்பொழுதே சொல்லியிருக்கலாமே? ஆனாலும் மாதவன்

பட்டிணத்தில்தான் இருக்கிறான் என்று தெரிந்தும் இவன் இங்கே வரவேண்டிய காரணம் என்ன? சந்தேகத்தில் அவன் புருவம் முடிச்சேறியது.

வீடு திறந்து கிடந்தது. எங்குமே சந்தடி இல்ல. சந்தியா எங்கே? பாஸ்கர் எங்கே இருக்கிறான்? சமையலறையை நோக்கிப் போனவன் சமையலறைக் கதவு சாத்தப்பட்டிருப்பதைக் கண்டான். வீட்டில் ஆயாவோ, மதுவையோ காணவில்லை. இப்படிக் கதவுகளைத் திறந்துப் போட்டுவிட்டு இவர்கள் எல்லோரும் எங்கே போய்விட்டார்கள்? சமையலறையிலிருந்து திரும்பி வந்து கொண்டிருந்த மாதவன் சந்தியாவின் அறைக்கு முன்னால் வந்ததும் நின்று விட்டான். உள்ளேயிருந்து பேச்சுக் குரல் கேட்டது. அவனுக்கு ஏனோ திடீரென்று உடம்பிலிருந்த ரத்தமெல்லாம் வற்றிவிட்டாற் போலிருந்தது. உள்ளங்கையை மடக்கிக் கொண்டு கதவின் மேல் ஓங்கிக் குத்தப் போனான. அவன் கை கதவை நோக்கிப் போகும் முன்பே இடையிலேயே நின்று விட்டது.

''பாஸ்கர்! மரியாதையாக வழியை விடு. கதவைத் திற.'' கோபமாகச் சொல்லிக் கொண்டிருந்தாள் சந்தியா.

''ஊஹூம், மாட்டேன். நீ என் கேள்விக்குப் பதில் சொல்கிற வரைக்கும் இந்த அறையின் கதவு திறந்து கொள்ளாது.''

''பதில் சொல்லியாகிவிட்டது.''

''எனக்குத் தேவையானது பதில் இல்லை, சம்மதம்.'' ஒரு வினாடி நிசப்தம்.

மாதவன் வெளியே பதுமையாக நின்று கொண்டிருந்தான்.

கொஞ்ச நேரம் கழித்துக் கோபத்தை அடக்கிக் கொண்ட குரலுடன் ''நீ இந்த மாதிரி கெட்ட எண்ணத்துடன் வந்திருப்பது தெரிந்தால் வீட்டிற்குள்ளேயே வரவிட்டிருக்க மாட்டேன். ஒருக்கால் உள்ளே விட்டிருந்தாலும் ஆயாவை பால் வாங்கிக் கொண்டு வர அனுப்பியிருக்க மாட்டேன்'' என்றாள்.

பாஸ்கர் சிரிக்கும் சத்தம் கேட்டது.

''மாதவனுக்கு இந்த விஷயம் தெரிந்தால் உன்னைக் கொன்று போட்டு விடுவார்.''

''ஏன்? நீ மாதவனின் மனைவியா? அக்காவா? தங்கையா?''

''ஒன்றும் ஆகாவிட்டாலும் உன்னைப் போன்ற அயோக்கியனிடம் இல்லாத நல்ல குணம் அவரிடம் இருக்கு.''

''நல்ல குணம்! சரி, நான் இப்பொழுது உன் வாயால் அவனைப் பற்றிய புகழ்ச்சி வார்த்தைகளைக் கேட்க வரவில்லை. அதை விட்டுவிட்டு நம் விஷயத்திற்கு வருவோம். நீ என்னுடன் பட்டிணத்திற்கு வந்தாலும் சரி, வராவிட்டாலும் போகட்டும். நானாவது அவ்வப்பொழுது இங்கே வந்து போகிறேன். எப்படி யாவது நீ எனக்கு வேண்டும். அவ்வளவுதான். நீ இதுபோல் மாதவன் வீட்டில் இருக்கக் கூடாது.''

''அதைச் சொல்ல நீ யார்?''

''நான் யாரா?'' ஒரு வினாடி நிறுத்திவிட்டு ''உன் வாழ்க்கையில் நடந்த பயங்கரமான ரகசியம் ஒன்று எனக்குத் தெரியும்'' என்றான்.

''பயமுறுத்துகிறாயா?''

''ஊஹூம். என் பேச்சைக் கேட்டு என்னுடையவளாக இருக்கச் சொல்கிறேன். நீ இதுபோல் மாதவனுடன் சேர்ந்து இருக்கிறாய் என்று தெரிந்தால், என் மனைவி ஒரு நிமிஷம் கூட சும்மாயிருக்க மாட்டாள். உடனே வந்து உன் கழுத்தைப் பிடித்துத் தள்ளாத வரையில் பச்சைத் தண்ணீர் கூடக் குடிக்க மாட்டாள்.

நீ ஏன் அனாவசியமாக ஏன் அவமானப்படணும்? அந்த அத்தான் அம்மாஞ்சிக்கு நடுவில் நீ எதுக்குக் குறுக்கிடணும்?''

''நீ கதவைத் திறக்கப் போகிறாயா இல்லையா?''

''நான் திறக்க மாட்டேன். வேண்டுமானால் நீயே வந்து திறந்து கொள். எனக்கு ஆட்சேபணையில்லை.''

''நீ குறுக்கே நிற்காதே. தள்ளு.''

''எல்லாம் நீ சொல்கிறபடியே கேட்டாக வேண்டுமா?''

''அப்படி என்றால் நானே திறக்கிறேன்.''

அடுத்த நிமிஷம் கதவைத் திறக்கப் போன சத்தமும், தொடர்ந்து ''சந்தியா... என் சந்தியா!'' என்ற பாஸ்கரின் பிதற்றலும்...

''சீ... விடு ... என்னைவிடு'' என்ற சந்தியா திமிறிய சத்தமும்... இவ்விரண்டிற்குமிடையே...

''சந்தியா!'' என்று மாதவன் குரல் உறுமியதும், அவன் கை இடியாக கதவை ஓங்கி அறைந்ததும் ... எல்லாமாகச் சேர்ந்து கசாமுசாவாக நிகழ்ந்து முடிந்துவிட்டன. ''சந்தியா... உன்னைத்தான்!

கதவைத் திற.'' மாதவன் கத்தினான். அவன் முகத்தில் வியர்வை படிந்தது.

உடனே கதவு திறந்துகொண்டது. திறந்த கதவிற்குப் பின்னால் மருண்ட விழிகளுடன் மூச்சிரைக்க சந்தியா நின்று கொண்டிருந் தாள்.

தன்னைக் கண்டதுமே சந்தியாவின் கண்களில் தென்பட்ட உணர்ச்சிகளைப் பார்த்துச் சட்டென்று ஓடிவந்து தன் கைகளில் சரிந்து விடுவாள் என்று நினைத்தான். ஆனால் சந்தியா அரும்பாடு பட்டுத் தன்னைக் கட்டுப்படுத்திக் கொண்டு கதவைப் பிடித்தபடி நின்று விட்டாள்.

''ஹலோ மாதவன்! எப்பொழுது வந்தாய்?'' பாஸ்கர் சிரிப்பை வரவழைத்துக் கொண்டே கேட்டான்.

மாதவன் வாசலை நோக்கி விரலைக் காட்டி ''ஐந்து நிமிஷத்தில் நீ இந்த வீட்டு எல்லையைத் தாண்டிப் போய் விடணும்'' என்றான் கடுமையாக.

பாஸ்கரின் கண்கள் வியப்பால் விரிந்தன. வலுக்கட்டாயமாக சிரிப்பை உதிர்த்தபடி ''நான் ஒன்றும் நீ இல்லாத சமயம் பார்த்து வந்து உன் பொருளைத் திருடிக் கொண்டு போக வரலை. நானும் சந்தியாவும் பழைய சிநேகிதர்கள். என்ன சந்தியா?''

அவன் வார்த்தை இன்னும் முடியக்கூட இல்லை. மாதவன் அவன் காலரைப் பிடித்து இழுத்து ''கெட் அவுட் ராஸ்கல்!'' என்றான்.

மாதவனின் வார்த்தைகள் முடியும் முன்பே பாஸ்கரின் கை வந்து மாதவனின் கன்னத்தைப் பதம் பார்த்துவிட்டது. ஒரு வினாடி அறையில் பயங்கரமான நிசப்தம் நிலவியது. அவ்வளவுதான். அடுத்த நிமிஷம் மாதவன் ஓரடி முன் வந்து பாஸ்கரின் ஷர்ட்டைப் பிடித்துக் கொண்டான்.

முதலில் பாஸ்கரின் இரு கன்னங்களிலும் மாறி மாறி அடி விழுந்தது. பிறகு மாதவன் தள்ளிய தள்ளலுக்குப் போய்ச் சுவரோரமாக விழுந்தான். அவன் ஒருவாறு எழுந்துகொள்ள முயன்ற போது மாதவன் வந்து அவன் டையைப் பற்றித் தூக்கி நிறுத்தினான். உள்ளங்கையை மடக்கி திரும்பவும் வயிற்றில் சராமாரியாகக் குத்துவிட்டான். பாஸ்கர் கீழே விழுந்தான். கோபத்தால் விவேகத்தை இழந்துவிட்ட மாதவன் மறுபடியும் கையை ஓங்கப்

போனான். ஆனால் அதற்குள் சுதாரித்துக் கொண்ட சந்தியா வீலென்று அலறிக்கொண்டே தூக்கிய அவன் கையை கீழே இறக்கி, பலமாகப் பிடித்துக் கொண்டுவிட்டாள்.

மூச்சு விட்டுக் கொள்வதற்காகக் கொஞ்சம் நின்ற மாதவனுக்குச் சட்டென்று ஆத்திரத்தில் தான் செய்த காரியம் நினைவிற்கு வந்தது.

"நீங்கள்... நீங்கள் அவனைக் கொன்று விட்டீர்கள்" என்றாள் சந்தியா தேம்பிக்கொண்டே.

"அப்படி எதுவும் நடக்கவில்லை." மாதவன் சந்தியாவின் கைகளை விடுவித்துக் கொண்டு சமையலறையை நோக்கிப் போனான். அவன் தண்ணீர் டம்ளருடன் திரும்பி வந்த போது சந்தியா முழங்காலிட்டு அமர்ந்துகொண்டு பாஸ்கரின் தோள்களை உலுக்கிக் கொண்டே "பாஸ்கர்! பாஸ்கர்!" என்று அழைத்துக் கொண்டிருந்தாள்.

"கொஞ்சம் தண்ணீர் குடிக்கச் செய்தால் போதும். தானே சரியாகிவிடுவான்." தானும் கீழே அமர்ந்துகொண்டு அவனுக்குத் தண்ணீரைக் கொடுக்கப் போனான்.

சந்தியா அவனைக் கூர்ந்து பார்த்துவிட்டு அவன் கையிலிருந்த டம்ளரைப் பிடுங்கிக் கொண்டாள். "பாஸ்கர்... பாஸ்கர்..." மென்மையாக அழைத்தபடி ஒருவாறு தண்ணீரைக் குடிக்கச் செய்தாள். ஒரு வினாடி சந்தியாவையும், பாஸ்கரையும் மாறி மாறிப் பார்த்த மாதவன், மெதுவாக எழுந்து அங்கிருந்து போய்விட்டான். அவனுக்கு நாக்கு வரண்டு விட்டிருந்தது. தாகம் எடுத்தது. சமையலறைக்குப் போய் தண்ணீரை எடுத்துக் குடித்த பிறகும் அவனால் உடனே வெளியே வரமுடியவில்லை. தாங்க முடியாத அசதி. தன் மீதே கோபம். தன் பலவீனத்தை நினைக்கும் போது வெட்கம்.

அவன் திரும்பி வந்தபோது, பாஸ்கர் எழுந்து சந்தியாவின் உதவியுடன் ஹாலுக்குப் போய்க் கொண்டிருந்தான்.

"பாஸ்கர்! இன்றைக்கு இங்கேயே இருந்துவிட்டு நாளைக்குப் போகலாமே? எப்படி டிரைவ் பண்ணுவாய்?" கெஞ்சுவது போல் கேட்டுக் கொண்டிருந்தாள் சந்தியா.

"இன்னுமா இங்கே?" பாஸ்கர் சந்தியாவின் கையை உதறி விட்டுத் தள்ளாடிக்கொண்டே காரை நோக்கிப் போனான். அடுத்த நிமிடம் கார் போய்விட்டது.

''டிரைவர் இன்னும் வரவில்லை போலிருக்கே?'' என்றான் மாதவன்.

சரேலென்று திரும்பிப் பார்த்த சந்தியா கோபத்தாலும் ரோஷத்தாலும் இதழ்கள் துடிக்க ''நீங்கள்... நீங்கள் இதுவரை ஒரு காரியத்தில்தான் கைதேர்ந்தவர் என்று நினைத்துக் கொண்டிருந்தேன். இப்போது புரிந்துவிட்டது, தேவையானால் கொலை செய்யவும் தயங்க மாட்டீங்க என்று'' என்றாள்.

''சந்தியா!'' பின் வாங்குவது போல் பார்த்தான்.

''பாஸ்கர் இன்றைக்குப் பிழைத்தது என் அதிர்ஷ்டம்.'' சந்தியா விருட்டென்று உள்ளே போய்விட்டாள். மாதவன் அந்த இடத்தி லேயே நின்று கொண்டிருந்தான் ரொம்ப நேரம் வரை.

அந்தச் சம்பவத்தின் விளைவுதான் இன்று சுதா எழுதிய கடிதம். ஒருக்கால் சொன்னபடியே சுதா இங்கே வந்து ஏதாவது ரகளை செய்தால்? அவன் உதட்டில் கடினமான முறுவல் ஒன்று தவழ்ந்தது. வரட்டும். வந்தால் இதுவரை தெரியாத உண்மை ஒன்றைத் தெரிந்து கொண்டுதான் அவள் திரும்பிப் போவாள்.

''ஐயா எங்கே? எங்கே இருக்கிறார்?'' என்று வெளியே குரல் கேட்டதால் ஜன்னலுக்கருகில் ரொம்ப நேரமாக யோசனையில் ஆழ்ந்திருந்த மாதவன் திடுக்கிட்டான்.

''அறையில் இருக்கிறார். என்ன விஷயம்?'' ஆயா கேட்டாள்.

''வேலையிருக்கு.'' பதற்றத்துடன் சொன்னான் கோபால்.

அதற்குள் அறையை விட்டு வெளியே வந்த மாதவன் ''என்ன விஷயம் கோபால்?'' என்று கெட்டான்.

கோபாலின் ஆடைகள் எல்லாம் புழுதி படிந்திருந்தன. முகத்தில் வியர்வை வழிந்து கொண்டிருந்தது. ஓடி வந்ததால் மூச்சிரைத்துக் கொண்டிருந்தது. மாதவனைப் பார்த்ததுமே ''நீங்கள் உடனே வரணும். கிழக்குத் தெருவில் குடியானவர்களுக்கும் மேல் ஜாதிக்காரர்களும் அடிதடி சண்டை நடக்கிறது'' என்றான்.

''சண்டையா? வா வா.. சீக்கிரமாகப் போவோம்.''

மாதவன் செருப்புகூட மாட்டிக் கொள்ளாமல் வேகமாக வெளியேறினான்.

22

"அம்மா.. அம்மா" வாசு மாமாகிட்டே இருந்து லெட்டர் வந்திருக்கு." மது கதவிற்கு அருகில் வந்து எட்டிப் பார்த்துவிட்டுப் பெரிதாகக் கத்தினான்.

"எங்கே? இப்படிக் கொண்டு வா." கட்டிலில் படுத்துக் கொண்டு புத்தகம் படித்துக் கொண்டிருந்த சந்தியா புத்தகத்தைச் சட்டென்று வீசியெறிந்துவிட்டு, எழுந்து உட்கார்ந்து கொண்டாள்.

"இதோ!"

"இங்கே கொண்டு வா.." பொறுமையின்றி அழைத்தாள்.

"ஊஹூம்.." மது மறுத்துத் தலையசைத்துவிட்டுக் கடிதத்தைப் பின்னால் மறைத்து வைத்துக் கொண்டான்.

சந்தியா எழுந்து வந்தாள். மது தொலைவிற்கு ஓடினான்.

"என் கண்ணில்லையா.." கெஞ்சினாள்.

"ஊஹூம். என்னை வந்து பிடித்தாயானால் தருவேன்." சந்தியாவை அழவைப்பதும், ஓட வைப்பதும் மதுவுக்குப் பிடித்தமான பொழுது போக்கு. அது ஒரு விளையாட்டு. சந்தியா வேறு வழியின்றி மதுவை நெருங்கினாள். மது கொஞ்ச நேரம் கைக்கு அகப்படாமல் அங்குமிங்கும் ஓடினான். கடைசியில் ஒருவாறு அவனைப் பிடித்துக் கொண்டு கடிதத்தைப் பற்றிக் கொண்டாள். உறை கிழிந்தே இருந்தது.

அப்படியென்றால் மாதவன் படித்துவிட்டு அனுப்பியிருக்கிறான் போலும். முதலில் தன்னிடம் தராமல் அவன் படித்ததற்காகக் கோபம் வந்தது. கவரிலிருந்து பரபரப்புடன் கடிதத்தை உருவிப் படித்தவள் அப்படியே நின்று விட்டாள். கையெழுத்து வாசு வுடையது இல்லை. வேறு யாருடையதோ.

சந்தியா அதைப் படிக்கத் தொடங்கியவள் அசையாது நின்றுவிட்டாள். அது சுதா மாதவனுக்கு எழுதிய கடிதம்.

படிக்கக்கூடாது என்று அவள் மனம் எச்சரிப்பதற்குள்ளாகவே கண்கள் இரண்டும் எழுத்துக்களின் வரிகளின் மேல் ஓடத் தொடங்கி விட்டன.

கடிதத்தை முழுவதுமாகப் படிக்காமல் அவளால் இருக்க முடிய வில்லை. படித்து முடித்த பிறகு அவள் முகம் ரத்தம் வற்றிவிட்டாற் போல் ஆகிவிட்டது.

ஒவ்வொரு வார்த்தையும் ஒரு சூலம்.... அவமதிப்பு. இந்த நிலையில் அவள் என்ன செய்ய வேண்டும்? இப்படிப்பட்ட ஹீனமான நிலையில் இந்த வீட்டில் அவளால் எப்படி இருக்க முடியும்? அன்று இங்கே வந்து மாதவனால் அவமானப்பட்ட பாஸ்கர் ஒன்றுக்குப் பத்தாக பொய்யைப் புனைந்து சொல்லி யிருப்பான் தன் மனைவியிடம்.

ஒருக்கால் சொன்னது போலவே சுதா வந்துவிட்டால்? வரட்டுமே...அவள் என்னதான் சொல்கிறாள் என்பதையும்தான் பார்த்துவிடலாமே. சந்தியாவுக்குக் கசப்பை விழுங்கினாற்போல் இருந்தது. மது அதற்குள் அங்கிருந்து போய்விட்டான்.

ரொம்ப நேரம் கழித்து லாந்தரை ஏற்றிக் கொண்டு வந்து ஹாலில் இருந்த இரும்புக் கம்பியில் மாட்ட வந்த ஆயா சந்தியாவைப் பார்த்து அதிர்ச்சியடைந்தவளாக ''சந்தியா!'' என்று கூப்பிட்டாள்.

சந்தியாவின் கண்கள் இயந்திரகதியில் ஆயாவின் பக்கம் திரும்பின.

''என்ன இது? ஏன் இப்படி இருக்கிறாய்? எங்கேயிருந்து கடிதம்?'' அருகில் வந்துகொண்டே கேட்டாள்.

''நமக்கில்லை இது.'' ஆயாவின் குரலைக் கேட்டு இந்த உலகிற்குத் திரும்பி வந்தாள் சந்தியா.

''அதில் ஏதாவது விசேஷம் இருக்கா?'' சந்தேகத்தோடு கேட்டாள் ஆயா.

''இல்லை. மது எங்கே? அவன் இப்போது என்ன செய்து கொண்டிருக்கிறான்?''

''இப்பொழுதுதான் சாப்பிட்டான்.'' சொல்லிவிட்டு ஆயா உள்ளே போய்விட்டாள்.

சந்தியா சமையலறைப் பக்கமாக வந்தாள். மது சாப்பிட்டு முடித்துவிட்டு பக்கத்திலேயே ஆயா ஊற்றிய பாலைக் குடித்துக் கொண்டிருந்த பூனைக்குட்டியின் வாலைப் பிடித்து இழுத்துக் கொண்டிருந்தான். அது மியாவ் மியாவ் என்று கத்திக் கொண்டிருந்தது.

''மது... இந்த லெட்டரை எங்கேயிருந்து எடுத்து வந்தாயோ அங்கேயோ கொண்டு போய் வை.''

''நான் வைக்க மாட்டேன். நீயே வை.'' பிடிவாதமாகப் பதிலளித்தான்.

''நல்ல பையன் இல்லையா...'' சந்தியாவின் குரலையும், சொன்ன விதத்தையும் கேட்டு விட்டு, மது நிமிர்ந்து பார்த்தான். பிறகு என்ன நினைத்துக் கொண்டானோ தெரியாது, பூனையின் வாலை விட்டுவிட்டுக் கடிதத்தை வாங்கிக் கொண்டான். எந்தச் சமயத்தில் சந்தியாவை அழவைக்க வேண்டும் என்றும், எந்தச் சமயத்தில் சொன்னதைக் கேட்க வேண்டும் என்றும் அவனுக்கு நன்றாகத் தெரியும்.

''எடுத்த இடத்திலேயே வைக்கணும். மறந்து விடாதே.'' சந்தியா எச்சரித்தாள். சரி என்று தலையை ஆட்டிவிட்டு தந்தையின் அறைக்கு ஓடினான் மது.

உடம்பு முழுவதும் காயத்துடன், கலைந்த தலையுடன், உடையில் ரத்தக்கறைகளுடன் மாதவன் சோர்வுடன் வீட்டிற்குத் திரும்பி வந்தான்.

கலவரத்துடன் வந்து விசாரித்த ஆயாவுக்கு, ரகளை நடந்ததாகவும், தனக்குப் பட்ட அடி ஒன்றும் பெரியதில்லை என்றும் தைரியம் சொல்லிவிட்டு, கொஞ்சம் வெந்நீரும், டவலையும் கொண்டு வந்து தரச் சொல்லிவிட்டுத் தன் அறைக்குப் போய் விட்டான்.

அவன் அறைக்குள் நுழைந்த போது மது அறைக்கு நடுவில் நின்று உதட்டின் மேல் விரலை வைத்துக் கொண்டு கேள்விக் குறியுடன் அறை முழுவதையும் நோட்டம் விட்டுக் கொண்டிருந் தான்.

''என்ன மது? என்ன வேண்டும் உனக்கு?''

மகனைச் சரியாகக் கவனிக்காமலேயே கட்டிலை நோக்கிப் போனான். தந்தையின் குரல் காதில் விழுந்ததுமே சட்டென்று திரும்பிய மது ''வந்து....வந்து, இந்தக் கடிதத்தை எடுத்த இடத்திலேயே வைக்கச் சொன்னாள் சந்தியா.

எனக்கென்னவோ எங்கேயிருந்து எடுத்தேன் என்றே ஞாபகம் இல்லை.''

கட்டிலில் உட்காரப்போன மாதவன் சட்டென்று திரும்பிப் பார்த்து ''என்ன கடிதம் அது?'' என்றான்.

''இதுவா? வாசு மாமா எழுதியது.'' அப்பாவியாகத் தந்தையிடம் போய்க் கடிதத்தைக் காட்டிவிட்டுச் சொன்னான்.

''இது எங்கேயிருந்தது? யார் கொடுத்தாங்க உன்னிடம்?'' கோபமாகக் கேட்டான்.

என்றுமில்லாமல் தந்தை கடிந்து கொண்டதைப் பார்த்துப் பயந்துபோன மது, ''நான்தான் எடுத்தேன் இங்கேயிருந்து. வாசு மாமா எழுதியதுன்னு...''

''சந்தியாவிடம் கொடுத்தாயா இதை?''

மது ஆம் என்று தலையை ஆட்டினான்.

மாதவன் தளர்ந்து போய்க் கட்டிலில் சரிந்தான்.

சந்தியா அந்தக் கடிதத்தைப் படித்து விட்டாளா? கடிதத்தை அப்படியே போட்டு விட்டுப் போன தன் முட்டாள்தனத்திற்குத் தன்மீதே கோபம் வந்தது.

''வந்து... வந்து...'' மது ஏதோ சொல்ல வந்தான்.

''என்னைத் தொந்தரவு செய்யாதே. போ அந்தப் பக்கம்.''

மாதவன் திரும்பவும் எரிந்து விழுந்ததால் மது வாடிய முகத்துடன் அங்கிருந்து போய்விட்டான்.

பத்து நிமிடங்களுக்குப் பிறகு ஆயா வெந்நீரையும் டவலையும் கொண்டு வந்து கொடுத்தாள். ''என்ன ரகளையாம்? என்ன நடந்தது?'' கேட்டாள் விவரம் தெரிந்து கொள்ளும் ஆர்வத்துடன்.

''ஒன்றுமில்லை. பசங்க விளையாட்டிற்கு நடுவில் தொடங்கிய ரகளை, பெண்கள் ஒருத்தரை ஒருத்தர் திட்டிக் கொண்டு, குடும்பங்களைப் பற்றி ஏசிக் கொள்ளும் அளவிற்குச் சண்டையாக

முற்றிப் போய் விட்டது. அத்துடன் ஆண்களுக்கும் ரோஷம் வந்து விட்டது. நீயா நானா பார்த்து விடலாம் என்று களத்தில் இறங்கிவிட்டார்கள்.'' சுருக்கமாகச் சொன்னான் மாதவன்.

அவன் மனம் முழுவதும் சந்தியாவைச் சுற்றியே இருந்தது. ''சந்தியா எங்கே? என்ன செய்கிறாள்?''

சாப்பிட உட்காரும்போது தாங்க முடியாதவனாகக் கேட்டு விட்டான்.

அவன் வீட்டிற்குத் திரும்பி வந்ததிலிருந்து சந்தடியே இல்லை.

''தலைவலியாம். படுத்துக் கொண்டிருக்கிறாள்'' என்றாள் ஆயா.

சந்தியாவின் தலைவலிக்குக் காரணம் ஆயாவுக்குத் தெரியாமல் இருக்கலாம். அவனால் ஊகிக்க முடியாதா என்ன? இரவு படுக்கப் போவதற்கு முன்னால் ஆயா கொண்டு வந்த சூடான பாலைக் குடித்துவிட்டு டம்ளரைத் திருப்பித் தந்தவன் ''சந்தியா சாப்பிட்டாளா?'' என்று தயங்கிக் கொண்டே கேட்டான்.

''இல்லை. தலைவலி குறையலையாம்.'' என்றும் இல்லாத விதமாக மாதவன் சந்தியாவைப் பற்றிக் கேட்டதைப் பார்த்து ஆயாவுக்கு உள்ளூர வியப்பாக இருந்தது.

''வரச் சொல்லட்டுமா? ஏதாவது வேலை இருக்கா?'' போவதற்குத் திரும்பியவள் அவனைப் பார்த்துக் கேட்டாள்.

''வேண்டாம் வேண்டாம். சும்மாதான் கேட்டேன்.'' படுத்துக் கொண்டே சொன்னான். வேறு என்ன சொல்ல முடியும் அவனால்? மேலுக்கு சாதாரணமாக வேண்டாம் என்று சொல்லி விட்டாலும் அவனுக்கு அந்த நிமிடமே போய் சந்தியாவைக் கட்டிலிலிருந்து எழுப்பித் தோள்களை உலுக்கி, நடந்ததையெல்லாம் சொல்லி, அவள் முற்றிலுமாகப் புரிந்து கொள்ளும் வரை அவளை விடாமல் பிடித்துக் கொள்ள வேண்டும் என்று தோன்றியது.

ஆனால் அவனுக்கே தெரியாத ஏதோ ஒரு சக்தி அவனைப் பலவீனப்படுத்திச் சலனமில்லாமல் செய்துவிட்டது.

''என்ன வேண்டும் என்று கேட்டாலும் சொல்ல மாட்டேங்கிறான். தூங்காமல் அழுது கொண்டே இருக்கிறான்.''

ஆயா மதுவைத் தூக்கிக் கொண்டு வந்து மாதவனிடம் ஒப்படைத்தாள்.

''ஏன் அழுகிறான்? என்னவாச்சு மது?''

மாதவன் மகனை வாரியணைத்துக் கொண்டான். மது பதிலுக்குத் தந்தையின் மார்போடு ஒட்டிக்கொண்டு இன்னும் பலமாக அழத் தொடங்கினான்.

"ஏன்? யாராவது ஏதாவது சொன்னாங்களா?" மாதவன் கலவரத் துடன் ஆயாவைப் பார்த்தான்.

"இதுவரை நன்றாகத்தானே இருந்தான்?" பயந்துகொண்டே சொன்னாள் ஆயா.

"ஏன்னு என்னிடம் சொல்லு. என் கண் இல்லையா?" மகனை மார்போடு அழுத்திக்கொண்ட மாதவனுக்குச் சற்று முன்னால் கடிதத்தை எடுத்ததற்காகத் தான் கடிந்து கொண்டதும், அவன் முகத்தைத் தொங்கப் போட்டுக்கொண்டு போனதும் நினைவுக்கு வந்தது.

பிஞ்சு மனம் ரோஷமடைந்திருக்கும். எவ்வளவு மென்மையான உள்ளம்! தோற்றத்தில் மது தன்னைக் கொண்டு இருந்தாலும், சுபாவத்தில் மட்டும் சந்தியாவைக் கொண்டிருந்தான்.

மாதவனுக்கு அந்தச் சமயத்தில் பக்கத்து அறையில் சாப்பாடு வேண்டாம் என்று சுணங்கிப் படுத்துக் கொண்டிருக்கும் சந்தியாவை மார்போடணைத்துக்கொண்டு தேற்ற வேண்டும் போல் இருந்தது.

23

நாட்கள் செல்லச் செல்ல மாதவனுக்குத் தான் சந்தியாவை அடைய முடியும் என்ற நம்பிக்கையே நசிந்து போய்க் கொண்டிருந்தது. மதுவின் மூலமாக சந்தியாவை அடைய எண்ணி யிருந்த மாதவன் அந்த முயற்சி பலிக்காததோடு, மதுவைக்கூட இழந்து விடுவோமோ என்ற அச்சத்திற்கு ஆளாக நேர்ந்தது. அவன் எண்ணியது போல சந்தியாவும் மதுவும் நெருக்கமானவர்களாக ஆகி விட்டார்கள். இப்பொழுது சேர்ந்தாற் போல் நாலைந்து நாட்கள் தந்தையைக் காணாவிட்டால் கூட மது ஏங்கிப் போவதில்லை. அவன் சந்தியாவிடம் நன்றாகப் பழக்கம் ஏற்படுத்திக் கொள்ள வேண்டும் என்றெண்ணி எந்தச் சாக்குடன் தொலைவில் இருந்து வந்தானோ, அதுவே மதுவை அவனிடமிருந்து பிரித்துக் கொண்டி ருந்தது. அவன் எண்ணியது நடந்து விட்டதென்ற திருப்தி கிடைக் காததோடு, மனம் அமைதியின்றித் தவிக்கத் தொடங்கியது.

சந்தியாதன்னைச்சுற்றிலும் போட்டுக் கொண்டிருக்கும் கோட்டைத் தாண்டி ஓரடி கூட அவனால் எடுத்து வைக்க முடியவில்லை. மதுவையும் தன் வட்டத்திற்குள் இழுத்துக் கொண்டு விட்டாள். சந்தியாவின் மனதில் அவன்பால் இருந்த வெறுப்பு சற்றும் குறையவே இல்லை.

காலம் ஓடிக் கொண்டேயிருந்தது. ஆண்டுகள் கழிந்து கொண்டேயிருந்தன. இந்தக் காலச்சக்கரத்தைப் பார்த்தபடி செய்வ தறியாது நின்று கொண்டிருப்பதைத்

தவிர அவனால் வேறெதுவும் செய்ய முடியவில்லை. மனதளவில் வயோதிகம் வந்து சேர்ந்து விட்டாற்போல் உணரத் தொடங்கினான்.

சந்தியா அடியெடுத்து வைத்த விசேஷமோ, அல்லது மகன் வந்த வேளையோ தெரியாது. மாதவனின் வியாபாரம் நன்றாகக் கொழிக் கத் தொடங்கியது. அவன் தொட்டதெல்லாம் பொன்னாயிற்று.

ஆனால் என்ன பயன்? மன நிம்மதியைத் தர முடியாத அந்தச் செல்வத்தை வைத்துக் கொண்டு அவனால் என்ன செய்ய முடியும்? அதனால்தான் மதுவின் பெயரில் வங்கியில் போட்டு வைக்கத் தொடங்கினான்.

தீபாவளிப் பண்டிகை நெருங்கி வந்தது. வீட்டிலிருந்த எல்லோருக்கும் புத்தாடைகள் வாங்கி வந்தான். நான்கு நாட்களுக்கு முன்னால் நடந்த சம்பவம் அவன் இதயத்தைத் தூள் தூளாக்கி விட்டது.

அன்று அவன் சாப்பிட்டு முடித்த பிறகு, தன் அறையில் பேப்பர் படித்துக் கொண்டிருந்தான். மது அந்த இடத்திலேயே உட்கார்ந்து விளையாடிக் கொண்டிருந்தான்.

சந்தியா அந்த அறைக்கு வந்தவள், அங்கே மாதவன் உட்கார்ந் திருப்பதைப் பார்த்துவிட்டுத் திரும்பிப் போகத் தொடங்கினாள். அதற்குள் மது ஓடிப்போய் ''அம்மா!'' என்று அவள் புடவைத் தலைப்பைப் பிடித்தான். சந்தியா அவனிடமிருந்து விடுவித்துக் கொண்டு போக முயன்றாள். மது விடவில்லை. மேலும் பலமாகப் பிடித்து இழுத்தான். ஏற்கனவே பழைய புடவை. கொஞ்சம் நைந்திருந்தது போலும். மது இழுத்ததும் டர்ரென்று கிழிந்து விட்டது. ஒரு வினாடி தூக்கி வாரிப் போட்டபடி நின்று விட்ட சந்தியா சட்டென்று கைகளால் மார்பை மறைத்துக் கொண்டாள்.

தன் கையில் கிழிந்து தொங்கிய புடவைத் தலைப்பைப் பார்த்து மது கடகடவென்று சிரித்தான். மாதவன் விக்கித்துப் போனாற்போல் பார்த்தான்.

சந்தியா சட்டென்று குனிந்து அவன் முதுகில் பலமாக ஒரு அறை வைத்துவிட்டுத் திரும்பி மின்னலாகத் தன் அறைக்குள் ஓடிவிட்டாள். மாதவன் எழுந்து வந்து அழுது கொண்டிருந்த மதுவைத் தூக்கி வைத்துக்கொண்டு சமாதானப்படுத்தினான்.

அன்றிரவு சாப்பிட்டு முடித்துவிட்டு எழுந்து வந்து கொண்டிருக்கும் போது சமையலறை கதவுக்கு அருகில் வந்து நின்ற

சந்தியா தலைகுனிந்தபடி ''என்னை மன்னித்து விடுங்கள்'' என்றாள்.

''எதுக்கு?'' வியந்துபோய்க் கேட்டான்.

''புடவை கிழிந்து விட்டதே என்ற கோபத்தில் மதுவை அடித்து விட்டேன். அது தவறுதான்.''

''உனக்கு அந்த உரிமை இருக்கு.''

மேற்கொண்டு பேசுவதற்கு இடம் கொடுக்காமல் அங்கிருந்து நகர்ந்துவிட்டான். மறுநாள் அதே புடவையில் சந்தியாவைப் பார்த்த போது அவன் இதயம் சுக்கு நூறாகிவிட்டது.

அதனால்தான் இன்றைக்கு சந்தியாவுக்கும் சேர்த்துப் புடவைகளை வாங்கி வந்தான். அதிக விலை கொடுத்து வாங்கினால் முகத்தில் விட்டெறிந்து விடுவாளோ என்ற பயம். அதனால் சாதாரண விலையில் வாங்கி வந்தான்.

''என்ன இது?'' என்றாள் சந்தியா, புடவைகள் இருந்த பாக்கெட்டை அவளிடம் தந்தபோது. அதில் இருந்தவை புடவைகள் என்று இருவருக்குமே தெரியும்.

''உனக்குத்தான்.'' சுவர்ப் பக்கமாகத் திரும்பிக் கொண்டு பதில் சொன்னான் அவன். சந்தியாவின் முகத்தில் தென்படப் போகும் உணர்வுகளை அவன் அறிவான். அதைப் பார்த்துத் தாங்கக் கூடிய சக்தி நாளுக்கு நாள் நசிந்துப் போய்க் கொண்டிருந்தது. இப்பொழு தெல்லாம் ரொம்பவும் தளர்ந்து போய்க் கொண்டிருந்தான் அவன்.

''எனக்கு எதற்கு?'' சூள் கொட்டினாள் சந்தியா.

''தீபாவளிக்கு வீட்டில் எல்லோருக்கும் புத்தாடைகள் வாங்கும்போது உனக்கும் வாங்கினேன். இதில் ஸ்பெஷலாக எதுவும் இல்லை.'' குறைந்தப் பட்சம் இப்படிச் சொன்னாலாவது வாங்கிக்கொள்ளமாட்டாளா என்ற எதிர்பார்ப்பு.

''ஓஹோ..''

சந்தியா அலட்சியமாகச் சொன்ன அந்த வார்த்தை அவன் இதயத்தைப் பிளந்தது. அதைத் தாங்கக்கூடிய சக்தி அவனிடம் நசிந்துப் போய்க் கொண்டிருந்ததை சந்தியா எப்படி அறிவாள்?

இன்னும் எவ்வளவு நாட்கள்தான் அவனுக்கு இந்த நரகம்? அணுவணுவாக இந்தச் சித்திரவதை இன்னும் எவ்வளவு நாள்? மாதவன் மூச்சை இழுத்து அடக்கிக் கொண்டே நின்றான்.

''நீங்கள் ஸ்பெஷலாக அக்கறை காட்டினீங்களா இல்லையா என்று கேட்பதற்காக நான் வரவில்லை. இது எனக்குத் தேவையில்லை என்று சொல்லிவிட்டுப் போகத்தான் வந்தேன்.''

பாக்கெட்டை கட்டிலில் விட்டெறிந்து விட்டுப் போய்விட்டாள். சட்டென்று திரும்பிய மாதவன் கையை நீட்டி அவளைத் தடுத்தான். சந்தியா திடுக்கிட்டதை அவன் கவனிக்காமல் இல்லை.

''சந்தியா! ஒன்று மட்டும் கேட்கிறேன். பதில் சொல்'' என்றான்.

சந்தியா பதில் பேசவில்லை. திரும்பியும் பார்க்கவில்லை. ஆடாமல் அப்படியே நின்றாள்.

''என் மேல் வெறுப்பு இருந்தால் ஏன் பழி வாங்க மாட்டேங் கிறாய்? குறைந்தப் பட்சம் வாயைத் திறந்தாவது என் முகத்திற்கு முன்னால் ஏன் பதில் சொல்ல மாட்டேன் என்கிறாய்? உன் அலட் சியத்தால் என்னை ஏன் இப்படி அணுவணுவாகக் கொல்கிறாய்?''

சந்தியா பதில் சொல்லவில்லை.

''சந்தியா! பதில் சொல்லு.'' கையை இன்னும் அழுத்தமாகப் பிடித்துக்கொண்டான்

அப்படியும் சந்தியாவின் வாயிலிருந்து வார்த்தை வெளிவர வில்லை.

''நான் உனக்கு அநியாயம் செய்துவிட்டது உண்மைதான். மறுக்கவில்லை. அதை உணர்ந்துகொண்டு உன் வாழ்க்கையைத் திருத்தி அமைக்கணும்னு எவ்வளவோ முயற்சி செய்து வருகிறேன். நீ ஏன் அதைப் புரிந்துகொள்ள மறுக்கிறாய்?''

''...............''

''ஏன் பேச மாட்டேங்கிறாய்? எனக்கு அந்த வாய்ப்பை ஏன் கொடுக்க மாட்டேங்கிறாய்?''

''எனக்குப் பிடிக்கவில்லை. யார் என்ன செய்தாலும் நான் இழந்துவிட்டதைத் திரும்பப் பெற முடியாது. அதனால் எனக்கு அது தேவையில்லை.''

இருவருக்குமிடையே நிசப்தம் ஏற்பட்டது. அவன் கையை விட்டுவிடுவான் என்று எண்ணினாள். ஆனால் அவன் தளர்த்தினாற் போலவே தளர்த்திவிட்டு சட்டென்று இன்னும் அழுத்திப் பிடித்துக் கொண்டான். இரண்டு கைகளையும் தோளின் மேல் வைத்து அழுத்தமாகத் தன் பக்கம் திருப்பிக் கொண்டான்.

எதிர்பாராமல் செய்த இந்தக் காரியத்தால் சந்தியா அவன் மார்பிற்கு அருகாமையில் நேருக்கு நேராக வந்தாள்.

ஒரு வினாடி இருவரும் ஒருவரை ஒருவர் பார்த்தபடி நின்றுவிட்டார்கள்.

"சந்தியா! இப்பொழுதே சொல்கிறேன். எவ்வளவு நாள் பொறுத்திருக்கணுமோ அதற்கும் மேலேயே பொறுத்துப் பார்த்து விட்டேன். இனி என்னால் முடியாது. நீ என்னை நல்ல வழியில் உன் வாழ்க்கையில் நுழைய அனுமதிக்காமல் போனால் வலுக் கட்டாயமாக அந்தக் காரியத்தைச் செய்ய வேண்டியிருக்கும். என் ஆத்திரத்தைத் தூண்டிவிடாதே. அது உனக்கு நல்லது இல்லை.''

சந்தியாவின் கண்கள் நெருப்பை உமிழ்ந்தன. "இப்போ மட்டும் நீங்க அப்படிப் பண்ணாமலா இருக்கீங்க? படிப்பு என்ற சாக்கில் வாசுவைப் பிரித்து விட்டீர்கள். நல்ல குணத்தை இரையாகக் காட்டி ஆயாவைக் கைக்குள் போட்டுக் கொண்டு விட்டீர்கள். அறியாத சிறுவனை அம்மா என்று கூப்பிடச் செய்து விட்டீர்கள்.

உங்கள் உத்தேசம்தான் என்ன? உங்கள் மனதில் இருக்கும் கெட்ட எண்ணம் எனக்கா தெரியாது? இன்னும் நீங்க எனக்கு செய்யக்கூடிய தீங்கு வேறு என்ன இருக்க முடியும்? சிங்கத்தோடு ஆட்டுக்குட்டியால் எதிர்த்து நிற்க முடியாதுன்னு தெரிந்துகொள்ள முடியாத முட்டாள் இல்லை நான். தாழ்ந்துப் போய் விட்ட என் நிலைமையை ஆதார மாக எடுத்துக் கொண்டு, ஆபத்தில் கைகொடுக்கும் சாக்கில் என்னிடமிருந்து நீங்கள் எதை வேண்டுமானாலும் கேட்கலாம். உங்கள் மிருக பலத்தால் என் உடம்பைத் திரும்பவும் வசப்படுத்திக் கொண்டாலும் ஆச்ச ரியமில்லை. ஆனால்... ஆனால் என் உடலில் உயிர் உள்ளவரையில் என் மனதை உங்களால் வெல்ல முடியாது.''

"சந்தியா!'' மாதவன் அடியுண்டவனாகக் கையை விட்டு விட்டான்.

சந்தியா விருட்டென்று திரும்பிப் போய்விட்டாள். அவ்வாறு போகும் போது அவளிடம் கலக்கமோ, பயமோ கொஞ்சம் கூட இல்லை. மகாராணியைப் போல் மிடுக்காக நிமிர்ந்து, மெதுவாக நடந்து போனாள்.

மாதவன் சோர்வுடன் கட்டிலில் சரிந்தான். அவன் முகமெல்லாம் வியர்த்துக் கொட்டியது. அந்த நிமிஷம் சந்தியா பார்க்கவில்லையே தவிர, பார்த்திருந்தால் அவள் மனமும் கூட உருகிப் போகக் கூடிய அளவிற்கு தீனமாக இருந்தது அவன் முகம்.

கடவுளே! என்ன செய்வது? இருவருக்கும் இடையே இருக்கும் இந்தப் பிளவு நீங்கி ஒன்று சேர வழியே இல்லையா?

பிரம்மராட்சசன் கொஞ்சம் கொஞ்சமாக வாயைப் பெரிதாகத் திறந்துகொண்டே போவதுபோல் பிளவு நாளுக்கு நாள் அதிகமாகிக் கொண்டே போகிறதே. இதைச் சரியாக்க வழியே இல்லையா. ஒருக்கால் வாழ்க்கையையே பணயமாக வைத்து அரும்பாடுபட்டு இதைச் சரியாக்க முயன்றாலும் கூட சந்தியா அன்பாக மட்டும் தன்னை நெருங்க மாட்டாள். அது இன்று தெளிவாகப் புரிந்துப் போய் விட்டது.

பெண்களை மென்மையான குணம் படைத்தவர்கள் என்றும், இளகிய மனம் படைத்தவர்கள் என்றும் சொல்லுவார்களே. சந்தியாவின் மனதில் இவை இல்லையா?

விஷத்தைப் போல் கடினமாக உள்ள இந்த சந்தியாவுக்கு உயிரூட்டுவது எப்படி? இது அவனால் முடியாத காரியம்தானா?

சந்தியாவை அடைய வேண்டும் என்ற தன் முயற்சியில் தோல்வி தான் எழுதி வைத்திருக்கிறதா? கடவுளே! என்ன செய்வேன் நான்?

மாதவனின் மனதில் தோன்றிய இந்த நெருப்புப் பொறி மெதுவாகப் படர்ந்து விஸ்வரூபம் எடுத்தது. கடவுள் தான் செய்த அபவாதத்திற்குத் தன்னைத் தண்டிக்கவில்லை என்றும், போறா ததற்கு அபரிமிதமான செல்வத்தையும் கொடுத்து ஆசி வழங்கி யிருக்கிறார் என்றும் தவறாகப் புரிந்து கொண்டு விட்டானே? அது எவ்வளவு பிரமை? வட்டியோடு சேர்த்து அல்லவா அவர் இப்போது தீர்ப்பளித்துவிட்டார்.

இவ்வளவு செல்வம் இருக்கிறது. வாழ்க்கையை அனுபவிக்க நிறைய வாய்ப்புகள் இருந்தன. ஆனால் அவன் ஏதாவது சுகத்தை உணர்ந்திருக்கிறானா? நினைத்துப் பார்த்தபோது அவன் மனம் சுக்கு நூறாகிவிட்டது.

24

மேற்கண்ட சம்பவம் நடந்த பிறகு மாதவன் சந்தியாவை விட்டுத் தொலைவில் இருக்கத் தொடங்கினான்.

மேலுக்கு எவ்வளவு சாதாரணமாக இருப்பதுபோல் நடித்து வந்தாலும் உள்ளூர எரிமலை வெடித்துக் கொண்டிருந்ததால் அவன் உடல் நலம் கெடத் தொடங் கியது. நிறம் மாறிவிட்டது. கண்களுக்குக் கீழே கரு வளையங்கள் தோன்றத் தொடங்கின. உடல் இளைத்தது. ஆயா இந்த மாறுதல்களைக் கவனிக்காமல் இல்லை. ஆனால் காரணத்தை அவளால் ஊகித்துக்கொள்ள முடிய வில்லை. அவன் வாயிலிருந்து உண்மை விஷயத்தை வரவழைக்க எத்தனையோ விதமாக முயன்றும் பலனில் லாமல் போய் விட்டது.

சந்தியாவும் எப்போதும் போலவேதான் இருந்தாள். அன்றைக்கு அந்தச் சம்பவத்திற்குப் பிறகு அவனிடம் எந்த மாறுதலும் ஏற்படா ததைப் பார்த்து உள்ளூர வியப்படைந்தாள்.

தீபாவளிக்காக வாசு வீட்டிற்கு வந்தான். அவன் இருந்த அந்த நான்கு நாட்களும் பொழுது நன்றாகப் போயிற்று. மதுவின் மேல் அவனுக்கு இப்பொழுது பாசம் ஏற்பட்டிருந்தது. மது மாதவனைவிட சந்தியாவிடம் அதிக ஒட்டுதலாக இருந்தான்.

அது அவன் கவனத்தைக் கவராமல் போகவில்லை. அதற்காக மனம் பொறாமைப்படவும் இல்லை. மாறாக சந்தோஷம் ஏற்பட் டது. அந்த நான்கு நாட்களும் மது வாசுவையே சுற்றிச் சுற்றி வந்தான்.

ஊருக்குத் திரும்பிப் போவதற்கு முன்னால் வாசு அக்காவிடம் வந்து உட்கார்ந்து கொண்டான். "அக்கா! அவர் ஏன் இப்படி இளைத்துப் போய் விட்டார்?" என்றான்.

"எனக்கென்ன தெரியும்?" அலட்சியமாகச் சொன்னாள் சந்தியா. ஒரு வாரத்திற்கு முன்னால் ஜோதியின் திருமண அழைப்பிதழ் வந்தது. மாதவன் திருமணத்திற்குப் போகவில்லை.

ஒருக்கால் அந்தக் கோபமோ அல்லது ஏமாற்றமோ காரணமாக இருக்கலாம்.

"உனக்குத் தெரியாமல் வேறு யாருக்குத் தெரியும்? நீயும் ஆயாவும் வீட்டில் இருந்துகொண்டு என்ன செய்யறீங்க?" வாசு கோபமாகக் கேட்டான்.

சந்தியா பதில் சொல்லவில்லை.

"ஏனோ தெரியவில்லை. அவர் முன்போல் இல்லவே இல்லை. உடம்பு சரியாக இல்லையா என்று கேட்டதற்கு இல்லை நன்றாகத் தான் இருக்கேன் என்றார். நன்றாக இருந்தால் ஏன் இப்படி இளைத்துப் போகணும்? இவ்வளவு நிசப்தமாகவும் சிந்தனையில் மூழ்கியபடியும் நான் அவரைப் பார்த்ததே இல்லை.

உள்ளூரக் குமுறிக் கொண்டிருக்கிறார். நம்மிடம் வெளியே சொல்லிக் கொள்வதில்லையே தவிர.." என்றான் வாசு கவலை யோடு.

சந்தியா அதைக் கேட்டுவிட்டுப் பேசாமல் இருந்தாள். வாசு திரும்பவும் தொடர்ந்தான்.

"நீங்க அவரோடு சரியாகப் பேசக்கூட மாட்டீங்க. நீயோ கேட்கவே வேண்டாம்" என்றான் குற்றம் சாட்டுவதுபோல்.

"என்னை என்ன செய்யச் சொல்கிறாய்?"

" என்ன செய்வதா? சிரித்துப் பேசி நட்பாக ஒரு வார்த்தை சொல்லக் கூடாதா? அவர் அப்படி ஆனதற்குப் பாதிக் காரணம் நீயாகத்தான் இருக்கும்."

"வாயை மூடு."

"இவ்வளவு நாளாக மூடிக்கொண்டுதான் இருந்தேன். அவர் நமக்கு எவ்வளவு பண்ணியிருக்கிறார்? உனக்குக் கொஞ்சம்கூட நன்றியில்லை."

"வாசு!"

''உரத்தக் குரலில் கத்தினால் பயந்து விடமாட்டேன் நான். அவர் ஏன் இப்படி இருக்கிறார் என்று கேட்டால் தெரியாது என்கிறாய். இதைச் சொல்ல உனக்கு வெட்கமாக இல்லையா? அவர் வீட்டை நம் சொந்த வீட்டைப் போல் பயன்படுத்திக் கொண்டிருக்கிறோம். அவர் பணத்தைச் சொந்தப் பணம் போல் செலவழிக்கிறோம். அவர் மனதில் என்ன கவலை இருக்குன்னு தெரிந்து கொள்வதற்கு மட்டும் நாம் வேற்று மனிதர்களாகி விட்டோம். அவர் உடல் நிலை சரியாக இருக்கா இல்லையா என்று தெரிந்து கொள்வதற்குக்கூட உன்னால் முடியாமல் போய்விட்டது.''

''வாசு! தயவு செய்து நீ இங்கேயிருந்து போகப் போகிறாயா இல்லையா?'' வெளிறிப் போன முகத்துடன் இதழ்களை இறுக்கிக் கொண்டே சொன்னாள்.

''ஆனால்... உனக்கு இது நல்லது இல்லை அக்கா. போன ஜென்மத்தில் யாரையாவது இதுபோல் வருத்தப்படுத்தியிருப்பாய். அதனால்தான் இந்த ஜென்மத்தில்....''

வாசு சட்டென்று நிறுத்திவிட்டான்.

அதற்குள் சந்தியா கண்கள் அகல விரிய அவனையே பார்த்துக் கொண்டிருந்தாள். வாசு உடனே தணிந்து போனவனாக ''அக்கா! தவறாகச் சொல்லிவிட்டேன். மன்னித்துவிடு. மன்னிக்க மாட்டாயா?'' என்று அருகில் வரப் போனான்.

''நீ முதலில் இங்கிருந்து போய்விடு.''

''அக்கா.. தவறிப் போய்ச் சொல்லிவிட்டேன். மன்னித்துவிடு. ஏதோ உளறிவிட்டேன். நான் வெறும் முட்டாள். எதைப் பேசலாம் எதைப் பேசக்கூடாது என்று தெரியாதவன்.'' மன்னிப்பு கேட்கும் தோரணையில் அருகில் வரப் போனான்.

''சீ... என்னிடம் வராதே.'' சந்தியா உறுமியபடி வாசுவைப் பிடித்துத் தள்ளிவிட்டு, கட்டிலில் விழுந்து தேம்பித் தேம்பி அழத் தொடங்கினாள்.

கட்டிலில் சந்தியாவின் பக்கத்தில் உட்கார்ந்தபடி இதையெல்லாம் பார்த்துக் கொண்டிருந்த மது ஓரே பாய்ச்சலில் அறையை விட்டு வெளியே ஓடினான்.

''அப்பா... அப்பா ... சந்தியா அழறாள்.''

''ஏன்?'' அறையில் உட்கார்ந்து ஏதோ காகிதங்களைப் பார்த்துக் கொண்டிருந்த மாதவன் பதற்றத்தோடு நிமிர்ந்தான்.

''வந்து...வந்து...வாசு மாமா...சந்தியாவை என்னவோ... வந்து...''

''நீ போய் சட்டென்று வாசுவை நான் வரச் சொன்னதாகக் கூப்பிடு.''

தந்தையின் வாயிலிருந்து வார்த்தைகள் வெளியில் வருவதற்குள்ளாகவே மது ஓட்டம் பிடித்தான். சந்தியா அழுகிறாளா? ஏன்? என்னவாயிற்று? அருகில் சென்று உடனே விஷயத்தைக் கேட்டுத் தெரிந்துகொள்ள வேண்டும் என்று துடித்த மனதை அரும்பாடுபட்டு அடக்கிக் கொண்டான். என்ன பிரயோஜனம்? போனால் இன்னும் அதிகமாக வெறுப்பாள். அதைத் தவிர வேறென்ன நடக்கும்?

வாசு வந்தான்.

''என்ன வாசு?'' காகிதங்களை மேஜைமீது வைத்துவிட்டு விசாரித்தான்.

வாசுவின் முகம் வாடிவிட்டது. மாதவனிடம் வந்து கையைப் பிடித்துக்கொண்டு ''அக்கா அழுகிறாள். நான் என்ன சொன்னாலும் கேட்கவேயில்லை. நீங்க போய்க் கொஞ்சம் பேசுங்கள்'' என்றான் வேண்டுகோள் விடுப்பது போல்.

''ஏன்? என்ன நடந்தது? என்ன சொன்னாய் நீ?'' புரியாமல் கேட்டான் மாதவன்.

என்னவென்று சொல்வான் வாசு? அதனால் மௌனமாக இருந்தான்.

''சொல்லு வாசு. என்ன சொன்னாய்?'' கனிவுடன் கேட்டான் மாதவன்.

பிறகு ஒருவாறு தன்னைத் தேற்றிக்கொண்டு நடந்ததைச் சொல்லச் சொல்லிக் கட்டாயப்படுத்திய பிறகு எல்லாவற்றையும் சொல்லிவிட்டான் வாசு.

''எவ்வளவு தவறு பண்ணிவிட்டாய் வாசு? சந்தியாவின் மனம் ரொம்ப மென்மையானதுன்னு எப்படி மறந்து போனாய்?'' வாசுவை அருகில் இழுத்து அணைத்துக்கொண்டே கேட்டான். வாசுவின் மனதில் இருந்த போராட்டத்தை அவன் புரிந்து கொள்ளாமல் இல்லை.

''மறக்கவில்லை. ஆனால் நீங்க ரொம்ப நல்லவர். இவ்வளவு உதவி செய்யறீங்க. அதை அக்கா ஏன் புரிந்துகொள்ளவே மாட்டேங்கிறாள்?'' அழுகையை அடக்கிக்கொண்டே வருத்தமாகச் சொன்னான் வாசு.

''அது என் துரதிர்ஷ்டம். உனக்கு உதவி செய்வதை சந்தியா புரிந்துகொள்ளணும், சந்தியா என்னை மதிக்கணும்னு எதிர்பார்த்து நான் அதைச் செய்யவில்லை வாசு.''

''எனக்குத் தெரியும். அதனால்தான் எனக்கு இவ்வளவு வருத்தம். அது நினைவுக்கு வந்தால் அக்கா மேல் கோபம் வருகிறது. உண்மையில் உங்களுடைய அரவணைப்பு இல்லாவிட்டால் நாங்கள் என்னவாகியிருப்போம்? அதை நினைத்தாலே பயமாக இருக்கு. அக்காவை நான் மட்டும் என்ன சொல்லிவிட்டேன்? நீங்களே சொல்லுங்கள், நமக்கு இவ்வளவு உதவி செய்தவரிடம் கொஞ்சம் அன்பாக இருக்கச் சொன்னால், அது தவறா?''

''வாசு!'' மாதவன் பரிவுடன் வாசுவின் முதுகைத் தடவிக் கொடுத்தபடியே இருந்து விட்டான். வாசு காட்டும் அன்பில் நூற்றில் ஒரு பங்காவது சந்தியா தன்னிடம் காட்டினால் எவ்வளவு திருப்தியாக இருக்கும்? இல்லை இல்லை, சந்தியாவின் அன்பிற்குத் தான் அருகதையில்லாதவன். அதை அவன் மறந்துவிட்டான்.

கொஞ்ச நேரம் கழித்து மாதவன் மதுவைத் தூக்கிக் கொண்டு, வாசுவுடன் சந்தியாவின் அறைக்கு வந்தான்.

சந்தியா இன்னும் தலையணையில் முகம் புதைத்து அழுது கொண்டிருந்தாள்.

''சந்தியா!'' மாதவன் அழைத்தான். மது தந்தையின் கையிலிருந்து நழுவி சந்தியாவிடம் ஓடி வந்தான்.

''சந்தியா! மன்னித்துவிடு.'' வாசுவின் சார்பில் சொல்லத் தொடங்கினான் மாதவன்.

''நீங்கள்தான்...நீங்கள்தான் அவனைத் தூண்டிவிட்டு...'' சந்தியாவின் வார்த்தைகள் முடியக்கூட இல்லை.

''பொய். எல்லாவற்றையும் நானேதான் சொன்னேன்'' என்று கோபமாகக் கத்தினான் வாசு.

''உஷ்!'' மாதவன் வாயின் மீது கையை வைத்து அவனைப் பின்னுக்கு இழுத்தான்.

''நான் ஏதாவது கேட்க நினைத்தால் நேராக உன்னிடமே கேட்டு விடுவேன். இவ்வளவு நாள் பரிச்சயத்தில் நீ என்னை இந்த அளவுக்காவது புரிந்துகொண்டு இருப்பாய். என் மேல் உனக்கு எவ்வளவு வெறுப்பு என்று எனக்குத் தெரியும். அதை ஒரு நாளும் மறந்து விட

மாட்டேன். என்னை எவ்வளவு வெறுக்கணும் என்று நினைக்கிறாயோ வெறுத்துக்கொள். அதிலாவது உனக்கு நிம்மதி கிடைக்குமென்றால் அதை நான் சந்தோஷத்தோடு தாங்கிக் கொள்கிறேன். ஆனால் வாசுவின் வார்த்தைகளைப் பொருட்படுத்தாதே.''

தலைகால் புரியாத இந்த உரையாடலின் அர்த்தம் என்னவென்று வாசுவுக்குப் புரியவில்லை. அதற்குள் ஆயா அங்கு வந்ததால் மாதவன் அங்கிருந்து போய்விட்டான்.

விஷயம் என்னவென்று தெளிவாகத் தெரியாவிட்டாலும் சந்தியாவுக்கும் மாதவனுக்கும் இடையே நடந்த இந்த உரையாடலுக்கு ஏதாவது காரணம் இருக்க வேண்டும் என்று தோன்றியது வாசுவுக்கு. ஆனால் எவ்வளவு யோசித்துப் பார்த்தபொழுதும் அது என்னவாகயிருக்கும் என்றுதான் வாசுவுக்குப் புரியவில்லை.

வாசு பள்ளிக்குத் திரும்பிப் போய்விட்டான். மாதவன் இப்பொழுதெல்லாம் வீட்டில் இருப்பதையே விட்டுவிட்டான். சந்தியாவுக்காகக் கட்டிக் கொண்டிருந்த வீடு கூட முடியும் தருவாயில் இருந்தது. சந்தியா ஒரு முறை இந்த வீட்டைவிட்டுப் போய் விட்டாள் என்றால் அது நிரந்தரமாக அவன் வாழ்க்கையை விட்டே விலகிப் போனாற்போல்தான் என்று அவன் அறிவான்.

புது வீட்டிற்குப் போனதுமே அந்த வீட்டின் கதவுகள் தன் முகத்தில் ஓங்கி அறைந்தாற்போல் படீரென்று சாத்திக் கொண்டு விடும்.

தோல்வியை ஒப்புக்கொள்ளப் பிடிக்காத மனம் எதிர்த்து நிற்கத் தொடங்கியது. கட்டாயப்படுத்தியாவது சந்தியாவை அடைந்தே தீர வேண்டும் என்ற பிடிவாதம் ஏற்பட்டது. இல்லாவிட்டால் இத்தனை நாள் அனுபவித்த இந்த சோதனைகளுக்கும், சிரமத்திற்கும் அர்த்தமே இல்லை என்றது.

எஞ்சிய வாழ்க்கையைத் தன்னந்தனியாக, வெறுமையாகக் கழிப்பதற்காகவா கடந்த காலத் துன்பத்தையெல்லாம் பொறுத்துக் கொண்டான் என்று மனச்சாட்சி குத்திக் காட்டியது.

பல நாட்களாக அவன் மனதைக் கட்டுப்படுத்திக்கொண்டு வந்திருக்கிறான். இன்றைக்கு அந்த மனமே அவனை எதிர்த்து நின்று உலுக்கி எடுக்கத் தொடங்கியது. தான் காட்டிய அன்பைப் புரிந்துகொண்டு மனைவியாகப் பிடிக்காவிட்டால் அதிகாரத்தைக் காட்டி வலுக்கட்டாயமாக அவளை அடிமைப்படுத்திக்கொள் என்று எச்சரிக்கத் தொடங்கியது.

ஒவ்வொரு நிமிஷமும் தன் வீட்டில் கூடவே இருந்து வந்த சந்தியாவை அடைய முடியாத அவனுடைய ஆணாதிக்கம், தன்னையும் அறியாமல் ஏதாவது அக்கிரமச் செயலில் இறங்கி விடுமோ என்று அஞ்சித்தான் அவன் தொலைவில் இருக்கத் தொடங்கினான்.

பத்து அல்லது இருபது நாட்களுக்கு ஒரு முறை வந்து மதுவைப் பார்த்துவிட்டுத் தேவையானவற்றை செய்துவிட்டுத் திரும்பிப் போய்க் கொண்டிருந்தான்.

ஏறக்குறைய இருபது நாட்களுக்குப் பிறகு அன்றுதான் வீட்டிற்குத் திரும்பி வந்த மாதவன் மாலையில் நதிக்கரைக்கு உலாவப் போனான்.

அவன் திரும்பி வரும்போது வீட்டிலிருந்து பேச்சுக்குரல் கேட்டுக் கொண்டிருந்தது. என்றுமில்லாதவிதமாக சந்தியாவின் குரல் பெரிதாகக் கேட்டுக் கொண்டிருந்தது. மாதவன் தன்னையும் அறியாமல் சமையலறைப் பக்கம் போய்க் காதுகளைத் தீட்டிக் கொண்டு கேட்கத் தொடங்கினான்.

''திரட்டுப்பாலை எல்லாவற்றையும் ஒரேயடியாய் சாப்பிட்டால் வயிறு வலிக்கும் என்று எத்தனை தடவை சொல்லி யிருக்கிறேன்?'' அடிக்கப் போவது போல் மிரட்டிக் கொண்டிருந்தாள் சந்தியா.

''அடித்தாயானால் பார், அப்பாவிடம் சொல்லுவேன்.'' மது ஆள் காட்டி விரலைக் காட்டிப் பயமுறுத்தினான். அவன் கன்னத்தில் திரட்டுப் பால் ஒட்டிக்கொண்டிருந்தது. ஸ்டூலின் மீது நின்று கொண்டிருந்தான். அதன் மேல் ஏறி அலமாரிக் கதவைத் திறந்திருப்பான் போலும்.

ஒரு வினாடி அவனைக் கோபமாகப் பார்த்த சந்தியா, அவன் முகத்தையும், நின்று கொண்டிருந்த தோரணையையும் பார்த்துவிட்டு, அடக்க மாட்டாமல் சிரித்துவிட்டாள். இரண்டு கைகளையும் நீட்டி அவனை அருகில் இழுத்து முத்தம் பதித்தாள். மதுவும் சிரித்துக் கொண்டிருந்தான்.

''சீ... போ, உன் எச்சிலை எல்லாம் என் மேல் ஒட்ட வைக்காதே.'' திரும்பவும் கோபத்தை வரவழைத்துக் கொண்டே அவனைத் தொலைவிற்குத் தள்ளினாள். மது விடவில்லை. சந்தியாவின் கழுத்தைச் சுற்றிலும் கைகளைப் போட்டு கன்னத்தில் முத்தமிட்டான். அவனை தூரத்தில் நிறுத்திவிட்டு ஒரு வினாடி பார்த்த சந்தியா

உடனே அருகில் இழுத்து மார்போடு அழுத்திக் கொண்டாள். மது கலகலவென்று சிரித்தான்.

மாதவன் சட்டென்று திரும்பி வந்துவிட்டான். அவ்விருவரும் சேர்ந்து சந்தோஷமாக இருந்த காட்சி அவன் இதயத்தில் அழியாத முத்திரையாகப் பதிந்துவிட்டது. கடந்த சில நாட்களாக அவனுக்குத் தொல்லை கொடுத்துக் கொண்டிருந்த பிரச்னைக்கு சமாதானம் கிடைத்துவிட்டது. மது சந்தியாவின் உயிருக்குச் சமமாக ஆகி விட்டான் என்பதில் சந்தேகம் இல்லை. தந்தையைப் பற்றிய நினைப்பு இல்லாமல் சந்தியாவின் மனதில் இடத்தைப் பெற்று விட்டான். அவனை அப்படியே விட்டுவிடுவதே நல்லது. மறு படியும் உன் மகன்தான் என்று உண்மையைச் சொன்னால் நிலைமை எவ்வாறு மாறும் என்று சோதிக்கும் பொறுமையோ, அதன் விளைவு களைத் தாங்கும் சக்தியோ அவனுக்கு இல்லை. தந்தை இல்லா விட்டால் மது சந்தியாவுக்கு இன்னும் நெருக்கமாகி விடுவான் என்பதில் சந்தேகமில்லை.

நிசப்தமாகத் திரும்பிவிட்ட மாதவன் இரவு ரொம்ப நேரம் ஆன பிறகுதான் வீட்டுக்கு வந்து சேர்ந்தான்.

ஆயாவுக்கு இரண்டு நாட்களாக உடம்பு சரியாக இல்லை. அப்படிப்பட்ட நேரங்களில் சாதாரணமாக வீட்டு வேலையெல்லாம் சந்தியாவின் மீதுதான் விழும். அன்று இரவு தன்னுடைய அறையில் படுத்துத் தூங்கிவிட்ட மதுவை மாதவனின் அறையில் படுக்க வைப்பதற்காகத் தோளில் சுமந்துகொண்டு வந்தாள் சந்தியா. தந்தை ஊரில் இருந்தால் தந்தையுடன் படுத்துக்கொள்வது மதுவின் பழக்கம்.

மாதவன் மேஜைக்கு முன்னால் உட்கார்ந்து எழுதிக் கொண்டி ருந்தான். மதுவைப் படுக்க வைத்துவிட்டு நிசப்தமாகத் திரும்பப் போனாள்.

"சந்தியா!" திடீரென்று பின்னாலிருந்து கேட்டது. பிடித்து இழுத்துத் தடுத்து நிறுத்தினாற்போல் நின்றுவிட்டாள் சந்தியா.

"நான் நாளைக்கு ஊருக்குப் போகிறேன்."

சந்தியா பதில் பேசவில்லை.

"பணம் ஏதாவது தேவையானால் பீரோவில் வைத்திருக்கிறேன்." அவன் வார்த்தைகளை முடிக்கவில்லை.

"ஆயாவை அனுப்பி வைக்கிறேன்." சந்தியா அறையைத் தாண்டப் போனாள்.

''நில்.. இந்த முறை மதுவின் பொறுப்பை உன்னிடம்தான் ஒப்படைக்கப் போகிறேன்.'' அவன் குரல் பிசிறின்றி வெளிப்பட்டது. ''ஒருக்கால் நான் திரும்பி வருவதற்கு ரொம்ப நாட்கள் ஆகலாம். உனக்கு ஏதாவது தேவைப்பட்டால் கோபால் மூலமாகக் கம்பெனிக்குச் செய்தி சொல்லியனுப்பு.''

சந்தியா கதவிற்கு அருகில் அப்படியே நின்றுவிட்டாள். அறையில் நிசப்தம் ஏற்பட்டது.

நிமிஷங்கள் கழிந்தன. நிசப்தத்தைப் பிளந்துகொண்டு வெளி வந்தது அவன் குரல். ''சந்தியா! நான் ரொம்ப தொலைவுக்குப் போகிறேன். மதுவை ஜாக்கிரதையாகப் பார்த்துக்கொள்.''

சந்தியாவால் திரும்பிப் பார்க்காமல் இருக்க முடியவில்லை. இவன் உத்தேசம்தான் என்ன? ஏன் இந்த ஒப்படைப்புகள்? நிமிர்ந்து பார்த்த சந்தியா, மாதவன் லாந்தரைப் பெரிது பண்ணிக்கொண்டும், சின்னது பண்ணிக்கொண்டும் அதையே உற்றுப் பார்த்தபடி இருந்ததைக் கண்டாள்.

நம்பிக்கைக்கும் ஏமாற்றத்திற்கும் இடையே அவன் முகத்தில் ஏதோ அமைதியும் கடினமும் இழைந்து தென்பட்டன. சந்தியாவுக்கு ஏதாவது சொல்ல வேண்டும் போல் இருந்தது. ஆனால் என்ன சொல்வது என்றுதான் புரியவில்லை.

''அவ்வளவுதான். வேறொன்றும் இல்லை'' என்று அவன் திரும்பவும் எழுதத் தொடங்கிவிட்டான். இனி நீ போகலாம் என்பது போலிருந்தது அவன் தோரணை.

அதற்குப் பிறகு அந்த அறையில் இன்னும் எவ்வளவு நேரம்தான் அவளால் இருக்க முடியும்? அதனால் அவள் மெதுவாக வெளியே வந்துவிட்டாள். ஆனால் கால் முன்னுக்கு நகரவில்லை. இன்றைக்கு அவனுக்கு என்ன வந்துவிட்டது? ஏன் இவ்வாறு பேசுகிறான்? கொஞ்சமும் பிசிறில்லாத கடினத்தன்மை எப்படி வந்தது? கல்லைப் போல் கடினமாக இருந்தாலும் அவன் முகத்தைப் பார்த்தபோது சந்தியாவின் மனம் ஏதோ போலாகிவிட்டது.

சாதாரணமாக அவன் இவ்வாறு இருக்க மாட்டான். வியாபாரத்தில் ஏதாவது நஷ்டம் வந்துவிட்டதா? அல்லது பழைய சிநேகம் ஏதாவது தூக்குக் கயிற்றைப்போலக் கழுத்தைச் சுற்றிக் கொண்டிருக்கிறதோ? அதிலிருந்து மீள முடியாமல் தத்தளிக்கிறானோ?

உண்மையில் என்னதான் காரணம்? தற்சமயம் அவன் எப்படிப் பட்டவனாக வேண்டுமானாலும் இருக்கட்டும். அவனுடைய தனித்

தன்மையைக் கண்டால் அவளுக்கு மதிப்பு உண்டு. அவனிடம் அந்தப் பெண்பித்து மட்டும் இல்லாமல் இருந்தால் அவன் ஆண் இனத்திற்கே ஒரு வைரம் போன்றவன். ஆனாலும் மனிதன் என்றால் ஏதாவது ஒரு கெட்ட குணம் கூட இல்லாமல் இருக்க முடியுமா? அவன் நடத்தைக்கு அவனே சுயமாக காரணகர்த்தாவாக இல்லாமல் இருக்கலாம். வம்ச பரம்பரையாக அந்த குணம் அதற்கு வந்திருக்கலாம்.

இவ்வளவு நாளாக இந்த நெருக்கத்தில் மனதளவில் அவனிடம் எவ்வளவு துவேஷம் இருந்தாலும், ஒரு முறைகூட அவன் முகத்திற்கு முன்னால் எடுத்தெறிந்துப் பேச அவளால் முடியவில்லை. அவ்வப்பொழுது தன் இந்த பலவீனத்திற்குக் காரணம் எது என்றுகூட யோசித்துப் பார்த்திருக்கிறாள். ஆனால் பதில்தான் கிடைக்கவில்லை. சிலரின் முகராசி அப்படிப்பட்டது போலும் என்றெண்ணிக் கொண்டாள்.

அவன் எப்படிப்பட்டவனாக வேண்டுமானாலும் இருக்கட்டும். ஆனால் அவன் சுகமாக இருக்க வேண்டும். அது போதும்.

அவன் மூலமாக தன் வாழ்க்கை சின்னாபின்னமாகிவிட்டது உண்மைதான். ஆனாலும் அவன் சந்தோஷமாக, நிம்மதியாக இருக்க வேண்டும் என்றுதான் அவள் விரும்புகிறாள். தன் வாழ்க்கை இப்படியானதற்கு தன்னுடைய துரதிர்ஷ்டம்தான் காரணம் என்று ஏன் எண்ணிக்கொள்ளக் கூடாது? அவரவர்களின் பாவ புண்ணியத்திற்கு ஏற்றாற்போல்தான் நல்லதும் கெட்டதும் நடக்கும். மாதவனைத் தான் எதற்கு துவேஷிக்க வேண்டும்?

முதல் முறையாக அவளுக்கு அப்படிப்பட்ட எண்ணம் வந்ததுமே ஏதோ போல் ஆகிவிட்டது. ரொம்ப நேரமாக அவன் அறைக்கு வெளியில் நின்று கொண்டிருப்பது நினைவுக்கு வரவே வெட்கமடைந்தவளாக சட்டென்று அங்கிருந்து நகர்ந்தாள்.

படுக்கப் போவதற்கு முன்னால் தலையணையை சரி பண்ணிக் கொண்டிருந்தபோது ஸ்டூலுக்கு மேல் வைத்திருந்த தண்ணீர் சொம்பு கண்ணில் பட்டதுமே அவன் அறையில் தண்ணீர் வைக்கவில்லை என்று நினைவுக்கு வந்தது. நள்ளிரவு நேரத்தில் எழுந்து கொண்டால் தொந்தரவாக இருக்கும். ஏற்கனவே அவன் ஒரு மாதிரி இருக்கிறான்.

சந்தியா தண்ணீர் கொண்டு வந்த பொழுது அறைக் கதவு திறந்து கிடந்தது. உள்ளே லாந்தர் விளக்கு எரிந்து கொண்டிருந்தது.

மாதவன் மேஜைக்கு முன்னால் குனிந்தபடி இரு கைகளையும் ஊன்றிக்கொண்டு முகத்தை மூடிக்கொண்டிருந்தான். எதிர்பாராமல் அவனை அந்தவிதமாகப் பார்த்ததும் திடுக்கிட்டுவிட்ட சந்தியா கதவிற்குப் பக்கத்திலேயே சிலையாக நின்றுவிட்டாள்.

என்ன இது? என்னவாகிவிட்டது இவனுக்கு? ஏன் இவ்வாறு இருக்கிறான்? என்ற கேள்விகள் எழுந்தன அவள் மனதில்.

இதற்கு முன்னால் கால் ஊனமாகிக் கட்டிலோடு கட்டிலாகக் கிடந்த போது வாசுகூட இதேபோல்தான் ஏமாற்றத்திற்கும் அவ நம்பிக்கைக்கும் ஆளானபடி ஜீவனற்று ஒரு மூலையில் ஒதுங்கிக் கிடப்பான். மாதவனின் தயவால் வாசு மறுபடியும் பழைய ஆளாகி விட்டான். அப்படி என்றால் மாதவன்கூட வாசு அப்பொழுது இருந்த நிலையில்தான் தாங்க முடியாத வேதனையில் ஆழ்ந்திருக் கிறானா?

இவனுடைய பிரச்னைதான் என்ன? இப்பொழுதெல்லாம் அடிக்கடி இதுபோல்தான் தென்படுகிறான். காரணம் என்னவாக இருக்கும்? கை நிறைய சம்பாதிக்கிறான். சமூகத்தில் நல்ல அந்தஸ்து இருக்கிறது. எத்தனையோ நண்பர்கள் இருக்கிறார்கள்.

வாழ்க்கையை அனுபவிப்பதற்கு இதைவிட வேறு அவகாசம் வேண்டுமா? இவற்றை எல்லாம் மீறி வெளிவர முடியாதபடி படும் அந்தத் துன்பம் என்னவாக இருக்கும்? யாருக்காக வேதனைப் படுகிறான்?

சந்தியாவின் பார்வை கலைந்த அவன் கேசத்தின் மேல் பட்டது. முதல் முறையாக அவனைத் தொட்டு, அந்தக் கேசங்களைத் தடவிக் கொடுக்க வேண்டும் என்றும், இரண்டு வார்த்தைகளை இதமாகச் சொல்லித் தேற்ற வேண்டும் போலவும் இருந்தது.

முழங்கைவரை மடித்து விடப்பட்டிருந்த சட்டையை, சாப்பிட்ட பிறகு திரும்பவும் சரி செய்து கொள்ள வேண்டும் என்றுகூட அவனுக்கு நினைவில் இல்லை போலும்.

சந்தியா மெதுவாக ஓசைப்படுத்தாமல் உள்ளே வந்து தண்ணீர் சொம்பை மேஜை மீது வைத்தாள். விளக்கு வெளிச்சத்தில் ரொம்ப அருகாமையில் தென்பட்ட அவன் முகத்தில் வேதனையும் சோர்வும் நன்றாகத் தெரிந்தன.

தண்ணீர் சொம்பை வைத்த ஓசையைக் கேட்டதும் மாதவன் திடுக்கிட்டு நிமிர்ந்தான்.

இருவரின் பார்வையும் சந்தித்துக் கொண்டன. அந்த நேரத்தில் அவன் முகத்தைப் பார்த்தால் இனம் புரியாத துக்கத்தில் தவித்து அமைதியின்மையை, தனிமையைத் தாங்க முடியாமல் வாழ்க்கை மீதே விரக்தி ஏற்பட்டு தற்கொலை செய்துகொள்ளத் துணிந்துவிட்ட மனிதனாக அவன் தோன்றினான்.

சந்தியாவின் உதடுகள் அதிர்ந்தன. ஆனால் சத்தம் வெளியே வர வில்லை. மாதவன் முதலில் சந்தியாவை அவ்வளவு நெருக்கத்தில் பார்த்தபொழுது திகைப்படைந்துவிட்டான்.

ரொம்ப நேரமாக ஏதோ நினைவுகளில் மூழ்கியிருந்த அவனுக்கு ஒரு வினாடி தான் பார்த்துக் கொண்டிருப்பது கனவா நினைவா என்று புரியவில்லை. தன்னையும் அறியாமல் அவன் கை முன்னுக்கு நீண்டு சந்தியாவின் கையைப் பிடிக்கப் போய் அதற்குள் திரும்பித் தன் நிலைக்கு வந்துவிட்டது.

''நீயா?'' என்று எழுந்து சரியாக உட்கார்ந்துகொண்டான்.

சந்தியாவுக்கு முதல் முறையாக அவனிடம் இருந்த ஏளன மனப்பான்மை, இருந்த இடம் தெரியாமல் விநோதமாக மறைந்து விட்டது. அவன் கையைப் பிடித்துக்கொண்டு ''உங்களுடைய வேதனைதான் என்ன? என்னிடம் சொல்லுங்கள். தயங்க வேண்டாம்'' என்று கேட்க வேண்டும் போலிருந்தது. அடுத்த நிமிஷம் கேட்டும் இருப்பாள்.

ஆனால் மாதவன் சந்தியா வாயைத் திறக்க அவகாசமே தராமல் நாற்காலியை விட்டு எழுந்துவிட்டான். தொலைவிற்குப் போய் நின்றுகொண்டு ''சந்தியா! இன்றைக்கு மது என்னிடம் வர வேண்டாம். உன் அறையிலேயே படுத்துக் கொள்ளட்டும்'' என்றான். குரலில் அதே பிசிறற்றத் தன்மை.

சந்தியா சொல்ல நினைத்த வார்த்தைகள் நாக்கின் நுனியிலேயே நின்றுவிட்டன. மௌனமாகப் போய் மதுவைத் தூக்கிக்கொள்ளப் போனாள்.

''நீ இரு. நானே தூக்கிக் கொண்டு வருகிறேன். என் கையால் நானே தூக்கிக் கொண்டு வந்து படுக்க வைக்கிறேன்.''

மாதவன் அவளைத் தடுத்து விட்டுத் தானே கட்டிலிடம் வந்தான்.

அவன் நடந்து கொண்ட விதம் புரிபடாததால் சந்தியா அவன் முகத்தையே விநோதமாகப் பார்த்தாள். மாதவன் அந்தப்

பார்வையைப் பொருட்படுத்தாமல் எந்தப் பக்கமும் திரும்பிப் பார்க்காமல் மதுவைத் தூக்கித் தோளில் போட்டுக் கொண்டான்.

சந்தியாவின் அறைக்குக் கொண்டு வந்து படுக்க வைத்துவிட்டு, திரும்பிப் போகும் போது நின்று மதுவைக் கூர்ந்து பார்த்தான். அந்தப் பார்வையில் மிகவும் பிரியமான பொருள் எதையோ கடைசி முறையாகப் பார்த்துக் கொள்வது போல் தோன்றியது. மதுவையும் சந்தியாவையும் ஒரு நிமிஷம் மாறி மாறிப் பார்த்த அவன் ''வருகிறேன்'' என்று சொல்லிவிட்டுப் போய்விட்டான். கதவிற்கு அருகில் ஒரு வினாடி நின்று ''நான் விடியற்காலையில் கிளம்பி விடுவேன். நீ தூங்கிக் கொண்டிருப்பாய். அதனால் இப்பொழுதே சொல்லிக் கொண்டு விடுகிறேன்'' என்றான்.

சந்தியா ஏதோ சொல்ல வேண்டும் என்று வாயைத் திறப்பதற்குள்ளேயே அவன் கதவைச் சாத்திவிட்டுப் போய்விட்டான்.

25

மாதவன் விடியற்காலையில் எழுந்துகொண்டு சமையலறைப் பக்கமாக வந்தான். சந்தியா அதற்கும் முன்பே எழுந்திருந்து அங்கு வேலை செய்து கொண்டிருந்தாள்.

"நீயா?" ஆயா என்று நினைத்து உரிமையோடு உள்ளே வரப் போன மாதவன் கதவிற்கு அருகிலேயே நின்று வியப்புடன் பார்த்தான்.

"ஆயா எழுந்துகொள்ளப் போனபொழுது நான்தான் வேண்டாம் என்று தடுத்தேன்." கொதிக்கும் நீரை எடுத்து காபி ஃபில்டரில் ஊற்றிக் கொண்டே பதிலளித்தாள் சந்தியா. இடுப்பைச் சுற்றித் தலைப்பை இழுத்துச் சொருகியிருந்தாள். நீண்ட பின்னல் நடக்கும் போது நெளிந்து ஆடிக் கொண்டிருந்தது. தூக்கத்தில் கலைந்த கேசங்களில் ஒன்றிரண்டு கன்னத்தில் வந்து விழுந்து கொண்டிருந் தன.

பின்னாலிருந்து சந்தியாவைக் கவனித்துக் கொண்டிருந்த மாதவனுக்கு அறைக்குள் நுழைவதா அல்லது திரும்பிப் போவதா என்று புரியவில்லை. குழப்படைந்தவனாக அதே இடத்திலேயே நின்று கொண்டிருந்தான்.

"நீங்கள் ஷேவ் பண்ணிக் கொண்டால் அதற்குள் குளிப்பதற்கு வெந்நீர் தயாராகி விடும்" என்றாள் சந்தியா.

மாதவன் ஷேவ் பண்ணிக் கொள்வதற்குள் வெந்நீர் விளாவி வைத்திருந்தாள். அவன் குளித்து உடை மாற்றிக் கொண்டு சமையலறைக்கு வந்தபொழுது

காபியைக் கொண்டு வந்து கொடுத்தாள். காபி டம்ளரை வாங்கிக் கொள்ளும் போது தன் விரல் அவள் கையில் பட்டு விடாமல் ஜாக்கிரதையாக வாங்கிக் கொண்டான். ஆனால் நிமிர்ந்து அவள் முகத்தை பார்க்காமல் அவனால் இருக்க முடியவில்லை. நிமிர்ந்து தன்னை நேருக்கு நேராகப் பார்த்த அந்தக் கண்களில் அமைதியைத் தவிர வேறெதுவும் தென்படவில்லை அவனுக்கு.

மாதவன் காபி டம்ளரை வாங்கிக்கொண்டு புழைக்கடைப் பக்கமாகப் போய் நின்றான். கிராமத்துச் சூழ்நிலையில், அதிகாலை நேரத்து நிசப்தத்தையும், அழகையும் சுயமாகப் பார்த்து அனுபவித்தால் தவிரப் புரியாது.

கொல்லையில் கொத்தாக மலர்ந்திருந்த நந்தியாவட்டைப் பூக்கள் நிலா வெளிச்சத்தோடு போட்டிப் போட்டுக் கொண்டு பளிச்சிட்டன.

''இன்னும் கொஞ்சம் காபி வேண்டுமா?''

மாதவன் வேண்டும் என்பது போல் தலையை அசைத்தான்.

சந்தியா இன்னொரு டம்ளர் காபியைக் கொண்டு வந்து தந்துவிட்டு, காலியான டம்ளரைத் திருப்பி எடுத்துக் கொண்டு போகத் திரும்பினாள்.

''நீ குடித்தாயா?'' தன்னையும் அறியாமல் கேட்டான். சந்தியா இல்லை என்று தலையசைத்து விட்டு, இன்னொரு டம்ளரில் காபியை ஊற்றிக்கொண்டு வந்து மாதவனுக்கு எதிரே வந்து நின்றாள்.

இருவரின் பார்வையும் கலந்தன. ஒருவரையொருவர் பார்த்துக் கொண்டே அப்படியே நின்றுவிட்டார்கள்.

தொலைவில் அப்பொழுதுதான் விழித்துக் கொண்டிருந்த கோழியின் கொக்கரக்கோ சத்தமும், மரங்களில் பறவைகளில் சலசலப்பும் தவிர வேறெந்த சத்தமும் இல்லை.

சந்தியாவின் முகம் அமைதியாக, பனியில் நனைந்த நந்தியா வட்டைப் பூவைப் போல் இருந்தது. அவனையே இமைக்காமல் பார்த்துக் கொண்டிருந்த அந்தக் கண்களில் லேசாக அன்புகூட எட்டிப் பார்த்தாற்போல் இருந்தது அவனுக்கு.

ஆனால் இரவெல்லாம் தூங்காத தன் கண்கள்தான் அப்படிப் பிரமைப்படுகின்றனவோ என்றெண்ணிக் கொண்டான் மாதவன். தான் எப்படியும் திரும்பி வரப் போவதில்லை. போவதற்கு முன்னால் நிர்மலமாகவும், அமைதியாகவும் இருக்கும் இந்த நேரத்தில்

சந்தியாவை ஒரு தடவை அருகில் இழுத்து அணைத்துக் கொண்டால்? ஒரு முறை அந்தத் தோள்களைச் சுற்றிக் கைகளைப் போட்டு மார்போடு அழுத்திக் கொண்டால்?

"நீ என்னுடையவளாக இல்லாவிட்டாலும், என்னுடையவளாக முடியாவிட்டாலும் நான் மட்டும் என்றுமே உன்னுடையவன்தான். இதைவிட ஆயிரம் மடங்கு துன்புறுத்தினாலும் சரி, ஜென்ம ஜென்மத் துக்கும் எனக்கு நீதான் வேண்டும்" என்று சொன்னால்?

வழக்கம் போலவே சந்தியா கடினமாகவும் அலட்சியமாகவும் இருந்திருந்தால் அவன் தயங்கியிருக்க மாட்டானோ என்னவோ? ஆனால் சந்தியாவின் கண்களில் தென்பட்ட இந்தப் புது விதமான அமைதி அவனைப் பயமுறுத்தித் தொலைவிலேயே நிறுத்தி வைத்து விட்டது. அவ்வாறு ரொம்ப சாதாரணமாக, எந்த வெறுப்பும் இல்லாமல் சந்தியா பார்ப்பது இதுதான் முதல் முறை.

எவ்வளவு அப்பாவியாக, அன்பே உருவெடுத்தவளாகத் தோன்று கிறாள்? எப்பொழுதும் அந்தக் கண்களில் மிதந்து கொண்டிருக்கும் வேதனையின் சுவடுகள்கூட இப்போது காணப்படவில்லையே?

"நேற்று இரவு நீங்கள் ஏன் ஒரு மாதிரியாய் இருந்தீங்க?" திடீரென்று கேட்டாள் சந்தியா.

மாதவன் திடுக்கிட்டான். "எப்படி இருந்தேன்?" என்றான்.

"ஏதோ போல் இருந்தீங்க." காபி டம்ளரை பார்த்துக் கொண்டே பதிலளித்தாள்.

மாதவன் முகத்தைத் திருப்பிக் கொண்டு வெளியே தோட்டத்தைப் பார்த்தபடியே இருந்துவிட்டான். அவனுக்கு உடனே சந்தியாவின் இரு தோள்களையும் பற்றி அழுத்தமாக உலுக்கிவிட்டு "நான் எப்படி இருந்தால் உனக்கென்ன வந்தது? உனக்கு ஏதாவது தோன்றுகிறதா சொல்லு" என்று கேட்க வேண்டும் போலிருந்தது. திடீரென்று சந்தியா காட்டத் தொடங்கிய அந்தப் பரிவு அவனுக்கு ஏதோ போல் இருந்தது. ஒருக்கால் இரவு தன்னை அதுபோல் காண நேர்ந்ததற்கு இரக்கப்பட்டிருப்பாளோ? அது கேவலம் இரக்கமாக மட்டுமே இருந்தால் அதைக் காட்டிலும் தாங்க முடியாத வருத்தம் வேறு இருக்க முடியாது.

இரக்கத்தைக் காட்டிலும் அவள் காட்டும் துவேஷமே மேல் என்று பட்டது அவனுக்கு. ஏனெனில் துவேஷத்தில் இருவருக்கும் இடையே ஒரு பந்தமாவது இருந்து வந்தது.

மாதவன் தான் கேட்ட கேள்விக்குப் பதில் சொல்லாததோடு விருட்டென்று முகத்தைத் திருப்பிக் கொண்டதைப் பார்த்ததுமே, சந்தியாவின் முகம் சிறுத்துவிட்டது. ஆம்... அவள் கேட்டதற்கு உடனே பதில் சொல்ல வேண்டுமென்று அவனுக்கு என்ன அவசியம்? பதில் சொல்ல வேண்டிய தேவைதான் என்ன?

அவன் வேதனையைப் பங்கிட்டுக் கொள்வதற்கும், கேட்காமலேயே பதில் சொல்வதற்கும் அவள் யார்? பந்தமா? சிநேகமா? நெருக்கமா? என்ன இருந்தது? அந்த வீட்டில் தன் இடத்தை உணர்ந்ததும் அத்துமீறி நடந்து கொண்டு விட்டோமோ என்று வெட்கத்தோடு தலை குனிந்தாள்.

சுமார் அரை மணி நேரம் கழித்து அவன் ஆயாவை எழுப்பி, போய்விட்டு வருவதாகச் சொல்லிக் கொண்டு வெளியே வந்தான்.

கோபால் அதற்குள் சாமான்களை எல்லாம் தயாராகக் காரில் எடுத்து வைத்திருந்தான். ஆயா எழுந்து வரப்போனபொழுது அவன் பரிவோடு வேண்டாம் என்று தோளில் தட்டித் தடுத்து நிறுத்தி விட்டான். உடல்நலத்தைப் பார்த்துக்கொள்ளச் சொல்லி எச்சரித்தான்.

அவன் குரல் கம்பீரமாக இருந்ததால் அவனது இமைக் கோடியில் ஈரம் பளபளத்ததை யாரும் கவனிக்க வில்லை.

அதே அறையில் ஒரு மூலையில் இருந்த கட்டிலில் உறங்கிக் கொண்டிருந்த மதுவிடம் வந்தான். ஒரு வினாடி அவன்மீது நிலைத்தது அவன் பார்வை. அடுத்த நிமிடமே திரும்பி வெளியே வந்துவிட்டான். தனக்குப் பின்னாலேயே வந்து கொண்டிருந்த சந்தியாவை வேண்டாம் என்று தடுத்து நிறுத்த வேண்டுமென்று நினைத்தான். ஆனால் ஏனோ அவனால் அதைச் சொல்ல முடிய வில்லை.

வராண்டா இறக்கத்தில் இருந்த படிக்கட்டிற்கு அருகில் திரும்பவும் இருவரும் நின்று விட்டார்கள். சந்தியா மேல்படியில் நின்று கொண்டிருந்தாள். கீழ்படியில் நின்றபடி அவளைப் பார்த்தான் மாதவன்.

திரும்பவும் ஒரு நிமிஷம் காலம் நின்று போய்விட்டது. மேலேயிருந்து பட்டுக் கொண்டிருந்த நிலா வெளிச்சத்தில் சந்தியாவின் மைவிழிகள் புன்னகை பூத்தாற்போலிருந்தன. அவன் இதயம் லயம் தப்பிவிட்டது. ஏதோ சொல்வதற்காகத் திறந்துகொண்ட

இதழ்கள் அதற்குள் நின்றுவிட்டன. உடனே விருட்டென்று திரும்பி வேகமாகப் போய்க் காரில் உட்கார்ந்துகொண்டான்.

சந்தியா இன்னும் அந்த இடத்திலேயே சிலையாக நின்றபடி பார்த்துக் கொண்டிருப்பாள் என்று அவனுக்குத் தெரியும். ஆனால் அவன் மனதில் எந்தவிதமான சலனமும் ஏற்படவில்லை.

இதே புன்முறுவல் சில மாதங்களுக்கு முன்னால் சந்தியாவின் முகத்தில் தென்பட்டிருந்தால், அவளைப் பலவந்தமாகவாவது தன்னுடையவளாக்கிக் கொண்டிருப்பான் அவன். இப்பொழுது நிலைமை வேறு. ரொம்ப நேரமாகப் பனிக்கட்டிகளுக்கிடையே அமுக்கி வைக்கப்பட்ட தேகத்தைப் போல் அவன் மனம்கூட மரத்துப் போய்விட்டது. எவ்வளவோ முயற்சி செய்து, எவ்வளவோ சாதனைகளை மேற்கொண்டு அவன் இந்த நிலைக்கு வந்திருக்கிறான்.

கிழக்கே இருள் சிதறிப் போய்க் கொண்டிருந்தது. உலகமெல்லாம் செந்நிற ஒளி பரவியது. கார் தெரு முனையைத் தாண்டிவிட்டது. மாதவன் பின்னால் சாய்ந்து உட்கார்ந்துகொண்டான்.

ரொம்ப நாட்களாகத் தன் சக்தியை முழுவதுமாகப் பயன்படுத்தி அடக்கி வைத்திருந்த வேதனையெல்லாம் கண்ணீர்த் துளியாக மாறி, பலவந்தமாக மூடிக்கொள்ள முயன்று கொண்டிருந்த பாரமான இமைகளையும் மீறி வெளியே வந்தது.

26

மாதவன் போய் சுமார் இரண்டு மாதங்கள் ஓடிவிட்டன. எங்கே இருக்கிறான், என்ன செய்து கொண்டிருக்கிறான் என்றுகூடத் தகவல் இல்லை.

ஆயா கலவரமடைந்து விட்டாள். கோபால் மூலமாகக் கம்பெனியில் விசாரித்துப் பார்த்த பொழுது பிசிநெஸ் விஷயமாக கல்கத்தாவிற்கு அருகில் ஏதோ ஊரில் இருப்பதாகச் சொன்னார்கள்.

எங்கேயிருந்தாலும் மதுவில் நலத்தைப் பற்றி விசாரித்துக் கடிதம் போடாதது சந்தியாவுக்கு ஆச்சரியமாக இருந்தது. கடைசி நாள் அவன் நடந்து கொண்ட விதமும் பேச்சும் நினைவிற்கு வந்தபோது ஏதோ போல் இருந்தது.

வீடு கட்டி முடித்தாகிவிட்டது. ஆனால் மாதவன் இல்லாமல், அவனிடம் சொல்லிக் கொள்ளாமல் எப்படிப் போவது என்று ஆயா மறுப்புச் சொன்னாள்.

மாதவனின் கடிதத்திற்காக ஒவ்வொரு நாளும் எதிர்பார்த்துக் கொண்டிருந்தாள் சந்தியா. அவ்வாறு காத்திருப்பது அவளுடைய தினசரிக் கடமைகளில் ஒன்றாகிவிட்டது. மாதவனின் பெயருக்கு வேறு யாரோ எழுதியிருந்த கடிதம் ஒன்று வந்தது. அவன் கடிதத்திற்காகக் காத்துக் கொண்டிருந்த சந்தியா எரிச்சலுடன் அதை ஒதுக்கி வைத்தாள். சாதாரணமாக என்றாவது அதிசயமாகத்தான் அவனுக்கு இந்த வீட்டு முகவரிக்குக் கடிதம் வரும்.

"திறந்து பார். யாரோ என்னவோ. ஏதாவது முக்கியமான விஷயமாக இருந்தாலும் இருக்கும். இதில் தவறென்ன இருக்கு?" என்று ஆயா சொன்னதும் சந்தியா வேண்டா வெறுப்பாகவே கடிதத்தைப் பிரித்துப் படித்தாள். கடிதம் ஆங்கிலத்தில் இருந்தது.

மிஸ்டர் மாதவன்,

நான் இந்தப் புது ஆஸ்பத்திரிக்கு வந்த பிறகு உன்னைப் பற்றி எந்த விஷயமுமே தெரியவில்லை. உங்கள் ஆஸ்பத்திரி எப்படி நடந்து வருகிறது? மது எப்படி இருக்கிறான்? அவனைப் பார்த்து ரொம்ப நாட்களாகி விட்டது. தற்சமயம் என் உடல்நலம் சரியாக இல்லை. டாக்டர் எதாவது அமைதியான இடத்திற்குச் சென்று சில நாட்களாவது ஓய்வெடுக்க வேண்டும் என்று சொல்லியிருக்கிறார்.

எனக்குத் தெரிந்தவரை அப்படிப்பட்ட அமைதியான இடம் எதுவும் இருப்பதாகத் தெரியவில்லை. நீ இருக்கும் கிராமம் ரொம்பவும் அமைதியானது என்றும், உன் வீடும் விசாலமானது என்றும் உன் பேச்சிலிருந்து அறிந்திருக்கிறேன்.

மதுவோடு சில நாட்கள் பொழுது போக்கினாற் போலவும் இருக்கும். எனக்கும் ஓய்வு கிடைக்கும் என்றெண்ணி அங்கு வந்து ஒரு வாரம் பத்து நாட்கள் தங்கியிருக்க விரும்புகிறேன். எனக்கு இதைப் பற்றி உடனே தெரியப்படுத்து. உனக்கு ஆட்சேபணை இருக்காது என்றே நம்புகிறேன்.

இப்படிக்கு,
சிஸ்டர்

அந்தக் கடிதத்தை ஒரு தடவைக்கு மூன்று தடவைப் படித்த சந்தியா புருவங்களைச் சுளித்து யோசனையில் ஆழ்ந்து விட்டாள்.

"யாரிடமிருந்து?" ஆயா பதற்றத்துடன் கேட்டாள். சந்தியா சொன்னாள்.

"அப்படியென்றால் உடனே வரச்சொல்லி எழுது. அவர் இல்லா விட்டால்தான் என்ன? அவள் அவ்வளவு அன்பாக எழுதியிருக்கும் போது. அதோடு மாதவன் போய்க்கூட ரொம்ப நாளாகி விட்டது. இன்றோ நாளையோ கூட வரக்கூடும். ஒருக்கால் வந்தாலும் சரி,

வராவிட்டாலும் சரி. இந்தப் பெரிய வீட்டில் கொஞ்சம் சந்தடியாவது இருக்கும்'' என்று சொன்ன ஆயா சந்தியா பதில் எழுதிப் போடும் வரை விடவில்லை.

''மாதவன் ஊரில் இல்லை. ஆனாலும் பரவாயில்லை. உங்களுடைய வருகைக்கு எந்தத் தடையும் இல்லை. இரண்டு வாரம் என்ன, ஒரு மாதம் வேண்டுமானாலும் இங்கே தங்கி ஓய்வு எடுத்துக் கொள்ளலாம். இங்கே நான் மதுவுக்கு ஆயாவாக இருக்கிறேன். தற்சமயம் நானும், என் தாயும் தவிர வேறு யாரும் இல்லை. மதுவின் குறும்பை, மழலைப் பேச்சை நேரில் பார்த்து மகிழ்வதுதான் எங்களது பொழுதுபோக்கு. நீங்கள் வரும் தேதியைத் தெரியப்படுத்தினால் ஸ்டேஷனுக்கு காரை அனுப்பி வைக்கிறேன்.'' மேலும் மேலும் வற்புறுத்தி பதில் எழுதிப் போட்டாள் சந்தியா.

அவள் வரவால் வீடு கொஞ்சம் கலகலப்பாகும் என்று ஆயா எதிர்பார்த்தாள்.

ஆனால் சந்தியாவோ அவள் மூலமாக மதுவின் பிறப்பு ரகசியத்தைப் பற்றித் தெரிந்து கொள்ளலாம் என்று நினைத்தாள்.

அன்று மாலையில் மதுவுக்கு நன்றாக டிரெஸ் செய்துவிட்டாள் சந்தியா. மூவரும் வரப் போகும் விருந்தாளிக்காகக் காத்திருந்தார்கள். அதற்குள் இருட்டத் தொடங்கிவிட்டது.

''இன்னும் வரக் காணுமே?'' என்றாள் ஆயா. சொல்லி வாய் மூடுவதற்குள் வாசலில் கார் வந்து நின்றது. காரிலிருந்து பழுத்த பரங்கிப் பழம் போன்ற தோற்றத்தில் வெண்ணிற ஆடையில் சிஸ்டர் கழுத்தில் சிலுவையுடன் இறங்கி வந்தாள். சந்தியா சொன்னதுமே மது கையை ஆட்டினான். சிஸ்டரும் கையை ஆட்டிக் கொண்டே முறுவலுடன் படியேறி வந்தாள். சந்தியா மதுவைத் தூக்கிக் கொண்டு எதிரே போனாள்.

''அடக் கடவுளே!'' சட்டென்று வாய்விட்டே சொல்லிவிட்டாள் ஆயா.

சந்தியாவின் கையிலிருந்து மதுவை வாங்கிக்கொண்ட சிஸ்டர் ''உன்னை எங்கேயோ பார்த்தாற் போலிருக்கே?'' என்றாள். சிஸ்டரைக் கூர்ந்து கவனித்த சந்தியாவின் முகம் வாடி விட்டது.

சிஸ்டருக்கும் கூட ஞாபகம் வந்து விட்டது போலும். நம்ப முடியாதவள் போல் ''அட... நீ இங்கேயா இருக்கிறாய்?'' என்றாள் வியப்புடன்.

சந்தியா பதில் பேசவில்லை. சிஸ்டரையே கூர்ந்து பார்த்துக் கொண்டிருந்தாள். சிஸ்டரின் முகத்தில் பழைய நினைவுகள் நாட்டியமாடிக் கொண்டிருந்தன.

"நீ இங்கேதான் இருக்கிறாயா? மாதவன் சொல்லவே இல்லையே என்னிடம்?"

சிஸ்டர் மதுவைத் தூக்கிக் கொண்டு உள்ளே வந்தாள். சந்தியாவும் இயந்திரகதியில் அவளைப் பின்பற்றினாள்.

"என்னம்மா இது? என்னிடம் ஒரு வார்த்தைகூட சொல்லாமல் மறைத்து வைச்சுட்டீங்க?" உரிமையுடன் கோபித்துக் கொண்டாள். உடனே ஏதோ புரிந்தாற்போல் "ஓஹோ... புரிந்துவிட்டது. திடீர் என்று என்னை வியப்பில் ஆழ்த்தணும் என்று கணவன் மனைவி இருவரும் இந்த மாதிரி திட்டம் போட்டீங்க. அப்படித்தானே?" என்றாள் முறுவலுடன்.

"சிஸ்டர்... நீங்க என்ன சொல்றீங்க என்றே எனக்குப் புரியவே யில்லை." வேதனையுடன் அவளைப் பார்த்தபடி சொன்னாள் சந்தியா.

"புரியவில்லையா? என்ன வேடிக்கை? மதுவைக் காட்டி உன் மகன் என்று சொன்ன பொழுதாவது அவனை யார் வளர்த்து ஆளாக்கினாங்கன்னு மாதவன் உன்னிடம் சொல்லவே இல்லையா?"

"சிஸ்டர்!"

"இந்தத் தங்கத்தை நீங்கள் அப்பொழுது விட்டுவிட்டுப் போன பிறகு, புழுதியில் கலந்து விடாமல் எவ்வளவு ஜாக்கிரதையாக எடுத்து வளர்த்தேன் தெரியுமா? உன்னைப் பார்த்தால் உடனே எனக்குத் தெரிவிக்கும்படி மாதவனிடம் படித்துப் படித்துச் சொல்லியிருந்தேன். அவர் உங்களிடம் அதுபற்றி ஒரு வார்த்தைகூட சொல்லவே இல்லையே?"

"சிஸ்டர்!"

"அதுசரி, நீங்கள் இருவரும் எப்படிச் சந்தித்துக் கொண்டீர்கள்? எப்பொழுது?" என்றவள், சந்தியாவைத் திரும்பிப் பார்க்காமலேயே, மதுவின் கன்னத்தை நிமிண்டிவிட்டு "என் தங்கக்கட்டி! உங்க அம்மா அப்பா செய்த காரியத்தைப் பார்த்தாயா? நானாக இங்கே வந்திருக்கவில்லை என்றால் எனக்கு இந்த விஷயம் தெரிந்திருக்காதோ என்னவோ? சொந்தத் தாய் தகப்பனிடமே, அவங்க நிழலிலேயே நீ வளர்ந்து வருகிறாய் என்றால்..."

"சிஸ்டர்!" பொறுமையின்றிக் கத்திவிட்டாள் சந்தியா.

"நீங்கள் என்ன சொல்றீங்கன்னு எனக்குப் புரியவே இல்லை. மது மாதவனின் மகனாக இருக்கலாம். அவனைப் பெற்ற தாய் நான் இல்லை.''

சந்தியா ஆவேசமாகச் சொன்னதைக் கேட்டுவிட்டு சிஸ்டர் விக்கித்துப் போனாள். மதுவைக் கீழே இறக்கிவிட்டு ''என்ன சொல்கிறாய் நீ?" என்றாள்.

"அவன் மாதவனின் மகன். நான் வயிற்றுப் பிழைப்பிற்காக வந்த ஒரு வேலைக்காரிதானே தவிர வேறு இல்லை. நீங்க ஏனோ தவறாகப் புரிந்துகொண்டிருக்கீங்க. நான் அவனுக்கு ஆயா. அவ்வளவுதானே தவிர எங்கள் இருவருக்குமிடையே எந்த சொந்தமோ பந்தமோ கிடையாது.''

சிஸ்டரின் கண்கள் வியப்பால் விரிந்தன.

தன் ஆவேசத்தை உணர்ந்து வெட்கமடைந்துவிட்ட சந்தியா, உடனே தலையைக் குனிந்துகொண்டு மெதுவாக ''உங்க ஆஸ்பத்திரிக்கு வருவதற்கு முன்னாடியே தொடங்கிவிட்ட என் துரதிர்ஷ்டம் நாளுக்கு நாள் அதிகரித்துவிட்டது.

எங்கள் நிலைமை ரொம்பத் தாறுமாறாகிவிட்டது. நான் இப்பொழுது இங்கே சம்பளத்துக்காக வேலை பார்த்துக் கொண்டிருக்கிறேன்.''

"அப்படி என்றால் இவன் உன் மகன் என்று உனக்கு இதுவரை தெரியவே தெரியாதா?"

"சிஸ்டர்!" சாட்டையால் அடிவாங்கியவள் போல் சந்தியா சரேலென்று நிமிர்ந்து பார்த்தாள்.

சிஸ்டர் சந்தியாவின் கண்களைக் கூர்ந்து பார்த்தாள் எதையோ தேடுபவளைப்போல். ''மாதவன் சொல்லவே இல்லையா? பெற்ற தாயை மகனுக்கு ஆயாவாக வைக்கிற அளவுக்குக் கொடுமைக்காரனா அவன்? அவனைப் பார்த்தால் அந்த மாதிரி சந்தேகமே ஏற்பட வில்லையே எனக்கு?" என்றாள்.

சந்தியாவின் முகம் சிவந்தது. ''உங்களுக்கு இதோடு நாலைந்து முறை சொல்லிவிட்டேன். மதுவுக்கும் எனக்கும்...''

வார்த்தை இன்னும் முடியக்கூட இல்லை. சிஸ்டர் தொடர்ந்தாள். ''சந்தியா! மதுவுக்கு மாதவன் தந்தையா இல்லையா என்று எனக்குத்

தெரியாது. ஆனால் அவன் உன் மகன்தான். அது மட்டும் உண்மை'' என்று சொல்லிக் கொண்டிருந்த போதே சிஸ்டருக்கு ஏதோ சந்தேகம் வந்துவிட்டது.

''அந்த நேரத்தில் உனக்குப் பிறந்த குழந்தை உயிரோடு இருந்த விஷயமாவது உனக்குத் தெரியுமா?'' என்று கேட்டாள்.

சந்தியாவின் உடம்பிலிருந்த ரத்தமெல்லாம் திடீரென்று முகத்தில் வந்து குப்பென்று பொங்கி வந்தது.

''உங்கள் வேலைக்காரிக்குத் தெரியுமே?'' சிஸ்டர் ஆயாவுக்காகத் தேடினாள்.

''ஆயாவுக்குத் தெரியுமா?''

சந்தியா சட்டென்று தன் சக்தியையெல்லாம் திரட்டிக்கொண்டு ஆயாவைத் தேடினாள். ஆனால் ஆயா அந்த சுற்றுப்புறத்தில் எங்குமே இல்லை. சிஸ்டரைப் பார்த்ததுமே உள்ளே ஓடிப்போய் ஒளிந்து கொண்டு விட்டாள் போலும்.

''இப்படி உட்கார். முதலில் இதைச் சொல்லு எனக்கு. நீயும் மாதவனும் திருமணம் செய்து கொள்ளவில்லையா?''

இல்லை என்பது போல் தலையாட்டினாள்.

''மது யார் என்று இவ்வளவு நாளாக அவன் உனக்குச் சொல்லவே இல்லையா?''

''இல்லை.''

''நீ இந்த வீட்டில் உண்மையாகவே ஆயாவாகத்தான் இருந்து வருகிறாயா? எனக்கு ஆயா என்ற பெயரில் கடிதம் எழுதியது நீதானா?''

''ஆமாம்.''

சிஸ்டர் இரண்டு நிமிடங்கள் கண்ணிமைக்காமல் சந்தியாவையே பார்த்தாள். அறையில் ஆழ்ந்த அமைதி ஏற்பட்டது. வெளுத்து ஜீவனற்றுப் போய்விட்ட சந்தியாவின் முகத்தைப் பார்த்ததுமே சிஸ்டரின் இதயம் இரக்கத்தால் உருகத் தொடங்கியது. தாழ்ந்த குரலில் மென்மையாக ''வாட் எ பிட்டீ மை சைல்ட்! நான் இவ்வளவு நாட்களுக்குப் பிறகு இங்கே வந்து உன்னைச் சந்திப்பேன் என்றும், இதையெல்லாம் திரும்பவும் நினைவுபடுத்த நேரிடும் என்றும் கனவிலும் நினைத்திருக்கவில்லை. என்ன விநோதம்! வாழ்க்கையில் பயங்கரமான அனுபவங்கள் வரவே கூடாது.

ஒருக்கால் வந்தாலும் அந்த விஷயம் அத்துடன் முடிவடைந்து விட வேண்டும். திரும்பத் திரும்ப நினைத்துப் பார்க்கும் நிலைமை ஏற்பட்டால் மனிதன் மானசீகமாக எவ்வளவு வேதனைக்கு ஆளாக நேரிடும் என்பதை நான் அறிவேன். நான் இங்கே வந்திருக்காவிட்டால் இதெல்லாம் உனக்குத் தெரியவே வாய்ப்பு கிடைத்திருக்காதோ என்னவோ'' என்று மேலும் தொடர்ந்தாள் சிஸ்டர்.

''அப்போ உனக்குப் பிறந்த குழந்தை பிழைக்கும்னு நாங்க யாருமே எதிர்பார்க்கவில்லை. உயிருக்கு ஊசலாடிக் கொண்டிருந்தது. அது பிழைக்கும் என்ற நம்பிக்கையே எங்களுக்கு இல்லை. அதனால் ஏற்கனவே உடல்நலம் சரியில்லாத உன்னிடம் இந்த விஷயத்தைச் சொல்ல வேண்டாம் என்று சொன்னார் உன் தந்தை.

நான் ஒப்புக்கொண்டேன். பிரசவம் ஆன மறுநாளே உங்கள் வீட்டார் உன்னை வீட்டிற்கு அழைத்துச் சென்று விட்டார்கள். உயிர் முற்றிலும் போகாத குழந்தையை எங்களால் விட்டுவிடத்தான் முடியுமா? ஆக்சிஜன் எல்லாம் கொடுத்து எங்களால் முடிந்ததை யெல்லாம் செய்து பார்த்தோம். மூன்றுநாள் கழிந்த பிறகு குழந்தைக்கு மூச்சு சீராக வந்தது. மேலும் இரண்டு நாட்கள் கழிந்த பிறகு எல்லாக் குழந்தைகளையும் போல் பால் குடிக்கத் தொடங்கினான். நான் ரொம்ப சந்தோஷமாக இந்தச் செய்தியை உங்க அப்பாவுக்குப் போன் பண்ணிச் சொன்னேன். அவர் முதலில் என்னை யார் என்றே புரியாதது போல் பேசினார். நான் பொறுமை யாக நான் யார் என்று எடுத்துச் சொன்னேன்.

''குழந்தை சாதாரணமாக ஆகிவிட்டது. வந்து எடுத்துக் கொண்டு போறீங்களா?'' என்று கேட்டேன்.

''முடியாது '' என்றார் கச்சிதமான குரலில்.

''எடுத்துக்கொண்டு போக மாட்டீங்களா? நாங்க என்ன செய்வது அந்தக் குழந்தையை?'' வியப்படைந்தவளாகக் கேட்டேன்.

''என்ன செய்வதற்காக அதைப் பிழைக்க வைத்தீங்க? அந்தக் குழந்தை என் மகள் பெற்ற குழந்தைதான் என்பதற்கு என்ன அத்தாட்சி?''

''சார்!''

''எங்களுக்குச் சம்பந்தமில்லாத குழந்தையை நாங்க எப்படித் திருப்பி எடுத்துக் கொண்டு போக முடியும்? என்ன பண்ணச் சொல்றீங்கன்னு கேட்டீங்க இல்லையா? எடுத்துக்கொண்டு போய் குளம் குட்டையில் போடுங்கள்'' என்று கோபமாகக் கத்திவிட்டுப் போனை வைத்துவிட்டார்.

நான் அவமானத்தால் குன்றிவிட்டேன். எவ்வளவு கஷ்டப்பட்டாவது சரி, குழந்தையை எடுத்துச் சென்று உங்களுடைய பேரன்தான் என்று ஒப்படைத்து விட்டு வர வேண்டும் என்ற பிடிவாதம் ஏற்பட்டது.

ஆனால் அதற்கு என்ன ஆதாரம்? எதை ஆதாரமாகக் காட்ட முடியும்? ரிகார்டுகளில் சந்தியாவுக்கு பதில் வேறு பெயரை எழுதியிருந்தார்கள். யாருமில்லாத அநாதை என்று குறிப்பிட்டிருந்தார்கள்.

ஆவேசத்தைக் குறைத்துக்கொண்டு நிதானமாக யோசித்தேன். ஜாதி மத பேதமின்றி இந்த உலகத்திற்கு வரத்துடித்துக்கொண்டிருக்கும் உயிர்களுக்கு புதிய வாழ்க்கையைத் தருவதுதான் எங்களுடைய கடமை. அந்தக் குழந்தையை யாராவது குழந்தை இல்லாத தம்பதிகளுக்கு வளர்ப்பதற்குத் தந்து விட வேண்டும் என்று நிச்சயித்துக் கொண்டேன். ஒரு மாதத்திற்குள் குழந்தை நன்றாகத் தேறிவிட்டான். இரண்டு மாதம் முடிவதற்குள் எங்களைப் பார்த்துச் சிரித்து எங்கள் உள்ளங்களைக் கவர்ந்துவிட்டான். மூன்றாவது மாதம் முடியும் போது முகத்தில் ஜாடைத் தெரியத் தொடங்கியது.

நான்கு மாதங்கள் கழிந்த பிறகு ஒரு வேலையாக சென்னைக்குப் போயிருந்தேன். அங்கே எனக்குத் தெரிந்த ஒரு தம்பதிக்குக் குழந்தை இல்லாததால் தத்தெடுப்பதற்குத் தகுந்த குழந்தை இருந்தால் சொல்லச் சொல்லி பல முறை என்னிடம் சொல்லியிருந்தார்கள். அதனால் மதுவை அவர்களிடம் ஒப்படைப்பதற்காகப் புறப்பட்டேன்.

நான் போனபொழுது அவர்கள் வீட்டைக் காலி செய்துவிட்டு வேறு வீட்டிற்கு மாறிவிட்டதாகத் தெரியவந்தது. எப்படியோ கஷ்டப்பட்டு புதிய முகவரியைத் தெரிந்துகொண்டு அவர்கள் வீட்டிற்குப் போனபொழுது, அழகான பெண்குழந்தை அவர்கள் வீட்டில் விளையாடிக் கொண்டிருந்தது. அவர்களின் சிநேகிதர்களின் மகளாம். எடுத்து வளர்க்கத் தொடங்கி ஒரு வருடமாகிறதாம். நான் மனமொடிந்து விட்டேன்.

நான் மதுவோடு திரும்பி வரப் போனபொழுது, ''போகட்டும் இந்தக் குழந்தைகூட நன்றாகத்தான் இருக்கிறான். இவனையும் சேர்த்து வளர்க்கிறோம். ஒரு மகள் ஒரு மகன் என்று இருப்பார்கள்'' என்று சொன்னாள் அந்தம்மாள். நான் சம்மதிக்கவில்லை.

''பெற்ற தாயின் அன்பு புஷ்பக விமானம் போன்றது. அதில் எத்தனை பேர் ஏறினாலும் இடம் இருக்கும். வளர்ப்புத் தாயின்

அன்பு அப்படிப்பட்டதில்லை. அது கத்தி உறையைப் போன்றது. ஒரு உறைக்குள் இரண்டு கத்திகள் எப்போதுமே இருக்க முடியாது''

என்று சொல்லிவிட்டேன். மதுவை என்னுடன் திருப்பி அழைத்து வந்துவிட்டேன். அதற்குள் அவன் என்னிடம் நன்றாகப் பழகி விட்டான். அவனை நானே வளர்த்து ஏதாவது கிறிஸ்துவ மிஷினரியில் சேர்த்து ஃபாதராக்கி விடலாம் என்று முடிவு செய்தேன். அந்த சமயத்தில் திடீரென்று அந்த ஜோதி என்ற பெண் வந்து....''

''ஜோதியா?''

''ஆமாம். பிரசாதின் தங்கை.''

சந்தியா இயந்திர கதியில் தலையை அசைத்தாள்.

''அந்தப் பெண் மாதவனை உடன் அழைத்து வந்து அந்த சமயத்தில் மாதவன் ஊரில் இல்லாததால் இப்படி நடந்து விட்டதென்றும், இதெல்லாம் தெரிந்து அவன் ரொம்ப வருத்தப் படுவதாகவும் சொன்னாள். குழந்தை இங்கே வளர்ந்து வருவதாகத் தகவல் தெரிந்ததாகவும், ஒரு தடவை பார்க்கணும் என்று விரும்பு கிறான் என்றும் சொன்னாள். நான் முதலில் பிடிகொடுத்துப் பேச வில்லை. ஆயிரம் கேள்விகளைக் கேட்டேன். எல்லாவற்றுக்கும் பொருத்தமாக பதில் சொன்னார்கள் இருவரும்.

குழந்தையைக் காண்பிக்கும் வரையில் அந்தப் பெண் என்னை விடவே இல்லை. குழந்தையின் தந்தை மாதவன்தான் என்பதில் எனக்குச் சந்தேகம் இருக்கவில்லை. குழந்தையிடம் மாதவன் ஜாடை நன்றாகத் தென்பட்டுக் கொண்டிருந்தது. உன்னைப் பற்றிய விவரங்கள் அவனுக்குத் தெரியாது என்று சொன்னான். ரஜாகார் ரகளை நடந்த பிறகு உங்கள் குடும்பத்தைப் பற்றி எந்த சமாசாரமும் தெரியவில்லை என்று ஜோதி சொன்னாள். உன் தந்தையைச் சுட்டுக் கொன்று விட்டார்கள் என்று ஏற்கனவே கேள்விப்பட்டிருந்தேன்.

கொஞ்ச நேரம் குழந்தையுடன் இருந்துவிட்டு இருவரும் கிளம்பிப் போய்விட்டார்கள். ஆனால் ஒரு மணி நேரம் கழிவதற்கு முன்பே மாதவன் மறுபடியும் வந்தான். மகனை அழைத்துக் கொண்டு போகிறேன், கொடுங்கள் என்று சொன்னான். நான் சம்மதிக்கவில்லை. நான் அவனிடம் வளர்த்துக்கொண்ட பிரியத்தைப் பற்றிச் சொல்லி மறுத்து விட்டேன்.

ரொம்ப நேரம் வரையில் மாதவன் எதுவும் பேசவில்லை. கடைசியாக எழுந்து போகும் முன் ''மகனைக் கொண்டு போய் வளர்த்து ஒரு தந்தையாக என் கடமையைச் செய்து, சந்தியாவுக்குச் செய்த அநியாயத்திற்குக் கொஞ்சமாவது பரிகாரம் தேட நினைத்தேன். நீங்கள் சம்மதிக்காவிட்டால் என்ன செய்ய முடியும்? ஆனால் இந்த நிமிடம் முதல் என் சொத்துக்கு வாரிசு அவன்தான். அவனுடைய படிப்புக்கும், வளர்ப்புக்கும் தேவையானதை நானே பார்த்துக்கொள்கிறேன்'' என்றான்.

அவன் முகத்தைக் கூர்ந்து பார்த்தேன். என்ன இருந்தாலும் அவர்கள் இருவரும் ஒரே ரத்தம். தந்தை மகனைப் பிரிக்கும் உரிமை எனக்கு இல்லை.

''மாதவன்! அடிக்கடி வந்து குழந்தையிடம் பழக்கத்தை ஏற்படுத்திக் கொள்ளுங்கள். பிறகு யோசிக்கிறேன்'' என்றேன்.

மாதவனும் சம்மதித்தான். அடிக்கடி வந்தான். குழந்தை யைக் காரில் அழைத்துக் கொண்டு போய் பொம்மைகள், பிஸ்கெட்ஸ் என்று வாங்கித் தருவான். காரில் கொஞ்ச நேரம் வெளியில் அழைத்துப் போய்விட்டுக் கொண்டு வந்துவிடுவான். நான் நினைத்ததை விட சீக்கிரமாகவே மது மாதவனிடம் பழகி விட்டான். மாதவனின் நடத்தையும் எனக்குப் பிடித்திருந்தது. அவ்வப்பொழுது அழைத்துக் கொண்டு வந்து காட்டணும் என்ற நிபந்தனையின் பெயரில் மதுவை அவனிடம் ஒப்படைத்தேன். நடுவில் உன்னைப் பற்றிய பேச்சு வந்தபோது உன்னைப் பற்றிய தகவல் தெரியவில்லை என்றும், உன்னை மனைவியாக அடைய முடியாவிட்டால் வாழ்க்கையில் திருமணம் என்ற பேச்சுக்கே இடமில்லை என்றும் சொன்னான்.'' சிஸ்டர் சொல்லி முடித்தாள். கடைசியில் ''நீ இங்கேயே இருந்தும்கூட உன்னைப் பற்றி அவன் என்னிடம் சொல்லாமல் போனதற்குக் காரணம் என்ன?'' என்று கேட்டாள்.

சந்தியாவுக்கு சிஸ்டர் சொன்ன கடைசி வார்த்தைகள் காதில் விழவே இல்லை. அவள் கண்முன் எத்தனையோ காட்சிகள் நிழலாடின.

தன்னை அம்மா என்று அழைக்கச் சொல்லி மதுவுக்கு அவன் சொல்லிக் கொடுத்தது, அவனை அடிக்கும் உரிமை உனக்கு உண்டு என்று சொன்னது...

மாதவன் அப்பொழுதே ஏன் தன்னிடம் இதைப் பற்றிச் சொல்லவில்லை? நம்பமாட்டாள் என்று நினைத்தானா? சிஸ்டரை அழைத்து வந்து நிரூபித்திருக்கலாமே? எல்லாம் நாடகம் என்று

எடுத்தெறிந்து விடுவேன் என்று நினைத்தானா? அதுவும் உண்மை தான்.

இப்பொழுது எதிர்பாராமல் சிஸ்டர் வந்து சொன்னதால் நம்ப முடிந்ததேயன்றி, இல்லாவிட்டால் அவளால் நம்பத்தான் முடிந்திருக்குமா?

"அதிர்ச்சியாக இருக்கிறதா?" சிஸ்டர் மதுவைக் கீழே இறக்கி விட்டு சந்தியாவிடம் வந்து நாடியைப் பரிசோதித்தாள். சந்தியா சிஸ்டர் சொல்வது புரியாததுபோல் குழப்பத்துடன் பார்த்தாள். சிஸ்டர் கருணை நிறைந்த சிரிப்பை உதிர்த்தாள்.

"சிஸ்டர்!" சந்தியா சிஸ்டரின் இடுப்பைச் சுற்றிலும் கைகளைப் போட்டுக்கொண்டு அவளிடம் தஞ்சமடைந்தாள்.

"தைரியத்தை ஏற்படுத்திக்கொள். எனக்கு என்ன தெரியும்? உன்னை இங்கே பார்த்ததும் நீங்கள் இருவரும் ஒன்று சேர்ந்து விட்டீர்கள் என்று நினைத்துவிட்டேன்." சந்தியாவின் தலையைத் தடவிக் கொடுத்தபடி சொன்னாள் சிஸ்டர்.

சந்தியா சட்டென்று சிறு பெண்ணைப் போல் சிஸ்டரைக் கட்டிக் கொண்டு தேம்பித் தேம்பி அழத் தொடங்கினாள். எத்தனையோ ஆண்டுகளாக ஊமையாக அனுபவித்துக் கொண்டிருந்த வேதனையும், சமீபகாலமாக அனுபவித்துக் கொண்டிருந்த துக்கமும் உருகிக் கண்ணீராக அவளிடமிருந்து பெருக்கெடுக்கத் தொடங்கியது.

27

ரொம்ப நேரம் கழித்து சந்தியா சமையலறைப் பக்கம் வந்தாள். ஆயா சந்தியா வந்ததைக் கவனிக்காதவளைப் போல் அங்கும் இங்கும் சுற்றிக் கொண்டே வேலை பார்த்துக் கொண்டிருந்தாள். அவள் தோரணையைப் பார்த்தால் சந்தியாவிடமிருந்து தப்பித்துக் கொள்வதற்காக வேண்டுமென்றே வேலையை ஏற்படுத்திக் கொண்டாற் போலிருந்தது.

பத்து நிமிஷம் பார்த்துவிட்டுக் கடைசியில் தானே அழைத்தாள். "ஆயா!"

அரிசியைக் களைந்து கொண்டிருந்த ஆயா பதில் பேசவில்லை. திரும்பியும் பார்க்கவில்லை.

"ஆயா...." மேலும் சத்தமாக அழைத்தாள்.

அரிசியைக் களைந்து உலையில் போட்டுவிட்டு புடவைத் தலைப்பால் கைகளைத் துடைத்துக்கொண்டே பின்னால் திரும்பி "என்ன?" என்றாள் ஆயா. எவ்வளவு சாதாரணமாக இருக்க முயன்றாலும் மனதில் இருந்த கலவரம் சுருக்கங்கள் விழுந்த அவளது முகத்தில் பிரதிபலித்துக் கொண்டிருந்தது.

"ஆயா... இது உண்மைதானா?"

"எது?"

சந்தியாவின் முகம் சிவந்துவிட்டது, எப்படியோ கட்டுப்படுத்திக் கொண்டு "மது..." அவளால் முடிக்க முடியவில்லை.

''அவன் விஷயத்தை ஏன் என்னிடம் சொல்லவில்லை என்று இப்போ என்னை கூண்டில் நிற்க வைத்துக் கேட்கிறாயா? இத்தனை வருடங்கள் கழித்து உன் முன்னால் நின்று பதில் சொல்ல வேண்டி வரும் என்று எனக்கு ஜோசியம் தெரியவில்லை. உங்க அப்பா சொல்லக் கூடாது என்று ஆணையிட்டார். அதனால் சொல்லவில்லை. அப்பா ஒரு தடவை ஆணையிட்டால் அதை யாராலும் மீற முடியாது என்று உனக்கும் தெரியும்.''

''ஆனால் ஆயா...'' சந்தியா மேலும் ஏதோ சொல்லப் போன போது ஆயா இடைமறித்துவிட்டு ''ஆனால் எனக்கு என்ன தெரியும் சொல்லு? கையும் கால்களும் சூம்பிப் போய், ஒரு மாமிசப் பிண்ட மாய் இருந்த அந்தக் குழந்தைதான் இந்தத் தங்கப்பதுமை என்று கனவு கண்டேனா? அப்பொழுது அந்த நர்ஸ்களும், மற்றவர்களும் அந்தக் குழந்தை ஓரிரண்டு நாட்களுக்கு மேல் பிழைத்திருக்காது என்று வேறு சொல்லிவிட்டார்கள். ஆனால் அப்பொழுது எங்களுடைய கவனமெல்லாம் உன் உடல்நலத்தின் மீதுதான் இருந்தது'' என்று சொல்லிவிட்டு மறுபடியும் வீட்டு வேலையைப் பார்க்கத் தொடங்கினாள். ஆயா என்றுமே இதுபோல் குரலை உயர்த்திப் பேசி அறியாத சந்தியா திகைத்துப் போய்விட்டாள்.

கடைசியில் சந்தியா துணிந்து கேட்டுவிட்டாள். ''ஆயா... மாதவனாவாது உன்னிடம் எப்பொழுதாவது...''

''சொல்லவில்லை. குறைந்தபட்சம் மது யார் என்று சந்தேகம் ஏற்படும்படியாகக்கூட நடந்துகொள்ளவில்லை. அவனை விடு, ஆண்பிள்ளை. ஏன் நீ மட்டும் என்னவாம்? மாதவன் யார் என்று எப்பொழுதாவது ஜாடையாகவாவது என்னிடம் சொல்லியிருக் கிறாயா? சிறுவயதிலிருந்து உன்னைப் பெற்ற தாயைவிட மேலாக வளர்த்து ஆளாக்கியிருக்கிறேன். இந்த உலகத்தில் எல்லாவற்றைக் காட்டிலும் உன் க்ஷேமத்தை மட்டுமே, உன் சுகத்தை மட்டுமே பெரிதாகப் பாவிக்கும் என்னிடம் ஒரு வார்த்தையாவது சொன் னாயா? எத்தனை இரவுகள் பக்கத்தில் படுத்திருக்கும் எனக்கு எங்கே விழிப்பு வந்து விடுமோ என்று அஞ்சி குப்புறப் படுத்தவாறு விசும்பிக் கொண்டிருப்பாய். உன் வேதனை என்னவென்று என்றாவது என்னிடம் சொல்லியிருக்கிறாயா? என்னால் என்ன செய்ய முடியும்? பார்த்துக்கொண்டு சும்மா இருக்கவும் முடியாமல், வயதில் பெரியவளாக இருந்தாலும் தட்டிக் கேட்கவும் முடியாமல் நான் எவ்வளவு வேதனைக்கு ஆளாகியிருப்பேன் என்று உனக்கெப்படித்

தெரியும்? நீ என்னை ஒரு சக மனுஷியாக கவனித்திருந்தால்தானே புரியும்? வேலை வெட்டி செய்துகொண்டு விழுந்து கிடக்கும் ஒரு இயந்திரமாகத்தானே நினைத்தாய்.''

''ஆயா!'' சிலையாக நின்று கொண்டிருந்த சந்தியா கத்தி விட்டாள்.

ஆயா அந்தக் கத்தலைப் பொருட்படுத்தவில்லை. ''நீ மழையில் நனைந்து ஜுரத்தில் படுத்திருந்தபோது புலம்பியதை நானும் வாசுவும் எங்கே கேட்டு விடுவோமோ என்று வேண்டுமென்றே எங்களைத் தொலைவில் வைத்த தோரணை, அல்லும் பகலும் நீ தானே உன்னைக் கவனித்துக்கொண்டதும், அவருடைய நிழலைக் கண்டாலும் நீ வெறுப்பதையும் பார்த்தால் எனக்குச் சந்தேகம் வந்தது. என் சந்தேகத்தை மாதவன் புரிந்துகொண்டாலும் ஒரு வார்த்தை பேசவில்லை. என்னையும் பேசவிடவில்லை.''

சந்தியா மூச்சை அடக்கிக்கொண்டு எல்லாவற்றையும் கேட்டுக் கொண்டிருந்தாள்.

''மது யார் என்று அப்பொழுது எனக்குத் தெரியாவிட்டாலும் அவனுடைய தாய்க்கு மாதவன் வாழ்க்கையில் அவ்வளவாக இடம் இல்லை என்றும், அவனுடைய நினைப்பெல்லாம் உன்மீதுதான் என்றும் புரிந்துகொண்டேன். அதனால் அவனை அலட்சியப் படுத்தாதே என்று உன்னை எச்சரிக்க நினைத்தேன். ஆனால் தைரிய மில்லாமல் போய்விட்டது. ஏன்? நீ எவ்வளவு உரிமையாகப் பழகினாலும், அன்பாகப் பார்த்துக் கொண்டாலும் அவ்வப்பொழுது நீ யஜமானி நான் வேலைக்காரி என்ற உணர்வு உன் பேச்சில், நடத்தையில் வெளிப்பட்டுக் கொண்டே இருக்கும். அதனால்தான் எனக்குத் துணிச்சல் இல்லாமல் போய்விட்டது.''

''ஆயா....''

''என்றாவது ஒருநாள் நீயாகவே அவனைப் புரிந்து கொள்வாய் என்றும், நீங்கள் இருவரும் ஒன்று சேர்ந்துவிட்டால் உங்கள் நிழலில் என் எஞ்சிய வாழ்க்கையைக் கவலையின்றி கழிக்கலாம் என்றும் நினைத்துக்கொண்டிருந்தேன். அது கூட இப்பொழுது நிராசையாகி விட்டது. மது உனக்குப் பிறந்த குழந்தைதான் என்று சிஸ்டர் சொன் னதைக் கேட்டு, தலை சுற்றத் தொடங்கிவிட்டது எனக்கு. ஆனந்தம், ஆச்சரியம் இன்னும் என்னென்னவோ உணர்வுகள் என்னைத் திணற டித்தன. அப்பொழுதே அந்தக் குழந்தை என்னவாயிற்று என்று

ஆஸ்பத்திரிக்குப் போய்ப் பார்த்துவிட்டு வரணும் என்று நினைத்தேன். ஆனால் நேரம் ஏது? அதற்குள் அந்த ராஜாக்கர் ரகளையும், குண்டு வெடிப்புகளும் வந்து சேர்ந்துவிட்டன. வெளியே தலையைக் காட்டவே முடியவில்லை. அதற்குப் பிறகு இங்கே வந்துவிட்டோம்'' என்ற ஆயா சட்டென்று அழுதுகொண்டே இரு கைகளையும் கூப்பிவிட்டு ''சந்தியா! உனக்குக் கோடி கும்பிடு. அதையெல்லாம் திரும்பவும் எனக்கு நினைவுபடுத்தாதே. என்னால் தாங்க முடியாது. எனக்கு சக்தியில்லை'' என்றாள்.

சந்தியா தூக்கத்தில் எழுந்து நடப்பவளைப் போல் தட்டுத்தடுமாறிக் கொண்டு மெதுவாக ஆயாவிடம் வந்தாள். ஆயாவின் கூப்பிய இரு கரங்களையும் பற்றிக்கொண்டாள். ''என்னை மன்னித்துவிடு ஆயா! நான் இப்படி கடினச் சிலையாக ஏன் மாறிப் போனேன் என்று உன்னைத் தவிர வேறு யாருக்குமே தெரியாது. என் வேதனையில் ஆழ்ந்துபோய் எனக்காக ஒரு உயிர் வருத்தப்பட்டுக் கொண்டிருப்பதைப் புரிந்து கொள்ள முடியாமல் போய்விட்டேன். அது என் தவறுதான். என் முட்டாள்தனத்தை மன்னித்துவிடு. என் வேதனையை உன்னுடன் பகிர்ந்து கொள்ளாததற்குக் காரணம் நீ வேற்று மனுஷி என்ற எண்ணமோ, வேலைக்காரி என்ற நினைப்போ இல்லை. ஏற்கனவே என்னுடைய பிரச்னையாலும், எங்கள் இருவரின் பாரத்தாலும் உன்னை ரொம்பவும் கஷ்டப் படுத்திக் கொண்டிருக்கிறோம். நானும், வாசுவும் உனக்குக் கால் கட்டாக இல்லாமல் இருந்தால் நீ எங்கேயாவது நிம்மதியாக இருந் திருப்பாய். பெற்ற தாயை எனக்குத் தெரியாது. ஒருக்கால் இருந்திருந் தாலும் நீ காட்டிய அன்பைவிட அதிகமாக அவள் அன்பு காட்டி யிருக்க மாட்டாள். எனக்காக இவ்வளவு செய்து வரும் உனக்கு என்னால் எதுவுமே செய்ய முடியவில்லையே என்ற வருத்தம்தான். அதைவிட வேறு காரணம் எதுவும் இல்லை. என்னை நம்பு.''

''சந்தியா!'' ஆயா சட்டென்று சந்தியாவை அருகில் இழுத்து அணைத்துக் கொண்டாள். ''இந்தக் கிழவியின் வார்த்தைகளைப் பொருட்படுத்த வேண்டாம். நான்தான் தவறாகப் புரிந்துகொண்டு விட்டேன். என் மேல் ஆணை. நீ அதையெல்லாம் மனதில் வைத்துக் கொள்ளக் கூடாது. இந்த நிமிஷத்திலிருந்து நடந்ததை எல்லாம் மறந்து விடுவோம். இத்தனை நாளாக நடைப் பிணங்களாக வாழ்ந்து வந்தோம். அதெல்லாம் இன்றோடு ஒழியட்டும்.''

''ஆமாம். என்னால்கூட அதைத் தாங்கிக்கொள்ள முடியாது.'' விசும்பலுக்கிடையே பதிலளித்தாள் சந்தியா. ஆயாவின் மார்பில்

முகத்தைப் புதைத்துக் கொண்டிருந்த சந்தியாவின் மூடியிருந்த கண்களுக்கு முன்னால் ராஜாக்கர் ரகளையின் போது நடந்த காட்சிகள் வேகமாக சுழலத் தொடங்கின.

அன்றிரவு கத்தல்கள், கூச்சல்கள், கதவுகளை உடைக்கும் சத்தம், துப்பாக்கி குண்டுகளின் சத்தம், தந்தை எழுந்து துப்பாக்கியை எடுத்துக் கொண்டு அவர்களை எதிர்க்க முயன்றது...

''ஓரடி முன்னோக்கி வைத்தாலும் ஒழிந்து விடுவீர்கள்'' என்று தந்தை உறுமியது, அந்த உறுமல் முடியும் முன்பே திடீரென்று வீலென்ற அலறல்! அந்த அலறல் யாருடையது என்று தெரிந்துகொள்ள முடியாதபடி எழும்பிய புகை மண்டலம், மார்பில் அடிபட்ட இடத்தை இரு கைகளாலும் பிடித்துக்கொண்டு பந்தாய் சுருண்டு விழுந்து கிடந்த தந்தை. அவள் பார்த்துக் கொண்டிருந்த பொழுதே அவருடைய கண்கள் மூடிக்கொண்டு விட்டன.

அவள் வீலென்று கத்தப் போனபொழுது ஆயா சட்டென்று அவள் வாயைப் பொத்தி ஒரு பக்கமாக இழுத்துக் கொண்டு போனது... அவள் வாயை அழுத்தமாக மூடிக்கொண்டு பொங்கி வந்த அழுகையை அடக்கிக்கொள்ளப் பாடுபட்டது.. அதற்குள் அறைக்குள் தாமு ஓட்டமாக ஓடிவந்து ஆயாவிடம் ''குழந்தைகளை அழைத்துக் கொண்டு தோட்டத்திற்கு ஓடிப்போ.

நான் அவர்கள் அந்தப் பக்கமாக வராமல் பார்த்துக்கொள்கிறேன்'' என்று மின்னலாய்த் திரும்பி ஓட்டமெடுத்தது... அவளும் வாசுவும் உயிரைக் கையில் பிடித்துக்கொண்டு ஆயாவுடன் தோட்டத்திற்கு ஓடியது, கடைசியில் மதில் சுவரில் ஏறி அந்தப் பக்கமாகக் குதிக்கப் போனபொழுது பதற்றத்தில் வாசுவின் பிடி நழுவி கீழே விழுந்தது, எழுந்துகொள்ள முயன்றபோது வலி தாங்க முடியாமல் அம்மா என்று கத்தியது, ஆயாவும் அவளும் அவன் வாயைப் பொத்திவிட்டு இரு கைகளாலும் பிடித்துக் கொண்டு, அவன் வலியால் துடிக்கத் துடிக்க இழுத்துக்கொண்டே மறைவாக ஒளிந்துகொண்டது...

அதற்குள் ஆயாவுக்குத் தெரிந்த சேவகன் ஒருவன் வந்து அவர்களை அடையாளம் புரிந்துகொண்டு, அரும்பாடுபட்டு உயிரையும் பொருட்படுத்தாமல் அவர்களைக் கொண்டு போய் பாதுகாப்பான இடத்தில் தங்க வைத்தது..

மறுநாள் அவனே திரும்பவும் வந்து தாமு இறந்து விட்டான் என்று சொன்னது, ஆயா ஹோவென்று கதறியழுதது, அவள் உடனே

ஆயாவை சமாதானப்படுத்தியது...இன்னும் என்னென்னவோ காட்சிகள்...

சந்தியா தலையைச் சிலிர்த்துக்கொண்டே ''வேண்டாம் வேண்டாம். என்னால் தாங்கிக் கொள்ள முடியாது. எனக்குப் பைத்தியம் பிடித்துவிடும் போலிருக்கு'' என்றாள் தேம்பிக் கொண்டே.

ரொம்ப நாட்களுக்குப் பிறகு அதுபோல் வந்து தன்னைக் கட்டிக்கொண்ட சந்தியாவைப் பார்த்ததுமே ஆயாவின் மனதிலிருந்த அமைதியின்மை மாயமாகிக் கண்களில் ஆனந்தக் கண்ணீர் தளும்பியது.

சந்தியாவுக்கு மது தன் மகன் என்று தெரிந்ததுமே மாதவனை வேற்று மனிதனாக நினைக்க முடியவில்லை. அவன் ஏன் இதையெல்லாம் அவளிடம் சொல்லவில்லை? அவள் அதற்கு இடம் தரவில்லையா? அவ்வளவு வேதனையை ஊமையாகத் தான் ஒருவனே அனுபவித்து வர வேண்டிய காரணம் என்ன?

இவ்வளவு நாளாக மது யார் என்று தன்னிடம் சொல்லாத மாதவனிடம் அவளுக்குக் கோபம்கூட வந்தது. சூரிய கிரணம் பட்டதுமே பனிக்கட்டி உருகிப் போய் இயற்கையின் அழகு தெளிவாகத் தெரியத் தொடங்கியதுபோல் மாதவன்பால் துவேஷம் மறைந்ததுமே அவனுடைய நல்ல குணங்கள் அவளுக்கு நன்றாகப் புரியத் தொடங்கின.

ஒரு முறை நன்றாக யோசித்துப் பார்த்த பொழுது அவன் பண்ணிய ஒவ்வொரு காரியத்திற்கும் பின்னால் இருந்த அர்த்தமும், பேசிய ஒவ்வொரு சொல்லுக்கும் பின்னால் இருந்த வேதனையும், வலுக்கட்டாயமாக வரவழைத்துக்கொண்ட பொறுமை எல்லாமும் விளங்கின.

மாறிய மனதை அவனுக்குப் புரியும்படியாகச் சொல்லத் துடித்தாள். மாதவனின் வரவுக்காகக் காத்திருக்கத் தொடங்கினாள்.

28

சிஸ்டர் இருந்த இரண்டு வாரங்களும் வேகமாகக் கழிந்து விட்டன. மதுவையும் சந்தியாவையும் விட்டுவிட்டுப் போவதற்கு சிஸ்டருக்கு மனம் வரவில்லை. மாதவன் வந்ததும் தனக்குத் தெரியப்படுத்தச் சொன்னாள். மாதவனிடம் சில விஷயங்களைக் கேட்க நினைத்திருப்பதாகச் சொன்னாள். இனி ஒவ்வொரு கோடையிலும் இங்கே வந்து சில நாட்கள் தங்கிவிட்டுப் போகும் படி ஆயா மறுபடியும் மறுபடியும் சொன்னாள். மாதவனும் சந்தியாவும் சேர்ந்து வரவேற்றால் கட்டாயம் வருவதாகப் புன்முறுவலுடன் சொல்லிவிட்டு விடைபெற்றுக்கொண்டாள் சிஸ்டர்.

சிஸ்டர் கிளம்பிப் போய்ப் பத்து நாட்களாகிவிட்டது. மாதவன் இருக்கும் இடம் தெரியவில்லை. ஏதோ சாக்கில் கோபாலனைக் கம்பெனிக்கு அனுப்பி விசாரித்தாள் சந்தியா. எவ்வளவு முயன்றும் ஒரு தகவலும் தெரியவில்லை.

அவன் டூரில் இருக்கிறான் என்றும், தற்சமயம் எந்த ஊரில் இருக்கிறான் என்று திட்டவட்டமாகச் சொல்ல முடியாது என்றும் சொல்லி விட்டார்கள். நாட்கள் செல்லச் செல்ல சந்தியாவின் கவலை அதிகரித்து விட்டது.

போகும் முன் அவன் சொன்னது நினைவிற்கு வந்தது. "ரொம்ப தொலைவுக்குப் போகிறேன். மது ஜாக்கிரதை" என்று. ஆனால் எவ்வளவு தூரம்? இன்னும் எவ்வளவு நாட்களுக்கு அந்தப் பயணம்? அவனுக்காகத் துடிக்கும் மனதுடன் காத்திருந்தாலும்

உள்ளூர ஏதோ சங்கடம். தான் இத்தனை நாட்களாகக் காட்டிய அலட்சியத்தை அவன் அவ்வளவு சுலபமாக மன்னிப்பானா? எந்தக் காரணத்தினால் தான் அப்படி நடந்து கொண்டாள் என்று அவனிடம் விளக்கமாகச் சொல்ல வேண்டும். அவன் முன்னால் நேருக்கு நேராக நின்று தன்னால் பேசத்தான் முடியுமா?

அன்று மாலையில் சந்தியா மதுவின் சட்டைக்கு பட்டன் தைத்துக் கொண்டிருந்தபோது வெளியே கார் ஹாரன் சத்தம் கேட்டது. சந்தியா திடுக்கிட்டாள். கார் உள்ளே வந்து நின்ற சத்தம்கூடக் கேட்டது. அறையில் உட்கார்ந்து விளையாடிக் கொண்டிருந்த மது எழுந்து ''அப்பா வந்துவிட்டார்... அப்பா வந்துவிட்டார்'' என்று வெளியே ஓடினான். சந்தியா தானும் உடனே எழுந்து வெளியே போக முயன்று, அதற்குள் திரும்பவும் உட்கார்ந்து தைக்கப்போனாள். ஆனால் அவள் கவனம் தையலில் இருக்கவில்லை. ஊசி விரலைப் பதம் பார்த்துவிட்டது. உடம்பிலிருந்த ரத்தமெல்லாம் பொங்கி முகத்தில் குப்பென்று பாய்ந்தாற்போல் இருந்தது. ஒலிக்கப் போகும் காலடிச் சத்தத்திற்காக இதயம் படபடக்கக் காத்திருந்தாள்.

அதற்குள் ஆயா உள்ளே எட்டிப் பார்த்துவிட்டு ''நீ இங்கே இருக்கிறாயா? யாரோ வந்திருக்கிறார்கள். உன்னைப் பார்த்துப் பேச வேண்டுமாம்'' என்றாள்.

சந்தியா நிமிர்ந்து நின்றாள். கையிலிருந்த சட்டை நழுவி விழுந்தது. ''என்னிடமா?'' என்றாள் ஆச்சரியத்தோடு. அப்படி என்றால் வந்தது மாதவன் இல்லையா?

அப்பப்பா... ஏமாற்றம் இவ்வளவு கொடுமையாக இருக்கும் என்று அவளுக்கு இதுநாள் வரை தெரியாது.

''உன்னிடம்தான். இந்த வீட்டில் சந்தியா யார் என்று கேட்கிறார்கள். கம்பெனியிலிருந்து வந்திருக்காங்களாம்.''

சந்தியாவின் இதயத்தில் பொங்கிக் கொண்டிருந்த சூடான ரத்தம் மெல்ல மெல்லக் குளிர்ந்து போயிற்று. ஆயா சொன்னது புரியாத வளாக எழுந்து வெளியே வந்தாள்.

சந்தியா வந்ததுமே அங்கே நின்று கொண்டிருந்த மூன்று பேரும் ஒரே சமயத்தில் வணங்கினார்கள். சந்தியாவும் பதில் வணக்கம் தெரிவித்தாள்.

அவர்களில் ஒருவர் முன்னுக்கு வந்து ''என் பெயர் சுந்தரம். நான் உங்கள் கம்பெனியின் லீகல் அட்வைசர்'' என்றார்.

சந்தியாவுக்கு அவர் சொன்னது எதுவுமே புரியவில்லை. கண்கள் விரியப் பார்த்துக் கொண்டிருந்தாள்.

"இவர்கள் இருவரும் உங்களுடைய பார்ட்னர்கள்." மற்ற இரு வரையும் அறிமுகப்படுத்தினார்.

"உட்காருங்கள்" என்றாள்.

"நீங்களும் உட்காருங்கள்" என்றார் சுந்தரம்.

சந்தியா உட்காரவில்லை. நாற்காலிக்குப் பின்னால் நின்று கொண்டாள். மூவரும் உட்கார்ந்து கொண்டார்கள். ஒருத்தர் திரைச் சீலையையும், சுவற்றில் மாட்டியிருந்த படங்களையும் பார்த்துக் கொண்டிருந்தார்.

இன்னொருத்தரின் பார்வை தரையை நோக்கியிருந்தது. சுந்தரம் மூக்குக் கண்ணாடியைக் கழற்றிக் கையில் வைத்துக் கொண்டு, கைக்குட்டையால் கண்களைத் துடைத்துக்கொண்டே "உங்களிடம் எப்படிச் சொல்வது என்று தெரியவில்லை" என்றார்.

"என்ன விஷயம்?" சந்தியா கேட்டாள்.

மூவரும் ஒருவர் முகத்தை இன்னொருவர் பார்த்துக் கொண்டார்கள்.

"சொல்லுங்கள்" என்றாள் சந்தியா. அவர்கள் தோரணையைப் பார்த்தால் ஏதோ சொல்லத் தயங்குவதுபோல் இருந்தது.

"சமீபத்தில் கல்கத்தாவுக்கு அருகில் நிகழ்ந்த ரயில் விபத்தைப் பற்றிப் பேப்பரில் படித்தீங்களா?"

சந்தியா இல்லை என்று தலையசைத்தாள். ஆனாலும் அதற்கும் இவர்கள் வருகைக்கும் என்ன சம்பந்தம் என்று புரியாமல் பயத்தாலும் சந்தேகத்தாலும் நடுங்கினாள்.

"அதில் நிறையப் பேருக்குக் காயம் ஏற்பட்டது. அதில் பலர் இறந்து விட்டார்கள். சமீபத்தில் அவ்வளவு பெரிய ரயில் விபத்து இதற்கு முன்னால் நேர்ந்ததேயில்லை."

சந்தியாவின் கைகள் நாற்காலியை அழுத்திப் பிடித்துக் கொண்டன.

"மாதவன் அதே ரயிலில்தான் இருந்திருக்கிறார். இதோ.. அந்த ரயிலில் வருவதாகத் தெரிவித்து, ஸ்டேஷனுக்குக் கார் அனுப்பச் சொல்லி அவர் கொடுத்திருக்கும் டெலிகிராமைப் பாருங்கள்."

சுந்தரம் ஜேபியிலிருந்து டெலிகிராமை எடுத்துத் தந்தார். எவ்வளவு பேரின் கைகளில் பட்டிருக்குமோ அது. கசங்கிக் கிழியத் தயாராக இருந்தது.

நடுங்கும் கரங்களுடன் அதை வாங்கிப் பார்த்தாள். எழுத்துக்கள் சரியாகத் தெரியவில்லை. செவிகளில் சமுத்திரத்தின் பேரிரைச்சல் கேட்டுக் கொண்டிருந்தது. அது இன்னும் பெரிதாகி மேலும் மேலும் அவளை நெருங்கி வந்து கொண்டிருந்தது.

"நாங்கள் உடனே அங்கே போய், கல்கத்தாவில் அவர் தங்கியிருந்த ஹோட்டலில் விசாரித்தோம். ஹோட்டல் டாக்ஸிக்காரன் தானே சுயமாக அவரை ஸ்டேஷனில் இறக்கிவிட்டு வந்ததாகச் சொன்னான்."

"அப்படி என்றால்?" சந்தியாவின் இதழ்கள் அதிர்ந்தன.

"விபத்தில் காயமடைந்தவர்களைச் சேர்த்திருந்த ஆஸ்பத்திரியில் தேடிப் பார்த்தோம். கடைசியில் முகம் சிதைந்து போய் இரண்டு கால்களும் உடைந்திருந்த ஒரு பிணத்தின் ஜேபியில் இவைகள் கிடைத்தன."

இன்னொரு ஜேபியில் இருந்து பர்சையும் சிறிய டைரியையும், ஒரு சாவிக் கொத்தையும் எடுத்து நடுவில் இருந்த மேஜைமீது வைத்தார்.

"என்ன இது? என்ன சொல்றீங்க நீங்க?" அதுவரை உள்ளே கதவிற்கருகில் நின்றபடி இதையெல்லாம் கேட்டுக் கொண்டிருந்த ஆயா பதற்றத்துடன் முன்வந்து கேட்டாள்.

"எங்களால் கூட நம்ப முடியவில்லை. ஆனால் இவற்றைப் பார்த்தபிறகு..." சுந்தரம் மென்று விழுங்கினார்.

ஆயா விசும்பிக்கொண்டே "சந்தியா!" என்று அவளை நோக்கிப் போகத் திரும்பினாள். அதற்குள் சுவரைப் பிடித்துக் கொண்டே தட்டுத் தடுமாறியபடி உள்ளே போய்க்கொண்டிருந்தாள் சந்தியா.

"நீங்கள் தைரியமாக இருக்கணும்." பின்னாலிருந்து சுந்தரம் சொல்லிக் கொண்டிருந்தார். அரும்பாடுபட்டு அறை வாசலைத் தாண்டிய சந்தியா அதற்கு மேல் சக்தியில்லாதவளாகத் துவண்டு விழுந்து விட்டாள்.

29

எவ்வளவு துரதிர்ஷ்டம்! எவ்வளவோ நாட்களாக ஒவ்வொரு நிமிஷமும் கண்ணுக்கு முன்னால் சுற்றி வந்து கொண்டிருந்த ஆளைக் கண்ணெடுத்தும் பார்க்கவில்லை. அவன் இல்லை என்று தெரிந்ததும் மனம் முழுவதும் அவன் உருவமே நிரம்பியிருந்தது. தான் செய்த பாவம்தான் என்ன? இந்த அடியி லிருந்து மீள முடியும் என்ற நம்பிக்கை அவளுக்கு இருக்கவில்லை. எவ்வளவு அபாக்கியவதி அவள்! அவனை முற்றிலும் இழப்பதற்கு முன் அவனைப் புரிந்துகொண்டிருக்கிறாள். எஞ்சிய வாழ்க்கையை அவன் நினைவுகளுடன் கழிக்கச் சொல்லி கடவுள் தண்டனை வழங்கி யிருக்கிறார் போலும். சந்தியாவுக்கு உட்கார்ந்து கொண்டாலும், நின்று கொண்டாலும், வீட்டில் எங்கே போனாலும் அவனுடைய உருவமே கண் முன்னால் தென்பட்டுக் கொண்டிருந்தது.

அன்று கடைசிநாள் மதுவைத் தன்னிடம் ஒப்படைத்ததும், அவனே கொண்டு வந்து தன் அறையில் படுக்க வைத்ததும் திரும்பத் திரும்ப நினைவுக்கு வந்து கொண்டிருந்தன.

எல்லாவற்றிலும் வேடிக்கை என்னவென்றால் மாதவன் தன் மரணத்தை முன் கூட்டியே அறிந்து கொண்டிருந்தாற்போல் உயில் எழுதி வைத்திருந்தான். அதில் அவன் சொத்துக்கெல்லாம் வாரிசான மதுவுக்கு சந்தியாவை கார்டியனாக நியமித்திருந்தான். வாசுவின் படிப்பிற்காகக் கொஞ்சம் தனியாக ஒதுக்கி யிருந்தான்.

தனக்குப் பிற்பாடு வாசு மதுவைத் தன் சொந்தத் தம்பியைப் போல் பார்த்துக் கொள்ள வேண்டும்

என்றும், மது வளர்ந்து பெரியவனான பிறகு எந்த விஷயத்திலும் தான் இல்லாத குறை ஏற் படாமல் தந்தையைப் போல் பார்த்துக் கொள்ள வேண்டும் என்றும், ராமகோபாலனின் ஆஸ்பத்திரிக்குத் தன் பெயரில் நன்கொடை தர வேண்டும் என்றும் குறிப்பிட்டிருந்தான். தான் உயிரோடு இருக்கும் வரை மதுவின் நலனைக் கவனித்துக் கொள்ள வேண்டுமென்று ஆயாவைக் கேட்டுக் கொண்டிருந்தான். அதற்குப் பிரதிபலனாக ஆயாவிற்கு உணவிற்கும் உடைக்குமாகக் கொஞ்சம் பணம் ஏற்பாடு செய்திருந்தான்.

விஷயம் தெரிந்ததும் வாசு வந்துவிட்டான். மதுவைக் கட்டிக் கொண்டு ஒரே அழுகை. படிப்பை நிறுத்தி விடுவதாகப் பிடிவாதம் பிடித்தான். அக்கா தம்பி இருவரும் வாதம் புரிந்தார்கள். கடைசியில் சலிப்படைந்த சந்தியா "மதுவுக்கு ஒன்றும் ஆகாது. நானும், ஆயாவுந்தான் இருக்கிறோமே?" என்றாள் கோபத்துடன்.

வாசு எரிந்துவிழுந்தான். "இதுவரையில் பார்த்துக் கொண்டதை நான் பார்க்கவில்லையா? நீ மதுவைத் தொடுவதற்குக் கூட நான் அனுமதிக்க மாட்டேன். உயிரோடு இருந்த வரையில் அவரிடம் இதமாக ஒரு வார்த்தை பேசியிருக்கிறாயா? உன் வளர்ப்பில் மதுவை விட்டால் அவருடைய ஆன்மாவுக்கு அமைதியிருக்காது."

சந்தியாவுக்கு அழுகையுடன் சிரிப்பும் வந்தது. "போதுமா வாசு? என்னைக் கொல்வதற்கு உனக்கு வேறு வார்த்தைகள் கிடைக்க வில்லையா?" என்றாள்.

"நீ நன்றாகப் படிக்க வேண்டும் என்பதுதான் அவருடைய எண்ணம்" என்று சந்தியா மேலும் மேலும் வற்புறுத்திச் சொன்ன தால் வாசு அரை மனதுடன் பள்ளிக்குச் செல்ல சம்மதித்தான். போகும் முன் ஆயாவிடம் மதுவைப் பற்றி ஆயிரம் முறை எச்சரித்து விட்டுப் போனான்.

சந்தியா தனக்காகக் கட்டப்பட்டிருந்த வீட்டை அரசாங்க ஆஸ்பத்திரிக்குக் கொடுத்துவிட்டாள். ஆயாவுக்கு உடல்நலம் குன்றி விட்டது. இரவில் கண்பார்வை சரியாகத் தெரியவில்லை.

"இன்னும் நான் உயிரோடு ஏன் இருக்கிறேன்? இன்னும் என்னவெல்லாம் பார்க்கணுமோ? எத்தனை நாட்களுக்கு இந்த வேதனை?" என்று அடிக்கடி புலம்பத் தொடங்கினாள். சந்தியா ஒருத்திக்குத்தான் அழுகை வரவில்லை. ஆயா, வாசு மாதவனுக்காக வருத்தப்படுகிறார்கள் என்றால் அவர்களுக்கு அந்த அதிகாரம் இருக்கிறது. அவர்களுக்கிடையே நெருக்கம் இருந்தது. தனக்கென்ன இருக்கிறது? அவன் இல்லாததற்கு வருத்தப்படவோ, கண்ணீர்

வடிக்கவோ என்ன உரிமை இருக்கிறது? சந்தியா மனதளவில் ரொம்பவும் தளர்ந்து போய்க் கொண்டிருந்தாள்.

அன்றிரவு...

மது உறங்கிவிட்டான். ஆயாவும் படுத்துக் கொண்டு விட்டாள்.

மழைக்காலம்..... குளிர் அதிகமாக இருந்ததால் சீக்கிரமாகவே ஊர் அடங்கிவிட்டது. சந்தியா புத்தகம் ஒன்றை மடியில் பிரித்து வைத்துக் கொண்டு, இரு கைகளாலும் முகவாயைப் பிடித்துக் கொண்டு சூனியத்தைப் பார்த்தபடி உட்கார்ந்திருந்தாள்.

சில இரவுகளாகக் கண்கள் உறக்கத்தை மறந்துவிட்டிருந்தன. மணிக்கணக்காக அவ்வாறு சூனியத்தைப் பார்த்தபடி உட்கார்ந்து கொண்டிருந்தாள். சூனியத்தைத் தவிர தனக்கு எஞ்சியிருப்பது வேறு இல்லை என்று தோன்றியது. பல இரவுகள் இதுபோல் கழிந்து விட்டன. இந்த வீட்டிலேயே அவள் வாழ்க்கை கழிந்து விடும் என்பதில் சந்தேகம் இல்லை.

மது வளர்ந்து பெரியவனாவான். அதற்குள் வாசு குழந்தை களுக்குத் தந்தையாகக் கூட ஆகிவிடுவான். அவர்களுக்கு நடுவில் அமைதியில்லாத மனதுடன், குமுறும் இதயத்துடன், சீக்கிரத்திலேயே வயோதிகமடைந்து வாழ்க்கையை ஓட்ட வேண்டியிருக்கும். அது தான் அவளுடைய எதிர்காலம். இதைவிட வேறென்ன இருக்கப் போகிறது அவளுக்கு?

இவ்வாறு பலவிதமான யோசனைகளுடன் சந்தியா இருளை வெறித்துப் பார்த்துக் கொண்டிருந்த போது வாசலில் கார் ஓசையைக் கேட்டுத் திடுக்கிட்டாள். காதுகளைத் தீட்டிக் கொண்டாள். சந்தேக மில்லை. அவள் பிரமைப்படவில்லை. உண்மையிலேயே கார் ஓசைதான் கேட்டுக்கொண்டிருந்தது. சந்தியா எழுந்து "கோபால்!" என்று குரல் கொடுத்துக் கொண்டே வராண்டாவிற்கு வருவதற்குள் கார் வீட்டின் முன்னால் வந்து நின்றது.

லாயர் சுந்தரத்தின் கார் அது. இந்த நள்ளிரவு வேளையில் அவருக்கு இங்கே என்ன வேலை? ஏதோ தீயதை எடைப் போட்ட சந்தியா "கோபால்!" என்று இன்னொரு முறை இரைந்து கூப்பிடப் போனாள். வாய் திறந்து கொண்டதே தவிர குரல் வெளியே வர வில்லை. காரிலிருந்து இறங்கிக் கொண்டிருந்தது லாயர் சுந்தரம் இல்லை.. யாரோ..

அந்த இடத்தில் இருள் அடர்த்தியாக இருந்ததால் வந்த உருவம் தெளிவாகப் புலப்படவில்லை. மங்கலான நிலா வெளிச்சத்தில்

காரை விட்டிறங்கிய அந்த நபர் டிரைவரிடம் ஏதோ சொல்லிவிட்டு, மெதுவாகத் தலை குனிந்தபடி படியேறி மேலே வந்து கொண்டிருப்பது தென்பட்டது.

நிலா வெளிச்சம் அவன் மேல் பட்டதுமே மெல்ல அந்த உருவம் யாரென்று புலப்பட்டது. சந்தியாவின் உடல் நடுங்கத் தொடங்கி விட்டது. யோசனையில் ஆழ்ந்தபடி படியேறி மேலே வந்து கொண்டிருந்த அவன், வீலென்ற அலறலைக் கேட்டதும் திடுக்கிட்டு நிமிர்ந்து பார்த்தான். வராண்டாவில் தூணுக்குப் பக்கத்தில் நின்று கொண்டிருந்த சந்தியாவைப் பார்த்ததுமே சட்டென்று நின்று ''சந்தியா!'' என்றான் தன்னையறியாமலேயே அவன்.

''நீங்கள்... நீங்கள்...'' தான் பார்த்துக் கொண்டிருப்பது கனவா நினைவா என்று புரியாமல் அவள் திணறினாள்.

''சந்தியா... நான்தான் மாதவன். பயப்படவில்லையே நீ?'' வலிய வரவழைத்துக்கொண்ட முறுவலுடன் பேசிய அவன் வார்த்தைகள் முடியக்கூட இல்லை. அதற்குள் சந்தியா சுழற் காற்றாய் ஓடிவந்து அவனைக் கட்டிக் கொண்டே ''நீங்கதானா... உண்மையிலேயே நீங்கள்தானா?'' என்று அழத் தொடங்கி விட்டாள்.

''சந்தியா...'' ஏதோ சொல்ல முயன்ற அவன் குரல் வெளிவர வில்லை. கைகள் தன்னையும் அறியாமல் சந்தியாவின் தோள் களைப் பற்றி அருகில் இழுத்துக்கொண்டன.

''உண்மையிலேயே நீங்கள்தான் என்று சொல்லுங்கள்.'' சந்தியா அழுதுகொண்டே அவனை மேலும் நெருங்கினாள்.

''உண்மைதான் சந்தியா.. நான் இறந்து போகவில்லை.'' அவளை மார்போடு அழுத்திக் கொண்டே சொன்னான். அந்த நிமிடத்தில், அந்த சந்திப்பிற்காகச் சந்தியாவுக்காகத் தானும், தனக்காக சந்தியா வும் பல யுகங்களாகக் காத்திருந்து திடீரென்று சந்தித்துக்கொண்ட உணர்வு தோன்றியது. கார் ஹாரன் சத்தம், அதைத் தொடர்ந்து சந்தியாவின் அலறல்... அரைகுறைத் தூக்கத்தில் இருந்த ஆயாவும் கோபாலும் எழுந்து வந்தார்கள்.

இருவரும் வெளியே வந்தபோது வராண்டாவின் படியிறக்கத்தில் நின்று மாதவன் சந்தியாவின் தோள்களைப் பற்றி உலுக்கியபடி வெறிப் பிடித்தவனைப் போல் ''சந்தியா... சந்தியா'' என்று சொல்லிக் கொண்டிருந்தான். அதற்குள் சலனம் ஒடுங்கி விட்டாற்போல் சந்தியாவின் உடல் அல்லிக்கொடியாகத் துவண்டு அவன் கைகளில் சரிந்துவிட்டது.

30

சந்தியாவுக்கு விழிப்பு வந்தபோது பக்கத்தில் ஆயாவைத் தவிர வேறு யாருமே இல்லை.

"ஆயா..." என்றவள் தயக்கத்துடன் நிறுத்தினாள். சற்று முன்னால் நிகழ்ந்தது உண்மைதானா என்ற சந்தேகம் அவளுக்கு ஏற்பட்டது.

ஆயாவின் கண்கள் தொலைவில் நாற்காலியில் உட்கார்ந்திருந்த மாதவன் பக்கம் திரும்பின. மாதவன் எழுந்து சந்தியாவிடம் வந்தான்.

ஆயா ஏதோ வேலை இருந்தாற்போல் மெதுவாக அங்கிருந்து வெளியேறிவிட்டாள்.

மாதவன் இமைக்காமல் சந்தியாவையே பார்த்துக் கொண்டிருந்தான். சந்தியாவின் கண்கள் குளமாகிக் கொண்டிருந்தன. ஏதோ சொல்லத் துடித்துக் கொண்டிருப்பது போல் அவள் இதழ்கள் லேசாக அதிர்ந்துகொண்டிருந்தன. இருட்டில் தடுமாறிக் கொண்டிருந்தாற்போல் சூனியத்தை நோக்கிக் கைகளை நீட்டினாள் அவள்.

மாதவன் எதையும் கவனிக்காதவன்போல் அப்படியே நின்றான். அவன் முகத்தில் எந்த உணர்வுகளும் இல்லை. எதையோ தேடினாற் போல் சூனியத்தில் நெளிந்த சந்தியாவின் கைகள் அவன் கண்களில் தென்பட்ட வெறுமையைப் பார்த்துவிட்டு, மெல்ல மெல்லக் கீழே தாழ்ந்து போர்வையின் விளிம்பை அழுத்தமாகப் பிடித்துக் கொண்டன.

திடீரென்று அவன் "பயப்படாதே. நிலைமை என்னை நிர்பந்தப்படுத்தியதால் வீட்டுக்குத் திரும்பி வரும்படி ஆகி விட்டது. இரண்டு நாட்களுக்கு மேல்

நான் இருக்க மாட்டேன். இதுதான் நான் இந்த வீட்டிற்குக் கடைசியாக வருவது'' என்றான்.

சந்தியாவின் கண்ணீர் நிரம்பிய கண்கள் அகல விரிந்தன. அடுத்த நிமிஷம் புரண்டு தலையணையில் முகம் புதைத்து அழத் தொடங்கினாள். இதயத்தைப் பிழியும்படியாக வெளிவந்த அந்த துக்கத்தைப் பார்த்தபிறகுகூட அவன் மனம் இளகவில்லை. கொஞ்ச நேரம் அப்படியே பார்த்துக் கொண்டிருந்துவிட்டு பிறகு மெதுவாக அங்கிருந்து வெளியே சென்றுவிட்டான்.

முதல் முறையாக சந்தியா அதுபோல் ஓடிவந்து தன்னைக் கட்டிக் கொண்டபோது தன் ரகசியம் வெளிப்பட்டு விட்டதென்றும், மது யார் என்று சந்தியா புரிந்து கொண்டிருக்கிறாள் என்றும் நினைத்தான். அந்த சந்தோஷத்தில் அருகில் வந்த சந்தியாவை மனப்பூர்வமாக ஏற்றுக் கொண்டாற்போல் அழுத்தமாக மார்போடு அணைத்துக் கொண்டான். நினைவு தப்பி விட்ட சந்தியாவைத் தூக்கிக்கொண்டு வந்து கட்டிலில் படுக்க வைத்ததுமே, பரபரப்புடன் தன் அறைக்கு வந்து பழங்காலத்து இரும்புப் பெட்டியின் உள் அறையை இழுத்துப் பார்த்தான். பார்த்தவன் தூக்கிவாரிப்போட அப்படியே நின்று விட்டான்.

தான் போகும்போது எப்படி வைத்து விட்டுப் போனானோ அப்படியேதான் அது இருந்தது. அவற்றை யாரும் தொடவும் இல்லை என்று தெரிந்தது.

போகும் பொழுது கடைசி நாளன்று இரவில் அவன் உட்கார்ந்து முதலிலிருந்து கடைசி வரைக்கும் சந்தியா தன் வாழ்க்கையில் எப்படி நுழைந்தாள், எந்த விதமாகப் பிணைந்து விட்டாள் என்றும் சிக்கலாகிவிட்ட தம் இருவரின் வாழ்க்கையை அவனால் எப்படி ஒன்று சேர்க்க முடியவில்லை என்றும் விவரமாகக் கதையைப் போல் எழுதி வைத்திருந்த கடிதம் வைத்தது வைத்தாற்போலவே இருந்தது.

மாதவன் மனதில் ஏற்பட்ட சந்தோஷம் அந்த நிமிஷத்திலேயே ஆவியாகிவிட்டது. இறந்துவிட்டான் என்று எண்ணியிருந்த நபர், திடீரென்று கண் முன்னால் தோன்றியதால் தற்காலிகமாக ஏற்பட்ட மகிழ்ச்சி அது. அதைத் தவிர வேறு ஒன்றும் இல்லை.

இல்லாததை ஊகித்துக்கொண்டு, நடக்காததற்கு ஆசைப்பட்டு, பிறகு வருத்தப்படுவானேன்? உண்மையை தைரியமாக ஏற்றுக் கொள்வதே மேல்.

அதனால்தான் கொஞ்ச நேரத்திற்கு முன்னால் சந்தியா அது போல் கையை நீட்டியபோது அவன் அதைப் பற்றிக்கொள்ள வில்லை.

மாதவனைப் பார்த்ததுமே ஆயாவுக்கு என்றுமில்லாத தெம்பு வந்துவிட்டது. உடனடியாகத் திரும்பவும் சமையல் செய்து அவன் குளிப்பதற்கு வெந்நீர் போட்டாள்.

சந்தியா ஒருவாறு அழுகையை அடக்கிக் கொண்டு எழுந்து வந்து வேலையில் உதவி செய்ய முயன்றபோது, வேண்டாம் என்று தடுத்து விட்டாள் ஆயா.

சாப்பிட்டுக் கொண்டே மாதவன் ஏதேதோ சொல்லிக் கொண் டிருந்தான். சமையலறைக் கதவிற்கு அந்தப் பக்கமாக நின்று கொண்டிருந்த சந்தியாவுக்கு எல்லா வார்த்தைகளும் காதில் விழ வில்லை. ரயில் விபத்து... அதற்கு முன்னால் யாரோ டைரி பர்ஸை பிக்பாக்கெட் அடித்தது, உடனே ரயில் விபத்து நிகழ்ந்தது... ஏதோ கோர்வையில்லாமல் விழுந்து கொண்டிருந்தன. ஆயா துருவித் துருவிக் கேட்டுக் கொண்டிருந்த கேள்விகளுக்கெல்லாம் அவன் சுருக்க மாகப் பதில் சொல்லிக் கொண்டிருந்தான்.

சாப்பிட்டு முடித்ததும் கைகளைக் கழுவிக்கொண்டே ஆயாவைப் பார்த்துச் சொன்னான்.

"ஆயா... இரண்டு நாள்தான் இருப்பேன். இந்த இரண்டு நாட் களும் உன் கைமணத்தைக் காட்டிவிடு, பார்க்கலாம். இந்த முறை போனால் இப்போதைக்குத் திரும்பி வரமாட்டேன்" என்றான்.

சந்தியாவின் இதயத்தை யாரோ கசக்கிப் பிழிந்தாற் போலிருந்தது. ஆயா பதில் பேசவில்லை. அவன் டவலால் கையைத் துடைத்துக் கொண்டே வெளியே வந்தபோது சந்தியா பாக்கை எடுத்துக் கொண்டு போய்க் கொடுத்தாள். அவன் முகம் இருட்டில் இருந்ததால் அதில் எந்த உணர்ச்சி இருந்தது என்று சந்தியாவுக்குத் தெரியவில்லை.

"மதுவைத் தூக்கிக்கொண்டு போய் அவருடைய அறையில் படுக்க வைக்கட்டுமா? நீ அழைத்துப் போகிறாயா?" கட்டில் மீது உட்காரப் போன ஆயா கேட்டாள்.

"நீயே அழைத்துப் போய்ப் படுக்க வை" வேகமாக வந்தது சந்தியாவின் பதில்.

ஆயா சந்தியாவின் பக்கம் பொருள்பொதியப் பார்த்துவிட்டு எழுந்துகொள்ளப் போனாள்.

"இருக்கட்டும். நீ படுத்துக்கொள்." ஆயாவைத் தடுத்துவிட்டு மதுவைத் தூக்கித் தோளில் போட்டுக் கொண்டாள்.

சந்தியா உள்ளே நுழையும்போது மாதவன் மேஜையின் முன்னால் உட்கார்ந்து லாந்தர் வெளிச்சத்தில் ஏதோ காகிதங்களைக் கூர்ந்து பார்த்துக் கொண்டிருந்தான்.

சந்தியா உள்ளே வருவதைப் பார்த்ததும் சட்டென்று அவற்றை மடித்து வைத்துவிட்டு ஜன்னலுக்கருகில் போய் நின்று கொண்டான்.

கொஞ்ச நாளாகக் கற்பனையிலேயே அவனை ஊகித்துப் பார்த்துப் பார்த்து சோர்ந்து போய்விட்டிருந்த சந்தியாவுக்கு உயிரோடு எதிரே தென்பட்ட அவன் உருவத்தைப் பார்க்கப் பார்க்கத் தெவிட்டாததாக இருந்தது. அவனிடம் என்னென்னவோ கேட்க வேண்டும் போலிருந்தது. ஆனால் அந்த கம்பீரத்தையும், பட்டும் படாமலும் அவன் இருந்ததையும் பார்த்ததும் தயக்கம் ஏற்பட்டு அவளைத் தொலைவிலேயே நிறுத்தி வைத்துவிட்டன.

மதுவைப் படுக்கவைத்துவிட்டு, வேண்டுமென்றே போர்வையைச் சரி செய்துகொண்டு நேரத்தைக் கடத்தினாள். அவன் ஏதாவது பேசுவான் என்று எதிர்பார்த்தாள். ஆனால் ஏமாற்றம்தான் ஏற்பட்டது. அவன் திரும்பியும் பார்க்கவில்லை. கையிலிருந்த காகிதத்தைக் கிழித்து கசக்கி ஜன்னல் வழியாக விட்டெறிந்து கொண்டிருந்தான்.

''உங்களுக்கு இன்னும் ஏதாவது தேவையா?'' உயிரைக் கையில் பிடித்துக் கொண்டு கேட்டுவிட்டாள் அவள்.

''ஊஹூம்.'' கச்சிதமாக சட்டென்று வந்தது பதில். அவன் வேறு நினைப்பில் இருந்து கவனிக்கவில்லையோ, அல்லது களைப்பாக இருந்ததால் புரிந்துகொள்ளவில்லையோ. கொஞ்சமாவது கவனம் செலுத்தியிருந்தால் சந்தியா கேட்ட தோரணையில் இருந்த அக்கறையைக் கட்டாயம் உணர்ந்திருப்பான்.

சந்தியா போவதற்காகத் திரும்பினாள். அவன் தோரணைக்கு ஏமாற்றமடைந்து விட்ட மனம் அவளை வலுக்கட்டாயமாகக் கழுத்தைப் பிடித்து வெளியே தள்ளியது.

புதுமையான உணர்வுகளை அடக்கிக் கொள்வதற்கு அவளுக்குச் சக்தியில்லாமல் போய்விட்டது. அது வெளிப்பட்டு விடாமல் சலனமின்றி நடந்துகொள்ள வேண்டுமென்றால், எவ்வளவு முயன்றாலும் சாத்தியப்படவில்லை. அதுவும் அவன் இரண்டு நாட்களுக்கு மேல் இருக்க மாட்டேன் என்றதும், திரும்பி வரமாட்டேன் என்றதும் இன்னும் பயமுறுத்திக் கொண்டிருந்தன.

''சந்தியா...'' திடீரென்று பின்னாலிருந்து குரல் கேட்டது. தலைப்பைப் பிடித்து இழுத்து நிறுத்தினாற்போல் அப்படியே

நின்றுவிட்டாள். மார்பு வேகமாகப் படபடத்தது. எவ்வளவு முயன்றாலும் பின்னால் திரும்ப முடியவில்லை அவளால்.

மாதவன் சொல்லிக் கொண்டிருந்தான். ''சந்தியா! நோயால் சோர்ந்து போயிருந்த நபர் வீட்டிற்குத் திரும்பி வந்ததுமே எவ்வளவு ஓய்வு தரவேண்டுமோ அவ்வளவு தந்து விட்டாய். இதை நான் எதிர்பார்க்கவில்லை. இந்த ஜென்மத்தில் மறக்க மாட்டேன். இந்த ஒரு வேளையாவது என் மீது இருக்கும் துவேஷத்தை மறந்துபோய் உதார குணத்துடன் நடந்து கொண்டதற்கு நன்றியைத் தெரிவித்துக் கொள்ளாமல் இருக்க முடியவில்லை.''

சந்தியா திரும்பிப் பார்த்தாள்.

அவன் அவளையே பார்த்துக் கொண்டிருந்தான். அந்த முகத்தில்தான் எவ்வளவு சலனமற்றத்தன்மை? உதாரகுணத்தை அவள் காட்டிவிட்டாளாம். அவனால் நன்றியைத் தெரிவித்துக் கொள்ளாமல் இருக்க முடியவில்லையாம். இந்தப் புகழ் வார்த்தைகளெல்லாம் யாருக்கு வேண்டும்? யார் கேட்டார்கள் இதை?

குளிர்ந்த கையால் மென்மையாகத் தொடுவான் என்று எண்ணியிருந்த நபர் திடீரென்று கைநீட்டிக் கன்னத்தில் அடித்தால் எப்படி இருக்கும்? சந்தியாவின் முகத்தில்கூட அதே உணர்வுதான் பிரதி பலித்தது.

''தாங்க்ஸ் சந்தியா'' என்றான்.

அடியுண்ட நாகம் போல் சந்தியாவுக்கு ரோஷம் பொத்துக் கொண்டு வந்தது. கையை நீட்டி விரலைக் காட்டிக்கொண்டே ''இதுக்கு...இதுக்கு கடவுள்கூட மன்னிக்க மாட்டார்'' என்றாள்.

சந்தியாவிடம் திடீரென்று தோன்றிய இந்த மாறுதலைப் பார்த்து வியப்படைந்துவிட்ட அவன் ''நான் என்ன செய்தேன்?'' என்று கேட்டான் தன்னையறியாமல்.

''என்ன செய்தீங்கன்னுகூடத் தெரியாதா? மதுவைப் பற்றி என்னிடம் ஏன் சொல்லவில்லை? சொல்லத் தேவையில்லைன்னு நினைத்தீங்களா? அல்லது தெரிந்து கொள்ளும் அருகதைதான் எனக்கு இல்லைன்னு முடிவு செய்தீங்களா?''

விக்கித்துப் போய்விட்டான் மாதவன்.

''சிஸ்டர் வரவில்லை என்றால் என்றாவது இந்த ரகசியம் வெளிப்பட்டிருக்குமா? நான் எவ்வளவு துர்பாக்கிய நிலையில் இருக்கிறேன் என்று எனக்குத் தெரிந்திருக்காது.''

''சிஸ்டரா? எந்த சிஸ்டர்?'' அவன் கை ஜன்னல் கதவைப் பலமாகப் பிடித்துக் கொண்டது.

''எத்தனை சிஸ்டர்களை தெரியும் உங்களுக்கு? மதுவை வளர்த்து ஆளாக்கிய சிஸ்டர்... நீங்கள் நன்றிக்கடன் பட்ட சிஸ்டர்...''

''சந்தியா...'' மாதவன் உரத்தக் குரலில் கத்தினான். சந்தியாவின் இதயத்தில் பொங்கிய துக்கம், கோபம், ரோஷம் எல்லாம் போட்டி போட்டுக் கொண்டு அவள் முகத்தில் பிரதிபலித்தன. ஒரு நிமிடம் அறையில் பயங்கரமான நிசப்தம் நிலவியது. மாதவன் கண்ணிமைக் காமல் அப்படியே அவளைப் பார்த்துக் கொண்டிருந்தான்.

சந்தியாவுக்கு அழுகை பொங்கிக்கொண்டு வந்தது. நிற்கவும் திராணியற்றவள்போல் கட்டிலில் சரிந்தாள். ''சொல்லுங்கள். ஏன் பதில் சொல்ல மாட்டேங்கிறீங்க? இந்த துர்பாக்கிய நிலையில் ஏன் என்னை வைத்தீங்க? வேடிக்கை பார்ப்பதற்காகவா? பெற்ற தாயே குழந்தைக்கு ஆயாவாக இருக்கிறாள் என்று தெரிந்ததும் சிஸ்டர் நம்பமுடியாமல் பார்த்தபோது....'' எத்தனையோ நாட்களாக இதயத்தில் குடிகொண்டிருந்த துக்கம் கண்ணீராக வெளிப்பட்டதும் சந்தியா அதற்குமேல் பேச முடியாமல் கைகளில் முகத்தைப் பொத்திக் கொண்டாள். மாதவன் சிலையைப் போல் அப்படியே நின்றிருந்தான்.

விசும்பலுக்கிடையே தெளிவற்றக் குரலில் அவள் சொன்னாள். ''தொடக்கத்திலிருந்தே ஏன் இதுபோல் என்னைச் சித்திரவதைப் பண்றீங்க? நான் என்ன தவறு செய்துவிட்டேன்? இப்படிப் பழி வாங்குவானேன்? நான் ஏற்கனவே வேதனையால் மனமொடிந்து போய் இருந்தபோது, உங்களை எப்பொழுது பார்ப்பேனோ. இதெல்லாம் உண்மை என்று உங்கள் வாயால் கேட்பேனோன்னு நிமிஷத்தைக் கணக்கிட்டுக்கொண்டே இருந்தபோதுதான் லாயர் சுந்தரம் வந்து...'' தொண்டை அடைத்துக் கொண்டு அவளது வார்த்தைகளை விழுங்கி விட்டது.

மாதவன் தூக்கத்தில் நடப்பவன்போல் சந்தியாவிடம் வந்தான். ''சந்தியா... ஒரு வார்த்தை கேட்கிறேன். பதில் சொல்லு. மது யார் என்று தெரிந்த பிறகு அவன் மேல் உனக்கு வெறுப்பு ஏற்பட வில்லையே? தயங்காமல் உன் மனதில் இருப்பதைச் சொல்லு.'' அவன் கேட்ட தோரணையைப் பார்த்தால் சந்தியாவின் வாயிலிருந்து வரப்போகும் பதிலில்தான் அவனுடைய எதிர்காலம் இருப்பதுபோல் தோன்றியது.

சந்தியா பதில் சொல்லவில்லை. அழுகையைக் கட்டுப்படுத்தப் பெரும் முயற்சி செய்து கொண்டிருந்தாள்.

"சொல்லு."

"என்ன சொல்வது? எப்படிச் சொல்வது?" விசும்பலுக்கிடையே சொன்னாள்.

"வெறுப்பு இல்லை என்பதற்கு இல்லை என்று ஒரு வார்த்தை சொல்லு போதும்."

புடவைத் தலைப்பால் கண்களைத் துடைத்துக்கொண்டே இல்லை என்பது போல் தலையைக் குறுக்கே அசைத்தாள்.

மூச்சை அடக்கியபடி காத்திருந்த மாதவன் நிம்மதியாக மூச்சை விட்டுக் கொண்டான். "இது போதும் சந்தியா எனக்கு. இதைவிட நான் எதையும் கேட்கப் போவதில்லை. இவ்வளவு நாட்கள் காத்திருந்ததற்கு இந்தப் பரிசு போதும். இனி நான் என்னவானாலும், எங்கே இருந்தாலும் எனக்குக் கவலையில்லை" என்றான். "என் விருப்பம் நிறைவேறிவிட்டது. எனக்கு வேண்டப்பட்ட நீங்கள் இருவரும் ஒன்றாகிவிட்டீர்கள். உங்களிருவருக்கும் நடுவில் அப சுரமாக இருக்காமல் தொலைவுக்குப் போவதற்கு இந்த நிம்மதி போதும்" தனக்குள் பேசிக் கொள்வது போல் சொல்லிக் கொண்டே திரும்பினான்.

"உங்களுடைய எண்ணம் எனக்குப் புரிந்துவிட்டது. இத்தனை நாட்களாக நான் உங்களிடம் அலட்சியமாக நடந்துகொண்டதற்கு, என்னுடைய முட்டாள்தனத்திற்குப் பழி வாங்கணும் என்று..."

"பழி வாங்குவதா? உன்னையா?" மாதவன் வியப்புடன் அவளை நோக்கித் திரும்பினான். ஈரமாக, ரோஷத்துடன் பளபளக்கும் அந்த விழிகளைப் பார்த்ததும் அவனுக்குத் திடீரென்று ஏதோ நினைவுக்கு வந்தது.

"இன்னொரு கேள்விக்குப் பதில் சொல்லு.

சற்று முன் நான் வந்ததும் அவ்வளவு உரிமையுடன் நடந்துகொண்டாயே? அது நான் உயிரோடு திரும்பி வந்தேன் என்ற நிம்மதியா அல்லது..." பாதியில் நிறுத்திவிட்டான்.

அதுவரையிலும் நிமிர்ந்து அவனையே பார்த்துக் கொண்டிருந்த சந்தியாவின் கன்னங்கள் சிவந்தன. பதில் சொல்ல முடியாதவள்போல் தலை குனிந்தாள்.

''இந்த ஒரு கேள்விக்கு மட்டும் பதில் சொல்லு. இனி உன்னைத் தொந்தரவு செய்ய மாட்டேன்.''

சந்தியா பதில் சொல்லவில்லை.

''சொல்ல முடியவில்லையா? அல்லது சொல்வதற்கு பதிலே இல்லையா?

சந்தியாவின் வாயிலிருந்து அதற்கும் பதில் வரவில்லை.

அவன் கண்களில் பிரகாசம் மெல்லக் குன்றியது. தலை குனிந்த படி உட்கார்ந்திருந்த சந்தியாவைக் கூர்ந்து பார்த்துக்கொண்டே ''ஒருக்கால் பதில் எதுவும் இல்லை என்று நினைக்கிறேன். அப்படித் தான் இருக்க வேண்டும்'' என்றான். கடைசியில் சந்தேகத்தைத் தீர்த்துக் கொள்வது போல் ''ஒரு முறை நிமிர்ந்து என்னைப் பார் சந்தியா.

உன் வாயால் சொல்ல முடியாத பதிலை உன் கண்கள் சொல்லும்'' என்றான்.

சந்தியா நிமிர்ந்து பார்க்கவில்லை.

''இதோ பாரு சந்தியா....நீ வாய் திறந்து ஒரு வார்த்தை சொல்லாவிட்டாலும் உன் கண்கள் மூலமாகப் பலதடவை உன் மனதில் இருப்பதைப் படித்தறிந்து கொண்டுவிட்டேன். அவை ஒரு நாளும் என்னை ஏமாற்றாது.''

சந்தியாவின் தலை மேலும் புதைந்துவிட்டது.

''நிமிர்ந்து என்னைப் பார் சந்தியா. இந்தக் கடைசித் தருணத்தில் சந்தேகங்களுக்கோ, வேண்டாத எண்ணங்களுக்கோ இடம் கொடுக்கக் கூடாது. ஒரு முறை என்னைப் பார்க்க மாட்டாயா?'' பொறுமையற்ற குரலில் வற்புறுத்தினான்.

சந்தியா எப்படியோ முகத்தை உயர்த்தி அருகாமையில் நின்றி ருந்த அவன் பக்கம் பார்த்தாள். மாதவன் தீட்சண்யமாக, எதையோ தேடுபவன்போல் அவளது கண்களைப் பார்த்தான். பயமும், அபிமானமும், சந்தோஷமும் இன்னும் பற்பல உணர்வுகளும் கலந் திருந்த அந்தப் பார்வை மெல்ல மெல்ல அவனை வசப்படுத்திக் கொண்டு விட்டது.

''சந்தியா...'' தெளிவற்றக் குரலில் அவன் தடுமாறினான். ''என்ன இது? நான் காண்பது கனவு இல்லையே?'' என்றான்.

இல்லை என்பதுபோல் பார்த்தாள் சந்தியா. காந்தமாகத் தன்னைக் கவர்ந்துகொண்டிருந்த அந்த தீனமான கண்களையே பார்த்தபடி ரொம்ப நேரம் அப்படியே நின்றிருந்தான்.

பிறகு நிற்கச் சக்தியில்லாதவனைப் போல் மெல்ல சந்தியாவின் முன்னால் மண்டியிட்டு அப்படியே சரிந்தான்.

தன்னையே தான் நம்ப முடியாத அளவிற்கு ஆச்சரியமும், கலவரமும் அவனை அலைக்கழித்துக் கொண்டிருப்பது அவன் முகத்தில் நன்றாகத் தெரிந்தது. அதை உணர்ந்து சந்தியா சட்டென்று இரு கைகளையும் நீட்டி அவன் கைகளைத் தன் கைகளில் எடுத்துக் கொண்டாள்.

அந்த நேரத்தில் அவனுக்குத் தைரியத்தை அளிப்பதும், அவனிடம் உரிமையை எடுத்துக் கொள்வதும் ரொம்ப அவசியமாகப் பட்டது அவளுக்கு. எங்கே கொஞ்சம் வெட்கப்பட்டாலும், தயங்கினாலும் அவன் தன்னை விட்டு நழுவி விட நேர்ந்து விடுமோ என்று அஞ்சினாள். அதற்குப் பிறகு அவன் சாசுவதமாகத் தொலைவிற்குப் போய் விடுவான். அந்த பயம்தான் அவளிடமிருந்த வெட்கத்தையும், தயக்கத்தையும் கொஞ்சநேரம் பின்னுக்குத் தள்ளி விட்டது.

''சந்தியா!'' அவன் இதழ்கள் தெளிவற்று உச்சரித்தன. இன்னும் இதையெல்லாம் நம்ப முடியாதவனாகப் பார்த்துக் கொண்டிருந்த அவன் கண்களில் ஆசையும், ஏமாற்றமும் ஒளியும் நிழலும் போல் போட்டியிட்டுக் கொண்டிருந்தன.

கடைசியில் ஆசை வென்றது. நிழல் மறைந்துவிட்டது. மாதவன் சட்டென்று சந்தியாவின் இடுப்பைச் சுற்றிக் கைகளைப் போட்டுக் கொண்டு அவள் மடியில் முகத்தைப் புதைத்துக் கொண்டான். கொஞ்ச நேரம் வரை அவன் எதுவும் பேசவில்லை.

சந்தியாவுக்கு என்ன செய்வதென்று புரியவில்லை. சில நாட்களாகத் தீராத வேதனைக்கு ஆளாகிவிட்டிருந்த இரண்டு இதயங்கள் ஒன்று சேர்ந்துவிட்ட தருணம் அது.

சந்தியாவுக்கு இதுவரை நள்ளிரவு நிசப்தமானது இவ்வளவு அழகாக இருக்கும் என்றோ, அந்த நிசப்தத்தில் இன்னொரு மனிதனின் நெருக்கம் இவ்வளவு மதுரமாக இருக்கும் என்றோ தெரியாது.

ஓரிருமுறை ஏதோ சொல்ல வேண்டுமென்று நினைத்துத் தோல்வியடைந்தான் அவன். அவனை எழுந்துகொள்ளச் சொல்ல நினைத்தாலும், அவன் நகர்ந்தால் அழகான இந்தக் கனவு எங்கே கலைந்து விடுமோ என்ற பயத்தில் அந்த முயற்சியைக் கைவிட்டாள் அவள். தன் மடியில் தலை வைத்துப் படுத்திருந்த அவனைப் பார்க்கும் போது தாய்மைக்குரிய அன்புடன் அவள் இதயம் இளகிவிட்டது.

கடைசியில் எப்படியோ அவன் சொல்லத் தொடங்கினான்.

''சந்தியா! என்மேல் வெறுப்போ, துவேஷமோ இருந்தால் இப்பொழுதே முகத்திற்கு நேராகச் சொல்லிவிடு. இனியும் என்னால் சகித்துக் கொள்ள முடியாது. கடினமான உன் முகத்தைப்

பார்த்துப்பார்த்து நான் சலித்துப் போய்விட்டேன். என் பொறுமையை ரொம்பவும் சோதித்துவிட்டாய். மது யார் என்று ஏன் சொல்ல வில்லை என்று குற்றம் சாட்டினாய். அவனைப் பற்றி உன்னிடம் சொல்லிவிட வேண்டும் என்று எவ்வளவு தவித்தேனோ, எத்தனை முறை முயற்சி செய்தேனோ அது உனக்கெப்படித் தெரியும்?

ஒருக்கால் சொன்னால் அவனையும் என் காரணமாக நீ வெறுக்கக் கூடும் என்று பயந்தேன். ஒரு நேரத்தில் அவன் மூலமாக உன்னை அடையணும் என்று நான் எதிர்பார்த்தது உண்மைதான். ஆனால் நாளடைவில் நீயே அவனை என்னிடமிருந்து பிடுங்கிக் கொண்டு விட்டாய். மது என் மகனாக இருந்தும் கூட என்மீது இருக்கும் துவேஷத்தையும் மீறி உன் மனதில் இடம் பெற்றுவிட்டான். சில சமயம் நீங்கள் இருவரும் சேர்ந்து சந்தோஷமாக இருக்கும் போது பார்த்தால் எனக்குப் பைத்தியம் பிடித்துவிடுமோ என்று பயந்தேன்.

சற்றுமுன் என்ன அபகாரம் செய்தேன் என்றும், ஏன் இப்படித் தொடக்கத்திலிருந்தே சித்திரவதைச் செய்யறீங்க என்றும் கேட்டாய் இல்லையா? அபகாரம் செய்தது நீ இல்லை, நான்தான். அதை உணர்ந்துகொண்டு சரி செய்ய வேண்டும் என்று முயன்று எந்த வழியும் கிடைக்காமல் சித்திரவதை அனுபவித்தது நான்தான். என் காரணமாக உன் வாழ்க்கை சிதைந்து போய்விட்டதென்று தெரிந்த அன்று எவ்வளவு வேதனைப்பட்டேனோ உனக்குத் தெரியாது.

பாதாளத்திற்கு இறங்கிவிட்ட சூழ்நிலையிலிருந்து உன்னைப் பிடித்துத் தூக்கி என் இதயத்தில் சிம்மாசனத்தில் அமரச் செய்ய வேண்டுமென்று எவ்வளவு தவித்தேனோ, பொறுமையாக எவ்வளவு முயற்சி செய்தேனோ அந்தக் கடவுளுக்குத்தான் தெரியும். எந்த வசதிகளும் இல்லாத இந்தப் பட்டிக்காட்டில் அஞ்ஞாதமாக நீ வாழ்ந்து வருவதற்கு நான்தான் காரணம் என்ற குற்ற உணர்வு சதா என்னைத் தகித்துக் கொண்டிருந்தது.

சாப்பிட உட்கார்ந்தால், நீ வயிறு நிரம்ப சாப்பிட்டாயோ இல்லையோ என்ற சந்தேகம் வரும். இரவில் மெத்தென்ற படுக்கையில் சாய்ந்ததும் உனக்குச் சரியான போர்வையாவது இருக்கிறதோ இல்லையோ என்று சந்தேகம் வரும். உடனே எழுந்து வந்து உன்னைப் பார்க்க வேண்டும் போல் தோன்றும். ஒவ்வொரு நிமிடமும் உன் நினைவுகள் என்னைத் துரத்திக் கொண்டே இருந்தன.

உன் வாழ்க்கையை சீரமைப்பது எப்படி? என்ன செய்தால் உனக்குச் சந்தோஷமாக இருக்கும்? வாசுவுக்கு நான் செய்யும்

உதவியை வேறு வழியில்லாமல் நீ ஏற்றுக் கொள்கிறாய் என்று எனக்குத் தெரியும். உன்னைச் சந்தோஷமாக வைத்துக்கொள்ளும் முயற்சியில் மேலும் உனக்கு வேதனை தருகிறேன் என்று தெரிந்தும் என்னால் அதைத் தவிர்க்க முடிய வில்லை. வாசுவுக்கு நான் செய்யும் உதவியில் உன் பிரமேயம் இல்லை யென்று தெரிவிப்பதற்குப் பல முறை முயற்சி செய்தேன். ஆனால் சுருங்கிய உன் நெற்றியைப் பார்த்ததும் நான் சொல்ல நினைத்தது நாக்கின் நுனியில் நின்று விடும். வாசு மட்டும் இல்லையென்றால் என்னை உன் வாழ்க்கையில் அனுமதித்து இருக்க மாட்டாய் என்பது நிச்சயம்.''

''என்னை மன்னித்து விடுங்கள்.'' குரல் தழுதழுக்கச் சொன்னாள் சந்தியா.

மாதவன் எதையும் காதில் வாங்கும் நிலையில் இல்லை. மேலும் சொல்லிக் கொண்டே போனான். ''என் தனித்தன்மையை நீ உணரும் படி செய்ய வேண்டும் என்றும், நீ ஊகித்துக்கொள்ளும் நபர் நான் இல்லையென்றும் நிரூபிப்பதற்குப் பொறுமையாக, விடாமல் முயற்சி செய்தேன்.

ஆனால் பலன்தான் இருக்கவில்லை. இனி உன்னை அடையவே முடியாது என்று நினைத்தேன். தோல்வி என்றால் என்னவென்றே அறிந்திராத என் மனம் வலுக்கட்டாயமாகவாவது உன்னை அடிமைப்படுத்திக் கொள்ளச் சொல்லித் தூண்டத் தொடங்கியது. கடைசியில் என் மீதே எனக்கு நம்பிக்கை போய் விட்டதால் பயந்துபோய், உனக்குத் தொலைவாக இருப்பதற்காக பிசிநெஸ் டூர் என்ற பெயரில் வெளியூர்களுக்குப் போக ஆரம்பித்தேன். கம்பெனி சார்பில் ஜெர்மனிக்குப் போகும் வாய்ப்பு கிடைத்தது.

எப்படியாவது ஜெர்மனிக்குப் போய் அங்கேயே தங்கி விட வேண்டும் என்று முடிவு செய்தேன். நினைத்த அளவுக்கு சீக்கிரமாக விசா கிடைக்கவில்லை. அதற்குள் இந்த சுற்று வட்டாரத் திற்குள் இருப்பதற்குப் பிடிக்காமல் கல்கத்தா டூர் வைத்துக் கொண்டேன். அங்கே இருக்கும் போதுதான் விசா கிடைத்து விட்டதாகக் கம்பெனியிலிருந்து கடிதம் வந்தது, உடனே கிளம்பி விட்டேன்.

ரயில்வே பிளாட்பாரத்தில் சுற்றிக் கொண்டிருந்தபோது எவனோ பிக்பாக்கெட் அடித்துவிட்டான். என் டைரியும் டிக்கெட்டும் அதிலேயே இருந்தன. வேறு டிக்கெட் வாங்கவும் நேரம் இருக்கவில்லை. ரயில் புறப்பட்டுக் கொண்டிருந்தது. உடனே ஏறிவிட்டேன். தூக்கத்தில் இருந்த போது பெரிய சத்தம் கேட்டது.

விழித்துக்கொண்டு எழுந்துகொள்ள நினைக்கும் போதே மேலே கனமாக ஏதோ விழுந்ததால் அப்படியே விழுந்துவிட்டேன். நினைவு திரும்பும் போது ஆஸ்பத்திரியில் இருந்தேன். ஜெயிலில் என்கூட இருந்த ஒருவர் அங்கே சீஃப் டாக்டராக இருந்தார்.

அவர் தனியாக சிரத்தை எடுத்துக் கொண்டு கவனித்ததால் சீக்கிரமாகத் தேறிக்கொண்டேன். "உன் வீட்டு மனிதர்களின் முகவரி கொடு. உன்னைப் பற்றிய தகவலை தெரிவிக்கிறேன்" என்று அவர் சொன்னபோது நான் லாயர் சுந்தரத்தின் முகவரியைக் கொடுத்தேன். அவர் அதைப் பார்த்துவிட்டு "அடடா... இவர் இரண்டு நாட்களுக்கு முன்னர்தான் வந்துவிட்டுப் போனார்.

அவர் லீகல் அட்வைசராக இருந்த கம்பெனி முதலாளிகூட இந்த விபத்தில் சிக்கிக்கொண்டு இறந்துவிட்டார். பிணத்தை அடையாளம் கண்டுபிடிக்க முடியாமல் ரொம்பத் திண்டாடி விட்டோம்" என்றார் அவர். நான் திடுக்கிட்டேன். உடனே சிரித்தும் விட்டேன். அதற்குள் யாரோ வந்ததால் டாக்டர் வெளியே போய் விட்டார். என் யோசனைகள் வேறு விதமாகத் திரும்பின. நான் விரும்பியதும் இதுதான்.

மரணம் என்னைத் தொட்டு விட்டு மறுபடியும் வாழ்க்கையுடன் பிணைத்துவிட்டது. திடீரென்று நான் இறந்த செய்தியைக் கேட்டு நீங்கள் எல்லோரும் எப்படி வருத்தப் படுவீர்களோ என்று நினைத்துப் பார்த்தேன். கடைசியில் இப்படியே அஞ்ஞாதவாசத்தில் இருப்பது என்று முடிவு செய்துவிட்டேன்.

டாக்டர் டெலிகிராம் ஃபாரத்துடன் திரும்பி வந்தார். நானே அனுப்புவதாகச் சொல்லி வாங்கிக் கொண்டேன். நான் அதை அனுப்பவே இல்லை என்றும், கிழித்துப் போட்டு விட்டேன் என்றும் அவருக்குத் தெரியாது. என்னைப் பற்றி மேலும் விசாரித்தார். யாரும் இல்லையென்று சொன்னேன். லாயர் சுந்தர் நண்பர் மட்டும்தான். சில நாட்கள் தங்கி ஓய்வெடுத்துக்கொள்ளும் வாய்ப்பு இருக்குமா என்று தெரிந்து கொள்வதற்காகத்தான் டெலிகிராம் கொடுத்ததாகப் பொய் சொன்னேன்.

டாக்டருக்கு மனைவியில்லை. குழந்தைகள் வளர்ந்து தனியாக இருக்கிறார்கள். காம்பவுண்டரும் நர்சும் தவிர யாருமில்லை என்றும், நான் அங்கே தங்கிக் கொள்வதில் தனக்கு எந்த ஆட்சேபணையும் இல்லையென்றும் சொன்னார். உடல்நலம் கொஞ்சம் தேறும் வரையில் அங்கே இருப்பதாக முடிவு செய்தேன். நினைத்ததைவிடச் சீக்கிரமாகவே தேறிக்கொண்டேன்.

நான் போய் விடப் போகிறேனே என்ற கவலையில் அங்கேயே ஏதாவது வேலையைப் பார்த்துக் கொண்டு தன்னிடமே இருக்கச் சொல்லி டாக்டர் வற்புறுத்தத் தொடங்கினார். எனக்கு விருப்பம் இருக்கவில்லை. எப்படியாவது அங்கிருந்து போய் விட வேண்டும் என்று முடிவு செய்தேன். அங்கேயும் விதி என்னை ஏமாற்றிவிட்டது.

அன்று டாக்டரிடம் ஒரு நோயாளி வந்தான். வயிற்றுவலியால் கத்திக் கொண்டிருந்தான். என்னைப் பார்த்ததும் வலியையும் மறந்துவிட்டு என் கால்களைக் கட்டிக் கொண்டு ''அய்யா... நீங்க உயிரோடு இருக்கும்போதே அங்கே புரளியைக் கிளப்பிவிட்டார்கள்'' என்று வாய்க்கு வந்தபடி உளறிக் கொண்டிருந் தான். அவனைப் பார்த்ததும் திடுக்கிட்டேன்.

அவன் எங்கள் கம்பெனியின் சேல்ஸ் மேனேஜர். அவன் சரியாக வேலை செய்வ தில்லை என்று புகார்கள் வந்தாலும் குழந்தை குட்டி இருப்பவன் என்று வார்னிங் கொடுப்பதோடு நிறுத்திக் கொண்டேன். தற்போது அவனை வேலையிலிருந்து நீக்கிவிட்டார்களாம். வேலை தேடிக் கொண்டு மாமியார் வீட்டுக்கு வந்தானாம். வேலையில்லாதவனை மாமியார் வீட்டில் யாரும் மதிக்கவில்லை. போறாத குறைக்கு வயிற்று வலிவேறு சேர்ந்துகொண்டு விட்டதாம். புலம்பித் தீர்த்துவிட்டான். டாக்டர் இதையெல்லாம் கேட்டுக்கொண்டிருந்தார்.

அவன் யாரென்று எனக்குத் தெரியவே தெரியாது என்று டபாய்த்தேன். ஆனால் அவர் ஜாடைக் காட்டி என்னை மௌனமாக இருக்கச் செய்துவிட்டு அவன் மூலமாக எல்லா விவரங்களையும் தெரிந்து கொண்டார். கையோடு கம்பெனிக்குப் போன் செய்து அவர்கள் வரும் வரையில் என்னைக் கைதியைப் போல் கண்காணித்தார். அன்று இரவு நானே விஷயத்தை முழுவதுமாகச் சொல்லிவிட்டேன்.

எல்லாம் கேட்டுக் கொண்ட பிறகு ''அந்தப் பையனைப் பற்றி நீ அந்தப் பெண்ணிடம் தெரிவிக்காமல் இருப்பது சரியில்லை. குழந்தை பற்றிய விவரம் தெரிந்த பிறகும் அந்தப் பெண் கடினச் சிலையாக இருந்தால் அப்பொழுது நீ இந்த முடிவுக்கு வந்தாலும் அதில் ஒரு நியாயம் இருக்கும்'' என்றார்.

என்னுடைய பார்ட்னர்களும், லாயர் சுந்தரமும் உடனே கிளம்பி வந்தார்கள். டாக்டரிடம் நன்றியைத் தெரிவித்துக் கொண்டார்கள். லாயர் உனக்கு உடனே தகவல் தெரிவிப்பதாகச் சொன்னார்.

நான் தான் வேண்டாமென்று தடுத்தேன். எல்லோருமாகச் சேர்ந்து பட்டி ணத்திற்கு வந்தோம். என்னைப் பார்த்ததும் வாசுவும் முதலில் திகைத்துப் போனான். கம்பெனி சார்பில் ஜெர்மனிக்கு வேறு நபரை அனுப்புவதற்கு ஏற்பாடாகியிருந்தது. நான் வந்து விட்டதால் என்னை அனுப்புவதற்கு மாற்று ஏற்பாடுகள் செய்யப்பட்டன. நேரம் அதிகமில்லை.

இன்னும் சரியாக நான்கு நாட்கள்தான் இருக்கிறது. எப்படியும் தொலைவாகப் போவதால் கடைசி முறையாக உன்னையும் மதுவையும் பார்த்துவிட்டுப் போகலாம் என்று வீட்டிற்கு வந்தேன்.'' மாதவன் மூச்சு எடுத்துக் கொள்வதற்காக சற்று நிறுத்தினான்.

சந்தியாவின் விரல்கள் அவளையும் அறியாமல் அவன் தலையை வருடிக் கொண்டிருந்தன.

''நேற்று நான் வந்ததும் நீ ஓடிவந்து என்னைக் கட்டிக் கொண்டதும் ரகசியம் தெரிந்து போய்விட்டதென்றும், மது யாரென்று உனக்குத் தெரிந்து விட்டதென்றும் நினைத்தேன். நினைவு தப்பிய உன்னைக் கட்டிலில் கிடத்திவிட்டு ஓடிவந்து இரும்புப் பெட்டியைத் திறந்து பார்த்தேன். நான் வைத்திருந்த கடிதம் அப்படியே இருந்தது. என் சந்தோஷம் ஆவியாகி விட்டது.''

''கடிதமா? எங்கேயிருந்தது? நான் பார்க்கவே இல்லையே.'' சந்தியா கம்மிவிட்ட குரலில் சொன்னாள்.

''நான் கிளம்புவதற்கு முதல்நாள் இரவு முழுவதும் உட்கார்ந்து உன் அறிமுகம் என் வாழ்க்கையை எப்படித் தலைகீழாக மாற்றி விட்டது என்று தொடக்கத்திலிருந்து கடைசி வரையிலும் எழுதி வைத்தேன். நான் போன பிறகு இரும்புப்பெட்டியைத் திறந்து பார்ப்பாய் என்று எதிர்பார்த்தேன்.''

''நான் பார்க்கவே இல்லை. நீங்கள் கிளம்பிப் போன பிறகு சிஸ்டரின் வருகையால் என் மனம் கலங்கிவிட்டது. அந்த ரயில் விபத்து என் மூளையை முழுவதுமாகக் கலங்கடித்து விட்டது.''

''சற்று முன் நீ படுத்திருந்த நிலையில் கண்ணீர் நிலையில் கையை நீட்டிய போது அதைப் பற்றிக் கொள்ளாமல் இருப்பதற்காகப் பெரும் முயற்சி செய்ய வேண்டியிருந்தது. என் வருகையால் நீ அடைந்த சந்தோஷம், இறந்து விட்டான் என்று நினைத்தவன் மீண்டும் வந்ததால் ஏற்பட்டது மட்டும்தான். அதைத் தவிர வேறு ஒன்றும் இல்லை என்று நினைத்துவிட்டேன்.

சற்று முன்தான் அந்தக் கடிதத்தைக் கிழித்து தூரப் போட்டு விட்டேன்.''

''மதுவை நான் தூக்கிக் கொண்டு வந்த போது நீங்கள் பார்த்துக் கொண்டிருந்த காகிதங்கள் அவைதானா?''

மாதவன் ஆமாம் என்பது போல் பார்த்தான். இருவருக்கு மிடையே சற்று நேரம் நிசப்தம் நிலவியது.

''ஜோதியிடமும், சுதாவிடமுமான என்னுடைய நடவடிக்கைகளில் உன் சந்தேகங்களை நான் உணராமல் இல்லை.''

சந்தியாவின் முகம் சிவந்தது. சட்டென்று உள்ளங்கையால் அவன் வாயைப் பொத்தினாள். மாதவன் மென்மையாக அவள் கையை விலக்கிவிட்டு கன்னத்தில் பதிய வைத்துக் கொண்டான். ''நீ மறுபடியும் கண்ணில் படுவதற்கு முன்பே சுதாவை நான் கூடப் பிறந்தவளாக நினைக்கத் தொடங்கிவிட்டேன்.

ஜோதியிடம் எனக்கு எப்போதுமே ஆர்வம் இருந்தது இல்லை. ஆனால் இதையெல்லாம் உன்னிடம் எப்படி எடுத்துச் சொல்வது? என் நிழலைப் பார்த்தாலும் வெறுத்துக் கொண்டிருக்கும் உன்னிடம் எப்படிச் சொல்வது?''

சந்தியா இரண்டு கையாலும் அவன் வாயைப் பொத்திவிட்டாள். மாதவன் அந்தக் கைகளை நகர்த்தி அவள் கைகளில் முகத்தைப் புதைத்துக் கொண்டான். அவன் குரல் மென்மையாக ஒலித்தது.

''சந்தியா! எந்த அதிர்ஷ்டதேவதை இன்று நீயாகவே இந்த உரை யாடலைத் தொடங்கும்படி செய்ததோ தெரியாது. நீயாகக் கேட்க வில்லை என்றால் உண்மையிலேயே என் வாயிலிருந்து எந்த உண்மையும் வெளியில் வந்திருக்காது.

நான் ஏதாவது சொல்லப் போய் அது உன்னை மேலும் வேதனையில் ஆழ்த்துமோ என்ற பயம் என்னைத் தடுத்துவிட்டது. இன்னும் இரண்டு மூன்று நாட்களில் இந்த நாட்டை விட்டே போகிறேன். சொல்லு... நான் என்ன செய்யட்டும்?''

இந்த மாதவனையா தான் இழக்க நினைத்தது? இவனையா கூர்மையான பேச்சால் தாக்கிக் காயப்படுத்த வேண்டும் என்று எந்நேரமும் முயற்சி செய்தாள்? அவள் கண்களிலிருந்து வழிந்த கண்ணீர் அவன் தலையில் விழுந்தது. எங்கும் நிசப்தமாக இருந்தது. அப்படி எவ்வளவு நேரம் உட்கார்ந்திருந்தார்களோ அவர்களுக்கே தெரியாது.

"அம்மா.." மது திடீரென்று அழைத்ததும் இருவரும் திடுக்கிட்டார்கள். மது கட்டில் மீது எழுந்து உட்கார்ந்துகொண்டு கண்களைக் கசக்கிக் கொண்டிருந்தான். தூக்கக் கலக்கத்தில் இருந்த அவன் கண்களுக்கு சந்தியாவின் முன்னால் யாரோ ஒரு நபர் முழங்காலிட்டு அமர்ந்திருப்பது தெரிந்தது. "யாரது?" என்றான் வியப்புடன்.

"மது எழுந்துவிட்டான்." மாதவன் நகராமல் இருந்ததைப் பார்த்துவிட்டுக் குரலைத் தாழ்த்திக்கொண்டு அவன் காதில் சொன்னாள் சந்தியா.

"எழுந்துகொள்ளட்டும். எனக்கு இப்படி இருப்பது அமைதியாக இருக்கிறது. என்னை எழுந்துகொள்ளச் சொல்லாதே." அவள் மடியில் மேலும் முகத்தைப் புதைத்துக் கொண்டான் மாதவன்.

"உங்கள் விருப்பம். ஆனால் அவன் கேள்விகளை எதிர்கொள்வது கஷ்டம்."

அதற்குள் அப்பாவை அடையாளம் கண்டுபிடித்துவிட்ட மது "அப்பா!" என்று உரத்தக் குரலில் கத்தினான்.

மாதவனால் எழுந்துகொள்ளாமல் இருக்க முடியவில்லை. எழுந்துகொண்டு சிகரெட்டைப் பற்ற வைத்துக் கொள்ளும் சாக்கில் ஜன்னல் அருகில் சென்றான்.

"அப்பா…" தந்தை தன் குரலைக் கேட்கவில்லை என்றும், தன்னைப் பொருட்படுத்தவில்லை என்றும் நினைத்த மது குரலை மேலும் உயர்த்திக்கொண்டே இரண்டு கைகளையும் நீட்டினான்.

சந்தியா எழுந்து தண்ணீர் குடிப்பதற்காக மேஜையருகில் சென்றாள். மாதவன் சிகரெட்டை வீசிவிட்டு மகன் அருகில் வந்தான்.

"எப்போ வந்தாய் நீ? நான் தூங்கும்போது வந்தாயா?" அப்பா விடம் தாவிக்கொண்டே கேட்டான்.

மாதவன் பேசவில்லை. மது யாரென்று தெரிந்துவிட்ட பிறகு சந்தியாவின் முன்னிலையில் அவனை அணைத்துக்கொள்வது என்னவோ போல் இருந்தது. இது எதுவும் தெரியாத மது ரொம்ப நாட்களுக்குப் பிறகு தந்தையைப் பார்த்ததில் சந்தோஷம் தாங்க முடியாமல் தந்தையின் மடியில் உட்கார்ந்துகொண்டு கழுத்தைக் கட்டிக் கொண்டான்.

"இனி மேல் எப்போதும் என்னை விட்டுப் போக மாட்டாயே?"

"போக மாட்டேன். நீ போய்த் தூங்கு."

அப்படியே போனாலும் உன்னையும் அழைத்துப் போகிறேன். சரிதானே?'' தலையைக் கோதி விட்டுக் கொண்டே சொன்னான்.

''பின்னே சந்தியா?''

''சந்தியாவையும் அழைத்துக் கொண்டு போவோம். சந்தியாவை பெயர் சொல்லிக் கூப்பிடக் கூடாதுன்னு சொன்னேன் இல்லையா?''

மது அப்பாவின் காதருகில் குனிந்து ''அது வந்து அம்மான்னு கூப்பிட்டால் உதைப்பேன் என்று சந்தியா சொன்னாள்'' என்றான்.

''இனி ஒரு நாளும் உன்னை அடிக்க மாட்டாள். அடித்தால் என்னிடம் சொல்லு. நான் சந்தியாவின் காதைத் திருகி விடுகிறேன்.'' மாதவன் சத்தமாகச் சொன்னான்.

மது உடனே சந்தியாவின் பக்கம் பார்த்தான். சந்தியா சிரிப்பை அடக்கிக்கொண்டே உதைப்பேன் என்பது போல் கையை ஓங்கினாள். அதைப் பார்த்ததும் மது சட்டென்று தந்தையின் மார்பில் முகத்தைப் புதைத்துக் கொண்டான். சற்று நேரம் தந்தையுடன் பேசிக் கொண்டே அப்படியே மடியில் படுத்து உறங்கிவிட்டான்.

சந்தியா ஜன்னல் வழியாக வெளியே பார்த்துக் கொண்டிருந்தாள். மாதவன் மதுவை படுக்கையில் சரியாகப் படுக்க வைத்துவிட்டு ஜன்னல் அருகில் வந்தான். சந்தியா பின்னால் திரும்பவில்லை.

இரண்டு நிமிடங்கள் அப்படியே கழிந்தன.

மாதவன் சந்தியாவின் தோள்களில் கையைப் பதித்து மெதுவாகத் தன் பக்கம் திருப்பிக் கொண்டான். ஒரு நிமிடம் அவள் கண்களுக்குள் எதையோ தேடுபவன் போல் ஊடுருவிப் பார்த்தவன் தனக்கு வேண்டிய பதில் கிடைத்துவிட்டாற்போல் திருப்தியாகப் பார்த்தான்.

''சந்தியா... இது உண்மைதானா?''

''நானும் அதே கேள்வியைத்தான் கேட்கிறேன். நீங்களே சொல்லுங்கள். இது உண்மைதானா?''

மாதவன் பதில் சொல்வதுபோல் சந்தியாவின் தலையை மார்போடு சாய்த்துக் கொண்டான்.

அபூர்வமான உணர்வை முதல் முறையாக அனுபவிப்பதுபோல் பரவசத்துடன் கண்களை மூடிக் கொண்டாள் சந்தியா.

''சந்தியா..'' அவன் அழைப்பு இதயத்தின் அடியிலிருந்து வருவது போல், ஆயிரம் புல்லாங்குழல்கள் ஒரே நேரத்தில் ஒலித்ததுபோல்

சந்தியாவுக்குத் தோன்றியது. கண்களை உயர்த்தி அவனைப் பார்த்தாள். ராஜ்ஜியத்தை வெற்றிக் கொண்டுவிட்ட பெருமிதம் அவன் கண்களில் பிரதிபலித்துக் கொண்டிருந்தது.

''மொத்தத்தில் என் மீது வெற்றிக் கொண்டு விட்டீர்கள், அப்படித் தானே.''

''சந்தியா...'' பதற்றத்துடன் சொன்னான் அவன்.

சந்தியா பெருமூச்சு விட்டாள். ''ஆனால் உங்கள் முன்னால் தோற்றுப் போவதில் இவ்வளவு சந்தோஷம், நிம்மதி இருக்கும் என்று நான் கனவிலும் நினைத்திருக்கவில்லை. எனக்கு நிம்மதியைத் தரும் இடம் என் எதிரிலேயே, இவ்வளவு அருகிலேயே இருப்பதைத் தெரிந்துகொள்ளாத முட்டாளாக இருந்திருக்கிறேன்.''

''சந்தியா... அப்படிச் சொல்லாதே. இது நான் உன்னை வெற்றிக் கொண்டதாகவோ, நீ என்னிடம் தோற்றுப் போய்விட்டதாகவோ கிடையவே கிடையாது. வேண்டாத ஒரு சூழ்நிலையில் என்னால் உனக்குத் தீங்கு நேர்ந்துவிட்டது.

அதை உணர்ந்ததும் அதைச் சரி செய்ய வேண்டும் என்ற தவிப்பு என்னை நிலைகொள்ளாமல் செய்து விட்டது. நியாயத்திற்கும், காலத்திற்கும், என் தனித்தன்மைக்கும் நடுவில் நடந்த போராட்டம் இது. கடைசியில் நியாயத்திற்கு வெற்றி கிடைத்துவிட்டது. அவ்வளவுதான்.''

சந்தியாவின் பார்வை தன் கன்னத்தில் இருந்த வடுவின் மீது நிலைத் திருப்பதை, உடனே அவள் முகம் செம்மையேறியதை உணர்ந்து மாதவன் சிரித்தான்.

சுண்டுவிரலால் அந்த வடுவைத் தடவிக்கொண்டே ''நீங்க என்ன தான் மறுத்தாலும் வெற்றியின் பெருமிதம் உங்கள் கண்களில் தெரிந்து கொண்டுதான் இருக்கிறது'' என்றாள் சந்தியா.

மாதவன் சந்தியாவின் கையைப் பற்றிக் கொண்டே ''அது வெற்றியின் பெருமிதம் இல்லை. இப்பொழுதாவது நீ என்னைப் புரிந்துகொண்டு ஏற்றுக் கொண்டாயே என்ற சந்தோஷம். இத்தனை நாட்களுக்குப் பிறகாவது நான் விரும்பியது எனக்குக் கிடைத்து விட்டது என்ற திருப்தி'' என்றான் நயமான குரலில்.

சந்தியாவின் இதழ்களில் குறுநகை மலரப் போனது. அதற்குள் கண்களில் நீர் தளும்பியது.

"சந்தியா..." மாதவன் சட்டென்று அவளை அருகில் இழுத்துக் கொண்டான். ஐந்து நிமிடங்கள் மௌனமாகக் கழிந்துவிட்டன. சந்தியா விசும்பலுக்கிடையே சொன்னாள்.

"இத்தனை வருடங்களுக்குப் பிறகும் கடந்த கால பயங்கரமான நினைவுகள் என்னைத் துரத்திக்கொண்டே இருக்கின்றன. இப்பொழுது கூட இது கனவா அல்லது நினைவா என்ற நம்பிக்கை இன்னும் எனக்கு ஏற்படவே இல்லை.''

"சந்தியா... சந்தியா...." மாதவனின் இதயம் முழுவதும் பொங்கி எழுந்த அன்பு அவன் கைவிரல்களில் பெருக்கெடுத்து ஓடத் தொடங்கி விட்டதோ என்று நினைக்கும் அளவிற்கு சந்தியாவின் கேசங்களில் அலைபாய்ந்தன. அவன் குரல்கூடத் தழுதழுத்தது.

"நடந்ததை எல்லாம் மறந்துவிடு சந்தியா. இன்று முதல் நம் இருவரின் வாழ்க்கையில் புதிய அத்தியாயம் தொடங்கிவிட்டது.

இனிமேல் உன் வாழ்க்கையை என்னிடம் ஒப்படைத்துவிட்டு நிம்மதியாக இரு. சில நாட்களிலேயே ஒளிமயமான எதிர்காலத்தை உருவாக்கித் தந்து கடந்த காலத்து நினைவுகளை மறக்கச் செய்யும் பொறுப்பு என்னுடையது. ஆனால்...." மாதவன் சந்தியாவைச் சற்றுத் தொலைவில் நிறுத்திப் பரிசீலிப்பதுபோல் பார்த்தான்.

"சந்தியா! நீ எனக்கு இந்த அவகாசம் தருவதற்குள், நான் அதை வெற்றி பெறுவதற்குள் உன் வாழ்க்கையில் பெரும் பகுதி வீணாகி விட்டது. நான் எதிரிலேயே இருந்தும் கூட ஒன்றும் செய்ய முடியாத வனாக இருந்துவிட்டேன். இதுதான் என் வருத்தம்.''

மழைக்குப் பின் தோன்றும் வெயிலைப் போல் பிரகாசமாக இருந்த அவன் முகத்தையே பார்த்துக் கொண்டிருந்த சந்தியா ஆள் காட்டி விரலை அவன் உதட்டின் மேல் வைத்து "உன் வாழ்க்கைன்னு ஏன் பிரித்துச் சொல்றீங்க? நம் இருவரின் வாழ்க்கையும் என்று சேர்த்துச் சொல்லுங்கள்'' என்றாள்.

இந்த முறை கண்கலங்குவது மாதவனின் பங்காயிற்று. அதை சந்தியா பார்த்துவிடாமல் இருப்பதற்காகச் சட்டென்று அவளை அருகில் இழுத்து அணைத்துக் கொண்டான். சிறகு முளைக்காத பறவை காற்று மழையில் சிக்கிக் கொண்டு பாதை தெரியாமல் நடுங்கிக் கொண்டிருக்கும்போது திடீரென்று தாய்ப் பறவை கண்ணில் பட்டதும் சிறகுகளுக்குள் அடைக்கலம் புகுந்து கொண்டது போல் சந்தியா அவன் கைகளுக்கிடையே மார்போடு ஒட்டிக் கொண்டாள்.

அவர்களின் அந்த அணைப்பில் ஆண்பெண்ணுக்கிடையே சகஜமாக ஏற்படும் ஆவேசமோ, காதலர்கள் முதல் முறையாக ஒன்று சேரும் போது ஏற்படும் தவிப்போ இல்லை. வயோதிகமடைந்து வாழ்க்கையில் பல இன்ப துன்பங்களுக்கு ஆளாகி, மன அமைதியை நாடி தேசாந்திரம் போய்க் கொண்டிருக்கும் பொழுது திடீரென்று தமக்குப் பிடித்தமான நபர் தென்பட்டால் ஏற்படும் தாங்க முடியாத சந்தோஷத்தோடும், திருப்தியோடும் ஒருவரையொருவர் கட்டிக் கொண்டாற்போல் இருந்தது.

இருவரும் எல்லையில்லாத சந்தோஷத்தை அனுபவித்துக் கொண்டிருப்பது போல் கண்களை மூடிக் கொண்டார்கள்.

விடியற்காலை ஆகிவிட்டதால் காற்றில் இன்னும் குளிர்ச்சி யிருந்தது. லேசாகப் பனி பெய்து கொண்டிருந்ததால் நிலவின் வெளிச்சம் மங்கியிருந்தது. கொல்லையில் மரத்தில் கூட்டிற்குள் அடக்கமாகத் தூங்கிக் கொண்டிருந்த பறவை எதற்காகவோ விழித் துக் கொண்டு சிறகுகளைப் படபடத்தது.

அந்தக் காலை வேளையில் இயற்கையும்கூட ஏதோ ஒரு அபூர்வமான அனுபவத்தைப் பெற்றுவிட்டாற்போல் அமைதியாக இருந்தது.